ஷேக்ஸ்பியரின் உலகம்

நகைச்சுவை நாடகங்கள்

வானதி

வானதி என்ற புனைபெயரில் எழுதும் முத்துப் பிரகாஷ் மென்பொருள் நிறுவனத்தில் துணைத் தலைவராக இருக்கிறார். முதுநிலை பொறியியல் பட்டதாரியான இவர், தமிழில் எழுதுவதை தன்னுடைய உணர்வுபூர்வமான கடமையாகக் கருதுகிறார். இதுவரை ஒரு கவிதைத் தொகுப்பும், இரண்டு பயண நூல்களும், ஒரு வரலாற்று நூலும் எழுதியிருக்கிறார். பல்வேறு நாட்டு இலக்கியங்களைத் தமிழில் மொழிபெயர்த்துள்ளார். '1877: தாதுவருடப் பஞ்சம்', 'அமெரிக்க உள்நாட்டுப் போர்', 'பல்லவர்கள்: தொன்மையியல் வரலாறு', 'தென்னிந்திய கிராம தெய்வங்கள்' முதலானவை இவரது புத்தகங்களில் குறிப்பிடத்தக்கவை.

ஷேக்ஸ்பியரின் உலகம்

நகைச்சுவை நாடகங்கள்

வானதி

கிழக்கு

ஷேக்ஸ்பியரின் உலகம்: **நகைச்சுவை நாடகங்கள்**
Shakespearin Ulagam: Nagaichuvai Naadagangal
Vanathi ©

Kizhakku Edition: December 2023
240 Pages
Printed in India.

ISBN : 978-81-968616-3-6
Kizhakku - 1362

Kizhakku Pathippagam
177/103, First Floor, Ambal's Building, Lloyds Road,
Royapettah, Chennai - 600 014. Ph: +91-44-4200-9603
Email : support@nhm.in Website : www.nhm.in

kizhakkupathippagam kizhakku_nhm

Author's email id: rmuthuprakash@gmail.com

Kizhakku Pathippagam is an imprint of New Horizon Media Private Limited

என் தமிழாசிரியர் திருமதி. மகாலட்சுமி அவர்களுக்கு.

நாடகங்கள்

ஏன் ஷேக்ஸ்பியர்?

ஷேக்ஸ்பியரை அறியாதவர்கள் எவரும் இருக்க முடியாது. அவரது பெயரை நாம் வாழ்வில் ஒரு முறையாவது கடந்து வந்திருப்போம். அவரது புகழ்பெற்ற நாடகங்கள் சிலவற்றைப் படித்திருப்போம் அல்லது பெயரை மட்டுமாவது கேள்விப்பட்டிருப்போம். நம்முடைய உரையாடலில் அவரது பெயரை நிச்சயம் உபயோகித்திருப்போம்.

பதினாறாம் நூற்றாண்டின் இறுதியில் இங்கிலாந்தின் ஒரு சிறு நகரில் நாடகங்கள் நடத்திக்கொண்டிருந்த ஷேக்ஸ்பியர் எப்படி இத்தகைய புகழை அடைந்தார்? அப்படி அவர் என்னதான் எழுதினார்? காலத்தைக் கடந்து நிற்கும் அளவிற்கு அவர் எழுதிய கதைகளில் என்னதான் இருக்கிறது? இக்கேள்விகள் உங்களைப் போலவே எனக்கும் எழுந்தது. அதன் விளைவே இந்தக் கட்டுரைகள்.

யார் இந்த ஷேக்ஸ்பியர்? அவரது படைப்புகளை அணுகுவதற்குமுன், ஷேக்ஸ்பியரின் பின்புலத்தையும் அவர் வாழ்ந்த காலத்தையும் சிறிது தெரிந்து கொள்வது நல்லது. கூடவே அப்போதைய அரசியல் சூழலையும் தெரிந்து கொள்வது அவரது கதைகளைப் புரிந்துகொள்ள உதவும். எனவே முதலில் ஷேக்ஸ்பியரின் வாழ்விலிருந்து ஆரம்பிப்போம்.

ஷேக்ஸ்பியரின் வாழ்வைப் பற்றி நமக்குத் தெரிந்தவை மிகவும் குறைவே. காலத்தின் இடைவெளியில் அவரது வாழ்வில் நிகழ்ந்தவை எவை, பின்னாட்களில் சேர்க்கப்பட்ட கதைகள் எவை என்பதைப் பிரித்தறிவது ஆய்வாளர்களுக்குமேகூடச் சுலபமல்ல. நமக்கு உறுதியாகத் தெரிந்தவை இவைதான்.

ஷேக்ஸ்பியர் 1564ம் வருடம் இங்கிலாந்தில் இருக்கும் ஸ்ட்ராட்போர்ட் (Stratford-upon-Avon) என்ற சிறிய நகரில்

பிறந்தார். அவரது தந்தை ஜான் ஷேக்ஸ்பியர் கையுறைகள் தயாரித்து விற்கும் சிறு வியாபாரி. தாய் மேரி சிறிது வசதியான குடும்பத்திலிருந்து வந்தவர். ஷேக்ஸ்பியருடன் ஏழு குழந்தைகள் இருந்தாலும், அவர்களைப் பற்றி உறுதியான தகவல்கள் நம்மிடம் இல்லை. அவரது வீட்டிற்கு அருகில் இருக்கும், அப்போதைய அரசரால் புதிதாகத் திறக்கப்பட்ட இலவசப் பள்ளி ஒன்றில் அவர் படித்திருக்கலாம் என்று நம்பப்படுகிறது.

தன்னுடைய பதினெட்டாவது வயதில் அவர் அன்னா ஹாத்வே என்ற பெண்ணை மணந்தார். இவர்களது திருமணச் சான்றிதழ் இதை உறுதி செய்கிறது. அடுத்தடுத்து இவர்களுக்கு மூன்று குழந்தைகள் பிறந்ததை அங்கிருக்கும் தேவாலயப் பதிவேடு உறுதி செய்கிறது. ஆனால் இதற்குப் பின்னர் அவரது வாழ்வில் என்ன நடந்தது என்பதில் தெளிவில்லை. நமக்குக் கிடைக்கும் அடுத்த வரலாற்றுச் சான்று, ஷேக்ஸ்பியரை லண்டனின் ஓரளவிற்குப் புகழ்பெற்ற நாடகாசிரியராகக் காட்டுகிறது. தன்னுடைய தகுதிக்கு மேலான இடத்தை அவர் ஆசைப்படுவதாக, அவரைத் தாக்கி எழுதப்பட்டிருக்கும் கட்டுரை ஒன்று சொல்கிறது. 1592இல் (அவரது 28ஆம் வயதில்) லண்டனின் நாடகாசிரியர்களில் ஒருவராக ஷேக்ஸ்பியர் இடம்பெற்றுவிட்டதை இது காட்டுகிறது.

1594ஆம் வருடம் முதல் ஷேக்ஸ்பியரின் நாடகங்கள் அவரது குழுவால் மட்டுமே நடிக்கப்பட்டது. தனது நாடகங்களின்மூலம் ஷேக்ஸ்பியர் நல்ல வருமானத்தைப் பெற்றிருக்கவேண்டும் என்பது 1599ஆம் வருடம் அவர் தேம்ஸ் நதிக்கரையில் இடத்தை வாங்கி, தன்னுடைய நாடகங்களுக்கு என 'குளோப்' நாடக அரங்கைக் கட்டியதிலிருந்து தெரியவருகிறது. தனது குடும்பத்திற்கு எனப் பெரிதாக ஒரு வீட்டையும் வாங்கிக்கொண்டார். 1603ஆம் வருடம் முதலாம் எலிசபெத்தின் மரணத்திற்குப் பின்னர், அவருக்குப் புதிய அரசர் முதலாம் ஜேம்சின் ஆதரவும் கிடைத்தது.

1609ஆம் ஆண்டு லண்டனில் பரவிய பிளேக் நோய் நாடக அரங்குகளை மூடச் செய்தது. இந்தக் காலத்தில் ஷேக்ஸ்பியர் லண்டனிலிருந்து தன்னுடைய சொந்த ஊருக்குச் சென்றதாகத் தெரிகிறது. அதன் பின்னர் அவர் லண்டனுக்குத் திரும்பினாலும், புதிதாக நாடகம் எதுவும் எழுதவில்லை. தனது சொந்த வீட்டிலேயே 52வது வயதில் அவர் மறைந்தார்.

ஷேக்ஸ்பியரின் 25 வருட நாடக வாழ்வில் அவர் நடிகராக, ஆசிரியராக, கவிஞராகப் பலவிதங்களில் தன்னுடைய

முத்திரையைப் பதித்தார். அவர் வாழ்ந்த காலகட்டம் ஆங்கில மறுமலர்ச்சி காலம் என்று அழைக்கப்படுகிறது. அதற்கு ஷேக்ஸ்பியர் மட்டுமே காரணகர்த்தா அல்ல. கிறிஸ்டோபர் மார்லோ, பிரான்சிஸ் பேகன், பென் ஜான்சன் எனப் பல புகழ்பெற்ற நாடக ஆசிரியர்கள் வாழ்ந்த காலம் அது. ஜான் டன், தாமஸ் மோர், தாமஸ் ஹோப்ஸ் போன்ற தத்துவவாதிகளும் பல ஓவியர்களும் இசைக் கலைஞர்களும் வாழ்ந்த பொன்னான காலமும்கூட.

எட்டாம் ஹென்றி அரசரும் முதலாம் எலிசபெத்தும் பெரும் புரவலர்களாக விளங்கியது கலைகளும் இலக்கியமும் விரைவாக வளர்வதற்குக் காரணமாக இருந்தது. அத்துடன், மத்திய காலத்தின் இருளிலிருந்து மெதுவாக வெளிவந்து கொண்டிருந்த இங்கிலாந்தின் செல்வம் மேலும் பெரிதாக அதிகரிக்க ஆரம்பித்திருந்தது. நிலத்தின் வழியே தங்களது வருமானத்தைப் பெருக்கிக் கொண்டிருந்த புதிய, பெரிய நடுத்தர வர்க்கம் ஒன்று இங்கிலாந்தின் புதிய பலமாக உருவாகிக் கொண்டிருந்தது. இவை அனைத்தும் ஷேக்ஸ்பியர் போன்ற நாடகாசிரியர்கள் வளர்வதற்கு உதவின. புதிதாக, மலிவாகத் தாள்களை உருவாக்கும் தொழில் நுட்பமும் அப்போது உருவாகியிருந்தது. இதைக் கொண்டு படைப்பாளர்கள் தங்களது நாடகங்களையும் கவிதைகளையும் பதிப்பித்து வருமானத்தைப் பெருக்கிக்கொள்ள முடிந்தது.

ஷேக்ஸ்பியரின் நாடகங்கள் பலவும் அவரது காலத்திலேயே பல பதிப்புகளைக் கண்டன. ஆனால் அவரது மரணத்திற்குப் பின்னரே அவரது படைப்புகள் அனைத்தும் புத்தகமாகத் தொகுக்கப்பட்டு வெளியாயின. 'First Folio' என்று அழைக்கப்பட்ட இந்தத் தொகுப்பு அவரது 36 படைப்புக்களைக் கொண்டிருக்கிறது. இதுவே இன்றுவரை அதிகாரப்பூர்வமான ஷேக்ஸ்பியரின் நாடகத் தொகுப்பாக பார்க்கப்படுகிறது. வரும் பக்கங்களில் நாம் காணப் போகும் கதைகள் இந்தத் தொகுப்பையே ஆதாரமாகக் கொண்டுள்ளன.

ஷேக்ஸ்பியர் தன்னுடைய வாழ்வில் நூற்றுக்கும் மேற்பட்ட Sonnet என்ற வகையிலான கவிதைகளை எழுதி இருக்கிறார். 14 வரிகளைக் கொண்ட இந்தக் கவிதைகள், ஷேக்ஸ்பியரை இன்றளவும் ஆங்கிலக் கவிஞர்களில் முக்கியமானவராக வைத்திருக்கிறது.

> Shall I compare thee to a summer's day?
> Thou art more lovely and more temperate...

போன்ற வரிகள் இன்றும் நம்மை வசீகரிக்கின்றன.

நமது கட்டுரைகள் ஷேக்ஸ்பியரின் நாடகங்களை அடிப்படையாகக் கொண்டவை. 'First Folio'வை அடிப்படையாகக் கொண்ட 36 நாடகங்களை நாம் பார்க்கப் போகிறோம். ஷேக்ஸ்பியரின் நாடகங்கள் மூன்று வகைமையாகப் பிரிக்கப்பட்டிருக்கின்றன. நகைச்சுவை நாடகங்கள், வரலாற்று நாடகங்கள் மற்றும் சோக நாடகங்கள். அவரது 36 படைப்புகளில் 14 நகைச்சுவை நாடகங்கள், 10 வரலாற்று நாடகங்கள், 12 சோக நாடகங்கள்.

இந்தக் கட்டுரைகளை எழுதுவது பற்றிய யோசனையைக் கிழக்கு பதிப்பக ஆசிரியர் மருதன் தெரிவித்தபோது, இந்த நாடகங்களைச் சுருக்கமாக அப்படியே மொழிபெயர்க்கவே திட்டமிட்டேன். ஆனால் வெறும் மொழிபெயர்ப்பாக இல்லாமல் கூடுதல் விவரங்களுடன் ஷேக்ஸ்பியரை முழுமையாகத் தமிழ் வாசகர்களுக்கு அறிமுகப்படுத்தினால் என்னவென்று என் யோசனையை விரிவாக்கிக்கொண்டேன்.

ஒவ்வொரு கட்டுரையும் குறிப்பிட்ட நாடகத்தின் பின்னணியைத் தெரிவித்துவிட்டு, நாடகத்தைச் சுருக்கமாக அறிமுகப்படுத்தும். அதைத் தொடர்ந்து, நாடகம் குறித்த சிறிய அலசலும் இருக்கும். ஷேக்ஸ்பியரின் நாடகங்களின் தமிழாக்கமாக இதைக் கருத வேண்டாம். மூல வடிவத்தை வாசிக்கத் தூண்டும் ஒரு முயற்சியாகவே இதனை அனைவரும் எடுத்துக்கொள்ளவேண்டும். நாடகச் சுருக்கத்தைக் கதையாகக் கொடுக்காமல், நாடக வடிவிலேயே கொடுத்திருக்கிறேன். ஆங்கிலத்தில் நாடகங்களை வாசிக்க விரும்பும் வாசகர்களுக்கு இது உதவியாக இருக்கும் என்று நம்புகிறேன்.

என்னுடைய வீட்டுக்கு அருகிலிருந்த மதுரை காமராசர் பல்கலைக்கழகப் பேராசிரியரிடம் கடனாக வாங்கிய முழுமையான ஷேக்ஸ்பியர் நாடகங்களை நான் வாசித்தபோது எனக்கு வயது பதினாறு. ஆங்கில வழியில் படித்திருந்தாலும், சிறிய நகரவாசியான எனக்கு அந்தப் புத்தகம் பெரும் சவால்களைக் கொடுத்தது. ஆனாலும் ஷேக்ஸ்பியரின் கதை சொல்லும் உத்தி, புரியாதவற்றைத் தாண்டி தொடர்ச்சியாக வாசிக்க வைத்தது. அதன் பின்னர், அந்த நாடகங்களைப் பலமுறை, பல விதங்களில் வாசித்திருக்கிறேன். ஆர்சன் வெல்லஸ், கென்னத் பிரனாக் ஆகியோரின் திரைமொழியில் அவற்றைப் பல முறை பார்த்து ரசித்திருக்கிறேன். அதிர்ஷ்டவசமாக, சில முறை நியூயார்க் நகரின் பிராட்வே நாடகங்களாகவும் பார்த்திருக்கிறேன். இன்னமும் இந்த

நாடகங்களின் மீதான பிரேமை குறையவில்லை. நமது நவீனத் திரை மொழியிலும் மாறிய கலாசாரச் சூழலிலும் ஷேக்ஸ்பியரின் நாடகங்கள் கொண்டுவரும் சாத்தியங்கள் மிகவும் அதிகம். நமது கட்டுரைகளின் உள்ளே ஷேக்ஸ்பியரின் சில உத்திகளைப் பற்றியும் பார்க்கப் போகிறோம். இன்னமும் ஷேக்ஸ்பியர் கொண்டாடப் படுவதன் காரணம் அதற்குள்ளும் இருக்கலாம்.

ஷேக்ஸ்பியரின் உலகம் மந்திரம், தந்திரம், நகைச்சுவை, சோகம், வேடிக்கை, குழப்பம் எனப் பலவும் நிறைந்த ஒரு மாய உலகம். ஒருமுறை அதற்குள் நுழைந்துவிட்டால், வெளியில்வர இயலாது.

நகைச்சுவை நாடகம் 1

சூறாவளி

(The Tempest)

ஷேக்ஸ்பியர் தன்னுடைய படைப்பு வாழ்வின் கடைசியில் எழுதிய நாடகங்களில் ஒன்றான 'சூறாவளி' என்ற நாடகத்துடன் ஆரம்பிக்கலாம். நம்முடைய படைப்பு வரிசை முன்பு குறிப்பிடப் பட்டுள்ள 'First folio'வின் அதே வரிசையில் இருக்கும். ஷேக்ஸ்பியரின் முதல் தொகுப்பில் ஏன் இந்த வரிசை கடைபிடிக்கப் பட்டது என்பதற்கு நம்மிடம் எந்தக் காரணமும் இல்லை.

'First folio' தொகுப்பு, ஷேக்ஸ்பியர் இறந்து ஏழு வருடங்கள் கழித்து 1623ஆம் வருடம் பதிப்பிக்கப்பட்டது. அவரது நாடகங்களைத் தனியே பதிப்பித்திருந்த பதிப்பாளர்கள் இருவர் இணைந்து, ஷேக்ஸ்பியரின் நாடகங்களைத் தொகுக்கும் வேலையைச் செய்தனர். அவற்றில் சில நாடகங்கள் திருத்தப் பட்டன என்றும் சொல்லப்படுகிறது. குளோப் நாடக அரங்கின் எழுத்தரான ரால்ஃப் என்பவரின் உதவியுடன் இந்தத் தொகுப்பு வெளிக் கொண்டு வரப்பட்டது.

900 பக்கங்களுக்கு மேலாக விரியும் இந்தத் தொகுப்பு, அந்தக் காலகட்டத்திற்கு மிகவும் பெரிய முயற்சியாகும். ஐந்து பேரின் உதவியுடன் நாடகங்கள் அச்சு கோர்க்கப்பட்டு, அதன் பதிப்பாளர்கள் அன்றைய இங்கிலாந்தின் பெரிய பதிப்பகம் ஒன்றில் முழுவதுமாகப் பதிப்பித்து, புத்தகமாகக் கொண்டு வர 3 வருடங்களுக்கு மேலானது. முதல் பதிப்பில் 750 பிரதிகள்

பதிப்பிக்கப்பட்டன. இந்தப் பிரதிகளில் பெரும்பாலானவை இன்னமும் நமக்குக் கிடைக்கிறது. நிறுவனங்களிடமும் தனியாரிடமுமாக 250 பிரதிகள் இன்னமும் இருப்பதாகத் தெரிகிறது. உலகெங்கும் உள்ள பல பெரிய நூலகங்களில் இப்பிரதியை இன்றும் பார்க்கலாம். 2017ஆம் வருடம், நானும் சிங்கப்பூர் தேசிய நூலகத்தில் பார்வைக்கு வைக்கப்பட்டிருந்த 'First folio'வின் பிரதி ஒன்றைப் பார்த்தேன். லண்டன் ஆக்ஸ்ஃபோர்ட் பல்கலைக்கழக நூலகத்தில் இருந்து கடனாக ஒரு மாத காலம் அங்கே பார்வைக்கு வைக்கப்பட்டிருந்தது. வாழ்நாள் முழுவதும் ரசிக்கும் ஒருவரின் வரலாற்றுப் பிரதியை பார்ப்பதே ஒரு தனி அனுபவம்தான்.

இதுவே ஷேக்ஸ்பியரின் நாடகங்களின் மூலமாகக் கருதப் பட்டாலும், அன்றிருந்த நிலையையும் நாம் அறிந்து கொள்ள வேண்டும். இன்று போல தெளிவான பிழை திருத்தம் நடைபெறவில்லை என்பதால், முதல் பதிப்பின் புத்தகங்களுக்கு உள்ளேயே நாம் பல வேறுபாடுகளைப் பார்க்க முடிகிறது. இவை பின்னாளைய பதிப்புகளில் திருத்தப்பட்டாலும், எவை உண்மையில் 'ஷேக்ஸ்பியரின் வார்த்தைகள்' என்பதில் இன்னமும் சில இடங்களில் வேறுபாடுகள் இருக்கத்தான் செய்கிறது. இது குறித்தும் நாம் பார்க்கத்தான் போகிறோம்.

'சூறாவளி' ஷேக்ஸ்பியரின் முக்கியமான நாடங்கங்களில் ஒன்று. நாடக அரங்கின் சாத்தியங்களை முழுவதுமாக மனதில் கொண்டு எழுதப்பட்டதாக கருதப்படுகிறது. மாயம், மந்திரம் என பல விதங்களில் பார்வையாளர்களுக்கு பெரும் விருந்தைப் படைப்பதாகவும் இருக்கிறது.

ஒருவிதத்தில் 'சூறாவளி' வாசிக்கும் ஒவ்வொருவருக்கும் ஒவ்வொரு விதமான அனுபவத்தைக் கொடுக்கிறது. ஷேக்ஸ்பியரின் நகைச்சுவை நாடகங்களில் ஒன்றாகக் கருதப்பட்டாலும், நமது விருப்பத்தைப் பொறுத்து அதைப் புரிந்து கொள்ளும் விதமாகவும், நீண்ட அலசல்களுக்கும் ஆராய்ச்சிகளுக்கும் உள்ளான நாடக மாகவும் இருக்கிறது.

அங்கம் 1 – காட்சி 1

நாடகத்தின் தலைப்பிற்கேற்ப கதை கடலின் நடுவில் சூறாவளியில் சிக்கித் தவிக்கும் கப்பல் ஒன்றில் ஆரம்பிக்கிறது. கப்பல்

சூறாவளியில் மூழ்கிவிடாமல் இருக்க மாலுமிகளும் கப்பலில் வேலை செய்பவர்களும் போராடிக் கொண்டிருக்கிறார்கள். நேபிள்ஸ் நகர அரசனான அலான்சோ, அவரது சகோதரன் செபாஸ்டியன், ஆண்டோனியோ மற்றும் சில பிரபுக்கள் கப்பலில் இருக்கிறார்கள். அவர்கள் கப்பலின் மேல்தளத்திற்கு வருகிறார்கள். அங்கே வேலை செய்து கொண்டிருப்பவர்களுக்கு அவர்கள் அங்கிருப்பது இடைஞ்சலாக இருக்கவே, அவர்களைக் கீழ் தளத்தில் சென்று பாதுகாப்பாக இருக்கும்படியாக கூறுகிறார்கள். ஆனால் பிரபுக்களில் ஒருவர், அவர்கள் அரசனிடம் பேசிக் கொண்டிருப்பதை நினைவுபடுத்துகிறார். ஆனால் மாலுமி அதைச் சட்டை செய்வதாகத் தெரியவில்லை. 'சூறாவளிக்கு அரசரைத் தெரியுமா?' என்று கேட்டுவிட்டு, அவர்களை மீண்டும் கீழ்தளத்திற்கு செல்லுமாறு கூறுகிறான். அவர்களும் கீழே செல்கிறார்கள்.

ஆனால் சில நேரத்திலேயே, பிரபுக்களில் சிலரும், அரசனின் சகோதரன் செபாஸ்டியனும் மீண்டும் மேல்தளத்திற்கு வந்து அவர்களிடம் பேசிய மாலுமியிடம் வார்த்தைகளில் சண்டையிட ஆரம்பிக்கிறார்கள். அவனும் பதிலுக்கு அவர்களிடம் சூறாவளியில் இருந்து தப்பிக்க வழியில்லை என்றும், அவர்கள் கீழ்தளத்திற்கு சென்று, பிரார்த்தனை செய்வது நல்லது என்றும் கூறிவிடுகிறான். சிறிது நேரம் அவனிடம் விவாதம் செய்துவிட்டு அவர்களும் தங்களது அரசன் மற்றும் இளவரசனுடன் பிரார்த்தனை செய்ய கீழே சென்றுவிடுகின்றனர்.

கப்பல் எங்கும் குழப்பமான சத்தம் கேட்கிறது. மாலுமிகளும், மற்றவர்களும் கப்பல் மூழ்கி கொண்டிருப்பதன் பயங்கரத்தில் அலறிக் கொண்டிருக்கிறார்கள்.

அங்கம் 1 – காட்சி 2

இப்போது காட்சி ஒரு தீவிற்கு மாறுகிறது. அந்தத் தீவின் கடற்கரையில் இருவர் நின்று கொண்டிருக்கிறார்கள். அவர்களில் நடுத்தர வயதுடைய ஆணின் பெயர் பிராஸ்பரோ. மற்றொரு இளம்பெண் மிராண்டா. இருவரும் கடலில் அடித்த சூறாவளியில் சிக்கிய கப்பலப் பற்றிப் பேசிக் கொண்டிருக்கிறார்கள். அவர்களின் வார்த்தைகளில் இருந்து அவர்கள் கப்பல் மூழ்கியதைப் பார்த்திருக்கவேண்டும் என்று தெரிகிறது. மிராண்டா, தன்னுடைய தந்தையான பிராஸ்பரோவிடம் கப்பலில் இருந்தவர்களை எந்த

ஆபத்தும் இல்லாமல் கரைக்குக் கொண்டு வந்து சேர்க்கும்படியாக கேட்கிறாள்.

பிராஸ்பரோவும் அவர்களுக்கு எந்த ஆபத்தும் ஏற்படாது என்று கூறுகிறார். இந்த நேரத்தில், தங்களது வரலாற்றை மிராண்டா தெரிந்து கொள்ள வேண்டும் என்றும், தான் யார் என்பதை உணரவேண்டும் என்றும் கூறுகிறார். அதுவரை தன்னிடம் கடந்த காலத்தை பற்றிப் பேசாத தனது தந்தை பேச ஆரம்பிக்கவே, மிராண்டா ஆர்வமாக கேட்க ஆரம்பிக்கிறாள்.

கடந்த காலத்தில் தான் மிலன் நகரின் பிரபுவாக இருந்ததாகவும், தன்னுடைய அறிவாற்றலைக் கண்டு அனைவரும் வியந்ததாகவும் கூறுகிறார். ஆனால் காலப்போக்கில் அரசியலில் ஆர்வம் இழந்து விட்டதாகவும், தன்னுடைய படிப்பில் மிகவும் ஈடுபாட்டுடன் இருந்ததாகவும் கூறுகிறார். அதைப் பயன்படுத்திக்கொண்ட அவரது தம்பி ஆண்டோனியோ, நேபிள்ஸ் நகர அரசனுடன் கைகோர்த்துக் கொண்டு, பிராஸ்பரோவின் பிரபு பட்டத்தை அபகரிக்கச் சதி செய்தான்.

நேபிள்ஸ் அரசனான அலான்சோ தன்னைப் பிரபுவாக அங்கீ கரிக்கவும், கப்பம் கட்டவும் ஒப்பந்தம் செய்து கொண்டு தன்னுடைய அண்ணனின் மீதே படை எடுத்தான். அதுவரை எந்த முன்னேற்பாடும் செய்யாமல் இருந்த பிராஸ்பரோ, தன்னுடைய குழந்தை மிராண்டாவுடன் மிலன் நகரில் இருந்து தப்பித்தார். அவருக்கு விசுவாசமாக இருந்த நகர மக்கள் சிலரின் துணையுடன் அவர் படகு ஒன்றில் தப்பித்து அவர்கள் அப்போது இருக்கும் தீவிற்கு பனிரெண்டு வருடங்களுக்கு முன் வந்து சேர்ந்தார். அதிர்ஷ்டவசமாக அவர்களது எதிரிகளையும் காலம் அதே தீவிற்கு கொண்டு வந்து சேர்த்திருக்கிறது என்று பிராஸ்பரோ சொல்லிக் கொண்டிருக்கும் போதே, மிராண்டாவிற்கு தூக்கம் கண்ணைச் சுழட்டிக் கொண்டு வந்தது.

மிராண்டா தூங்கியவுடன், பிராஸ்பரோவைப் பார்க்க அவரது கட்டுப்பாட்டில் இருக்கும் தேவதையான ஏரியல் அங்கே வந்தான். முந்தைய நாள் ஏற்பட்ட சூறாவளி குறித்து ஏரியல் பேச ஆரம்பித்தான். அவனது பேச்சில் இருந்து அந்த சூறாவளியை ஏற்படுத்தியதே ஏரியல்தான் என்று தெரிய வருகிறது. பிராஸ்பரோவின் உத்தரவின் பேரில்தான் பெரும் சூறாவளியாகவும், இடியாகவும், மின்னலாகவும், பெரும் மழையாகவும் பொழிந்ததாகவும் தெரிவிக்கிறான். மேலும், பிராஸ்பரோவின்

உத்தரவின் பேரிலேயே, கப்பலை விட்டு அனைவரும் கடலில் குதித்த பின்னர், அனைவரையும் பாதுகாப்பாக தீவின் கரைகளில் ஒதுங்கச் செய்திருப்பதாகவும் சொன்னான். கப்பலின் கேப்டன் மற்றும் சில மாலுமிகளையும் கப்பலிலேயே தூங்க செய்து, கப்பலை மறைவாக தீவில் வைத்திருப்பதாகவும் தெரிவித்தான்.

ஏரியல் நல்ல விதத்தில் தன்னுடைய உத்தரவை நிறைவேற்றி யிருப்பதாக பிராஸ்பரோ பாராட்டுகிறார். பதிலுக்கு, தன்னுடைய கடமைகளைக் குறையில்லாமல் செய்தால், தனக்கு விடுதலை தருவதாக பிராஸ்பரோ தெரிவித்திருப்பதை ஏரியல் நினைவு படுத்துகிறான். இங்கே பிராஸ்பரோ, ஏரியலின் கடந்த காலத்தை நினைவுபடுத்துகிறார்.

வெகு காலத்திற்கு முன் அல்ஜிரியா நாட்டில் இருந்து விரட்டியடிக்கப்பட்ட சைக்கோரக்ஸ் என்ற சூனியக்காரி, அந்த தீவிற்கு வந்து சேர்ந்தாள். அங்கே இருந்த ஏரியலை அவள் சிறை பிடித்தாள். இறந்த பிறகும் ஏரியலை அவள் விடுதலை செய்ய வில்லை. இன்னமும் பல காலம் கழித்து பிராஸ்பரோ அங்கே வந்தபொழுதே, அவனை விடுதலை செய்து தனக்கு சேவகம் செய்ய வைத்துக் கொண்டார். மீண்டும் ஒருமுறை தன்னைக் கேள்வி கேட்டால், அவனை இன்னமும் பனிரெண்டு ஆண்டுகள் சிறையில் வைத்துவிடுவதாக பிராஸ்பரோ கோபமாக கூறினார். ஏரியல் அமைதியாக அதை ஒப்புக் கொண்டான்.

தன்னை ஒரு கடல்கன்னியாக மாற்றிக்கொண்டு, தன்னுடைய கண்களுக்கு தவிர வேறு யார் கண்களுக்கும் தெரியாமல் இருக்க வேண்டும் என்று ஏரியலிற்கு பிராஸ்பரோ ஆணையிட்டார்.

பிராஸ்பரோ தன்னுடைய மகள் மிராண்டாவை இப்போது எழுப்பினார். மந்திரத்தின் கட்டுப்பாட்டில் இருப்பதை உணராத அவள் எழுந்து, பிராஸ்பரோவின் கதை தன்னை தூங்கச் செய்துவிட்டதாகத் தெரிவித்தாள்.

மிராண்டா முழுவதுமாக விழித்தவுடன், பிராஸ்பரோ தன்னுடைய இன்னுமொரு வேலையாள் காலிபனை அழைக்கிறார். சூனியக்கார கிழவி சைக்கோரக்சின் மகன்தான் காலிபன். காலிபன் வந்தவுடன் கோபமாகப் பேச ஆரம்பிக்கிறான். தனக்குச் சொந்தமான தீவிலேயே தன்னைச் சிறை வைத்திருப்பதாகக் குற்றம் சாட்டுகிறான். பிராஸ்பரோ முதலில் தீவிற்கு வந்தபொழுது தானே தீவைச் சுற்றிக்காட்டியதாகத் தெரிவித்தான். பதிலுக்கு, தான் அவனுக்கு பலவற்றையும் கற்றுக் கொடுத்திருப்பதை

நினைவுபடுத்திய பிராஸ்பரோ, காலிபன் நன்றியில்லாமல் இருப்பதாகவும் கூறி, அவனைத் தன்னுடைய அடிமை என்றும் கூறினார். காலிபன் காட்டுமிராண்டியாக இருப்பதால், அவனால் மனிதர்கள் இடையே வாழமுடியாது என்றும் கூறினார். பிராஸ்பரோ சொல்லிக்கொடுத்த படியே தான் வாழ்வதாக காலிபன் பதிலுக்குத் தெரிவித்தான். எரிக்க விறகு பொறுக்கிவிட்டு வரும்படியாக பிராஸ்பரோ அவனை அனுப்பிவிட்டார்.

அப்போது ஏரியல், யார் கண்ணிற்கும் தெரியாதவாறு, பாடிக் கொண்டும், ஆடிக் கொண்டும், பெர்டினாண்டை அழைத்துக் கொண்டு வந்தான். அதுவரை பிராஸ்பரோவையும் காலிபனையும் தவிர வேறு மனிதர்களைப் பார்த்திராத மிராண்டா, பெர்டினாண்டைப் பார்த்தவுடன் காதல் கொள்கிறாள். பெர்டினாண்டும் அப்படியே காதல் கொள்கிறான். தன்னை நேபிள்ஸ் நகரின் இளவரசன் என்று அறிமுகப்படுத்திக் கொள்கிறான். அவர்கள் இருவரும் ஒருவரையொருவர் நேசிப்பதை அறிந்தாலும், இவ்வளவு எளிதாக அவர்கள் காதல்வசப்படக் கூடாது என்று எண்ணிய பிராஸ்பரோ, பெர்டினாண்ட் பொய் சொல்வதாகக் கூறி, தன்னுடைய மந்திரத்தால் அவனைச் சிறைபிடித்தான். மிராண்டா அவனுக்காக வாதிட முயன்றாலும், அவளுக்கு மனிதர்களைப் பற்றி எதுவும் தெரியாது என்று பிராஸ்பரோ அவளை அடக்கிவிடுகிறார். பெர்டினாண்ட்டை அவனது சிறைக்கு அனுப்பிவிட்டு, ஏரியலிற்கு இன்னுமொரு ரகசிய வேலை கொடுத்து அனுப்பிவிடுகிறார்.

அங்கம் 2 – காட்சி 1

தீவின் மற்றொரு பக்கம், கப்பலில் இருந்து கரை சேர்ந்த நேபிள்ஸ் அரசர் அலான்சோ, அவரது சகோதரர் செபாஸ்டியன், பிராஸ்பரோவின் சகோதரன் ஆண்டனியோ முதலியோர் தங்களது நிலை குறித்து விவாதித்துக் கொண்டிருக்கின்றனர். அவர்கள் அனைவரும் அரசரின் மகளான கிளாரிபெல்லின் திருமணத்தை அல்ஜீரியாவில் முடித்துவிட்டு தங்களது தாய் நாடான இத்தாலிக்குத் திரும்பிக் கொண்டிருக்கிறார்கள் என்று நாம் தெரிந்து கொள்கிறோம்.

தன்னுடைய மகளை ஆப்பிரிக்காவில் திருமணம் செய்து கொடுத்ததை அலான்சோ தவறான முடிவு என்றும், அதனாலேயே தாங்கள் சூறாவளியில் சிக்க நேர்ந்தது என்றும் சொல்கிறார். அதைவிட, அனைவரது கவலையும் இளவரசர் பெர்டினாண்ட்

என்னவானார் என்பதிலேயே இருக்கிறது. அவர் கடலில் மூழ்கி யிருக்கலாம் என்ற பயம் அனைவருக்கும் இருந்தாலும், தங்களைப் போல அவரும் தப்பித்திருக்கலாம் என்று பேசிக் கொள்கிறார்கள்.

இந்த நேரத்தில், ஏரியல் தன்னுடைய மந்திர வாத்தியத்தை வாசிக்க, செபாஸ்டியன் மற்றும் ஆண்டனியோவைத் தவிர மற்றவர்கள் தூங்க ஆரம்பிக்கிறார்கள். ஆண்டனியோ, தன்னுடைய சகோதரன் பிராஸ்பரோவை வஞ்சித்து தான் நாட்டை கவர்ந்ததைத் தெரிவித்து, பெர்டினாண்ட் சூறாவளியில் இறந்திருக்கலாம் என்ற நிலையில், ஆண்டனியோவும் அவனுடைய சகோதரனான அரசர் அலான்சோவைக் கொன்றுவிட்டு, நேபிள்சிற்கு அரசராகலாம் என்று வஞ்சகமாக யோசனை கூறுகிறான்.

அதனை ஏற்றுக்கொள்ளும் செபாஸ்டியனும் தன்னுடைய வாளை உருவிக்கொண்டு, உறங்கி கொண்டிருக்கும் அலான்சோவைக் கொல்ல முன்வருகிறான். அதற்குள், ஏரியல் தன்னுடைய இசையை நிறுத்தவே, அலான்சோவின் தூக்கம் கலைகிறது. பெரிய சத்தம் ஒன்று கேட்டதாலேயே தாங்கள் வாளை உருவியதாக செபாஸ்டியன் சமாளித்துவிடுகிறான். அலான்சோவின் வேலையாள் கோன்சாலோ மட்டும் அவர்கள் சொல்வதை நம்பவில்லை.

அங்கம் 2 – காட்சி 2

இந்தக் காட்சியில் நாம் அரசவைக் கோமாளி திரின்கலோ மற்றும் அரசரின் தனி உதவியாளன் ஸ்டெபனோவைச் சந்திக்கிறோம். அவர்கள் தீவின் மற்றொரு பகுதியில், விறகு பொறுக்கிக் கொண்டிருக்கும் காலிபனைச் சந்திக்கிறார்கள். காலிபன், மனிதனா, வேறு மிருகமா என்று விவாதிக்கிறார்கள். அவர்களுடன் காலிபனும் சேர்ந்துகொள்கிறான். தன்னை பிராஸ்பரோவின் மந்திரங்கள் எத்தகைய சித்திரவதைக்கு உள்ளாக்குகின்றன என்று யோசிக்கிறான்.

அங்கம் 3 – காட்சி 1

காட்சி இப்போது பிராஸ்பரோவின் சிறைக்கு மாறுகிறது. பெர்டினாண்ட் விறகுகளை பொறுக்கிக்கொண்டிருக்கிறான். ஆனால் தன்னுடைய காதலுக்காக தான் வேலை செய்வதாக எண்ணி மகிழ்ச்சியுடன் இருக்கிறான். அப்போது அங்கே மிராண்டா வருகிறாள். அவர்கள் இருவருக்கும் தெரியாமல், மறைவாக பிராஸ்பரோவும் இருக்கிறார்.

பெர்டினாண்ட்டிற்கு கொடுக்கப்பட்ட தண்டனையில் பங்கெடுக்கவே தான் வந்திருப்பதாக மிராண்டா தெரிவிக்கிறாள். அவனை ஓய்வெடுக்கச் சொன்னதை மறுத்துவிட்டு, பெர்டினாண்ட் அவளது பெயரைக் கேட்டு தெரிந்து கொள்கிறான். தொடர்ந்து, பெர்டினாண்ட் அவளை வர்ணித்து, புகழ்ந்து பேச ஆரம்பிக்கிறான். ஆனால் மிராண்டா, தான் வேறு பெண்களைப் பார்த்ததில்லை என்று கூறி அவனைத் தடுத்து விடுகிறாள். அவனிடம் அன்பாகப் பேச ஆரம்பித்தவள், தன்னுடைய தந்தையின் உத்தரவை எண்ணி பாதியில் நிறுத்திவிடுகிறாள்.

தன்னுடைய தந்தையும் சூறாவளியில் தப்பித்திருக்க வேண்டும் என்று நம்பினாலும், அவர் மரணமடைந்திருந்தால் தான் அரசன் என்று பெர்டினாண்ட் கூறுகிறான். மிராண்டா அதைப் பற்றி பேசாமல், அவன் தன்னைக் காதலிக்கிறானா என்று நேராகக் கேட்கிறாள். அவனும் உற்சாகமாக ஆம் என்று சொல்ல, அவள் திருமணம் செய்து கொள்ள வேண்டுகிறாள். அவனும் ஒப்புக் கொள்ளவே இருவரும் அங்கிருந்து செல்கிறார்கள். தான் நினைத்தது போலவே எல்லாம் நடக்கவே, பிராஸ்பரோவும் மகிழ்ச்சியுடன் அடுத்த நடவடிக்கைக்குச் செல்கிறார்.

அங்கம் 3 – காட்சி 2

இப்போது நாம் மீண்டும் அரசவைக் கோமாளி திரின்கலோவைச் சந்திக்கிறோம். ஸ்டெபனோ மற்றும் காலிபனும் அவனுடன் இருக்கிறார்கள். காலிபன் தன்னை பிராஸ்பரோ அடிமையாக வைத்திருப்பது பற்றியும், பிராஸ்பரோவின் மந்திர சக்திகள் பற்றியும் சொல்கிறான். தன்னுடன் இணைந்து பிராஸ்பரோவைக் கொல்ல அவர்கள் உதவ வேண்டும் என்று கேட்கிறான்.

அதே இடத்தில் ஏரியல், மந்திரத்தால் மறைந்து நின்று கேட்டுக் கொண்டிருக்கிறான். அவர்களிடையே அவ்வப்போது மாறும் குரலில் பேசி சண்டை மூட்டி விடுகிறான்.

பிராஸ்பரோவைக் கொன்றுவிட்டால், ஸ்டெபனோ தீவின் அரசனாகலாம் என்றும், பிராஸ்பரோவின் மகள் மிராண்டாவைத் திருமணம் செய்து கொள்ளலாம் என்றும் கூறுகிறான். ஸ்டெபனோவிற்கு இந்தத் திட்டம் பிடிக்கிறது. பிராஸ்பரோவின் மந்திரப் புத்தகங்களை முதலில் திருடிவிட்டால் மட்டுமே அவர்களது திட்டம் வெற்றி பெறும் என்று காலிபன்

தெரிவிக்கிறான். பிராஸ்பரோ இன்னமும் அரைமணி நேரத்தில் தூங்கிவிடுவார் என்றும் தெரிவிக்கிறான்.

அப்போது ஏரியல் வாசிக்கும் இசையின் ஒலி கேட்கிறது. முதலில் பயந்தாலும், அவர்கள் அந்த இசையை முதலில் தொடர்ந்து செல்வது என்றும், பின்னர் பிராஸ்பரோவைக் கொல்வது என்றும் முடிவு செய்கிறார்கள்.

அங்கம் 3 – காட்சி 3

நேபிள்ஸ் அரசன் அலான்சோ தன்னுடைய மகனைக் காணும் நம்பிக்கையை இழந்துவிடுகிறான். அலான்சோவின் களைத்த நிலையில், அவனது துயரமும் சேர்ந்திருப்பதால், அவனை அன்று மாலைக்குள் கொன்றுவிடலாம் என்று ஆண்டனியோ, செபாஸ்டியனிடம் தெரிவிக்கிறான்.

அவர்கள் பேசிக்கொண்டிருக்கும் போதே, மீண்டும் அருமையான இசை கேட்கிறது. அந்த இசைக்கு ஏற்றவாறு பல்வேறு வினோதமான வடிவங்களில் ஏரியலைப் போலவே பல தேவதைகளும் ஆவிகளும் வரிசையாக வருகின்றன. அவை பலவிதமான உணவுகளைக் கொண்டுவந்து மேசையில் பரப்பி, அவர்களை அதை உண்டுக் களிக்குமாறு கேட்டுக் கொண்டு, அங்கிருந்து நடனமாடிக் கொண்டே செல்கின்றன. அதே நேரத்தில், பிராஸ்பரோ மந்திரத்தால் மறைந்துகொண்டு அங்கே நடப்பதை கவனிக்கிறார். அலான்சோவும் மற்றவர்களும் அந்த உணவை உண்பதா வேண்டாமா என்று விவாதித்துக் கொண்டிருக்கிறார்கள். ஒருவழியாக அவர்கள் அதை உண்பதாக முடிவெடுக்கிறார்கள்.

அதே நேரத்தில் இடியும் மின்னலும் அடிக்க, ஏரியல், பெண் முகம் கொண்ட கழுகு உருவத்தில் மேசையில் வந்து அமர்கிறது. தன்னுடைய சிறகை ஒரு முறை அடித்தவுடன், அங்கிருந்த உணவு எல்லாம் மறைந்துவிடுகிறது. தன்னை அவர்களது விதி என்று கூறிக் கொண்டு, பயங்கரமான குரலில் அவர்கள் பிராஸ்பரோவிற்கும், அவரது சிறு குழந்தைக்கும் செய்த துரோகத்தைச் சொல்கிறது. அதற்கு பழிவாங்கவே விதி அவர்களின் கப்பலை மூழ்கச் செய்து, பெர்டினாண்டை எடுத்துக் கொண்டதாகக் கூறிவிட்டு, அங்கிருந்து மறைந்துவிடுகிறது. மற்ற ஆவிகள் மீண்டும் நடனமாடிக்கொண்டு வந்து மேசையை எடுத்துக் கொண்டு செல்கின்றன. பிராஸ்பரோ, அங்கிருந்து பெர்டினாண்ட் மற்றும் மிராண்டாவைப் பார்க்கச் செல்கிறார்.

அரசர் அலான்சோ தான் கேட்டதை எண்ணி வருந்துகிறார். மீண்டும் பிராஸ்பரோவின் பெயரைக் கேட்க நேர்ந்தது, தன்னுடைய மகனின் மரணத்தை முன்னறிப்பதாகத் தெரிகிறது என்று எண்ணுகிறார். கடலில் மூழ்கி தற்கொலை செய்துகொள்ளப் போவதாக தெரிவித்து விட்டு ஓடுகிறார். செபாஸ்டியனும் ஆண்டோனியோவும் ஆவிகளைத் தேடிப் போகிறார்கள். அவர்களது வேலையாள் கோன்சாலோ, அவர்கள் எதுவும் அவசரப்பட்டு செய்யவிடாமல் பார்த்துக்கொள்ளுமாறு மற்ற பிரபுக்களை அவர்களின் பின்னே அனுப்புகிறான்.

அங்கம் 4 – காட்சி 1

பெர்டினாண்ட் மற்றும் மிராண்டாவின் காதலுக்கு பிராஸ்பரோ தன்னுடைய ஒப்புதலைத் தெரிவிக்கிறார். மிராண்டாவின் 'கன்னித் தன்மைக்கு' எந்தப் பாதிப்பும் இருக்கக்கூடாது என்றும் கூறுகிறார். அவர்களது நிச்சயத்தைக் கொண்டாட, விருந்துக்கு ஏற்பாடு செய்யுமாறு ஏரியலிடம் தெரிவிக்கிறார். சிறிது நேரத்தில் மூன்று கிரேக்கக் கடவுள்களின் உருவத்தில் ஆவிகள் தோன்றுகின்றன. முகமூடி அணிந்து நடத்தும் சிறிய நாடக வடிவத்தை நடத்திக் காட்டுகின்றன.

அவர்களின் காதலைக் கொண்டாட ஆரம்பிக்கும் ஆவிகள், அவர்களுக்கு செல்வமும், வளமும், மகிழ்ச்சியும் கிடைக்க வேண்டும் என்று பல்வேறு விதங்களில் கொண்டாட்டத்தை நடத்துகின்றன. பெர்டினாண்ட் அந்தக் கொண்டாட்டத்தின் பிரமாண்டத்தைக் கண்டு வியந்து, தான் அந்த தீவிலேயே இருந்துவிடுவதாகத் தெரிவிக்கிறான். இப்போது இன்னமும் அழகான பெண் தேவதைகளின் நடனம் ஆரம்பிக்கிறது. அப்போது பிராஸ்பரோவிற்குத் தன்னைக் கொல்ல காலிபன் போட்டிருக்கும் திட்டம் நினைவிற்கு வரவே, கொண்டாட்டத்தை அப்படியே நிறுத்திவிடுகிறார்.

அவரது கோபம் பெர்டினாண்ட் மற்றும் மிராண்டாவிற்கு பயத்தைத் தருகிறது. தனக்கு அவசர வேலை என்று அங்கிருந்து கிளம்புகிறார். அதற்கு முன் ஒரு அருமையான உரையை நிகழ்த்துகிறார். மனிதர்கள் கனவுகளால் ஆனவர்கள் என்றும், அவர்கள் பார்த்துக்கொண்டிருந்த நாடகம் போலவே உலகமும் எந்த அர்த்தமுமற்றது என்றும் சொல்கிறார்.

ஏரியல் அவரிடம் காலிபன் மற்றும் மற்றவர்களின் திட்டத்தை கூறுகிறான். அவர்கள் பிராஸ்பரோவின் மந்திரப் புத்தகத்தைத் திருட

முயற்சிப்பார்கள் என்று தெரிவிக்கிறான். அவர்களை முட்காடு களின் வழியிலும், அழுக்கான குளத்தின் வழியாகவும் தவறாக அனுப்பிவிட்டதாகத் தெரிவிக்கிறான். பிராஸ்பரோவின் அறையில் அவர்கள் புதிய ஆடைகளைத் தொங்க விட்டிருக்கிறார்கள்.

காலிபன், அவனது கூட்டாளிகளுடன் அங்கே வருகிறான். குளத்தில் விழுந்ததாலும், முட்களால் கிழிக்கப்பட்டும் அவர்களது உடைகள் இருக்கின்றன. அங்கே தொங்கும் புதிய உடைகளை அவர்கள் தொட்டவுடன், வேட்டைநாய்களின் சத்தம் அவர்களை அங்கிருந்து துரத்திவிடுகிறது.

அங்கம் 5 – காட்சி 1

அன்று மாலை 6 மணியுடன் தன்னுடைய சிறைவாசம் முடிகிறது என்று ஏரியல், பிராஸ்பரோவிடம் தெரிவிக்கிறான். பிராஸ்பரோவும் அதற்கு ஒப்புக்கொள்கிறார். அலான்சோ மற்றும் மற்றவர்களை ஒரு தோப்பில் சிறை வைத்திருப்பதாகவும், அவர்கள் பயத்தால் அலறிக் கொண்டிருப்பதாகவும் ஏரியல் தெரிவிக்கிறான். அவர்களை விடுவித்து அழைத்து வருமாறு பிராஸ்பரோ தெரிவிக்கிறார்.

ஏரியல் சென்றவுடன், பிராஸ்பரோ தன்னுடைய புகழ்பெற்ற தனிமொழிப் பேச்சை நிகழ்த்துகிறார். தன்னுடைய கடைசி கடமையைச் செய்தவுடன், தன்னுடைய மந்திரப் புத்தகங்களை நீரில் போட்டுவிட்டு, மந்திர சக்தியை விட்டுக்கொடுத்துவிடப் போவதாகத் தெரிவிக்கிறார்.

அரசர் அலான்சோவும் மற்றவர்களையும் ஏரியல் அழைத்து வருகிறான். அவர்கள் மந்திரத்தால் கட்டுப்பட்டு இருக்கும் நிலையில், பிராஸ்பரோ அவர்களிடம் பேசுகிறார். மிலன் நகர பிரபுவாக இருந்தபோது அணிந்திருந்த உடைகளை எடுத்து வரச்சொல்லி ஏரியலை அனுப்புகிறார். தன்னுடைய உடைகளை அணிந்துகொள்கிறார். தன்னுடைய விசுவாசமான ஏரியலிற்கு விடுதலை கொடுத்துவிட்டு, கப்பலின் மாலுமிகளை அழைத்துவர அனுப்புகிறார்.

இப்போது அலான்சோ மற்றும் பிறரை மந்திரத்தில் இருந்து விடுவித்து, அவர்களிடம் பேசுகிறார். தன்னுடைய சகோதரன் ஆண்டனியோவை மன்னித்துவிட்டதாகவும், தன்னுடைய நகரைத் தன்னிடம் திரும்ப கொடுக்கவேண்டும் என்றும் சொல்கிறார். அலான்சோ தன்னுடைய மகன் பெர்டினாண்ட் காணாமல்

போனதைத் தெரிவிக்கிறார். தன்னுடைய மகள் மிராண்டாவும் காணாமல் போய்விட்டதாக பிராஸ்பரோ தெரிவிக்கிறார். அலான்சோ இன்னமும் துயரத்துடன் இருக்கவே, அங்கிருக்கும் திரையை விலக்குகிறார். அங்கே பெர்டினாண்டும் மிராண்டாவும் சதுரங்கம் விளையாடுவதைப் பார்க்கிறோம். அனைவரும் மகிழ்ச்சியுடன் ஒன்று சேர்கிறார்கள். அலான்சோ மீண்டும் மன்னிப்பு கேட்கிறார். பிராஸ்பரோ அவரைத் தடுத்துவிடுகிறார்.

அவர்கள் அனைவரும் அன்றிரவு தன்னுடன் விருந்து சாப்பிட வேண்டும் என்று பிராஸ்பரோ கேட்டுக்கொள்கிறார். மறுநாள் காலை அவர்கள் ஒன்றாக நேபிள்ஸ் சென்று, அங்கே பெர்டினாண்ட் மற்றும் மிராண்டாவின் திருமணத்தை நடத்தவேண்டும் என்றும், அதன் பின்னர் தான் மிலன் நகருக்கு சென்று தன்னுடைய இறுதிக்காலத்தை கழிக்கப்போவதாகவும் தெரிவிக்கிறார்.

மற்ற அனைவரும் மேடையில் இருந்து செல்கிறார்கள். பிராஸ்பரோ நேராக பார்வையாளர்களை நோக்கி இறுதி உரையை நிகழ்த்துகிறார். தான் மேடையில் சிறைப்படுத்தப்பட்டுவிட்ட தாகவும், தங்களின் கைதட்டல் மூலமே பார்வையாளர்கள் தன்னை விடுவிக்க முடியும் என்றும் கேட்கிறார்.

சூறாவளி : ஓர் அலசல்

முதலில், நாம் நமக்கு நேரடியாகத் தெரிவதைப் பேசிவிடுவோம். ‘சூறாவளி’ நாடக மேடைக்கு என்றே எழுதப்பட்ட கதை. இழப்பும் பழிவாங்கலுமே கதை என்றாலும் மந்திரம், ஆவிகள் எல்லாம் சேர்த்து கட்டிப்போடும் வகையில் கதையை நகர்த்துகிறார் ஷேக்ஸ்பியர். கதை ஆரம்பமே சூறாவளியுடன் இருக்கிறது. அதைத் தொடர்ந்து நாம் விருந்துகள், மந்திர நிகழ்வுகள் என்று மேடையுடன் ஒன்றிவிடுகிறோம். பிரமாண்டமான ஷேக்ஸ்பியர் நாடகம் நிகழ்த்த விரும்பும் எவரும் சூறாவளியைத் தவிர்த்துவிட முடியாது.

மற்றொரு விதத்தில், நாடகத்தை பிராஸ்பரோவின் பரிசோதனை களில் ஒன்றாகப் பார்க்கலாம். தன்னுடைய மந்திர உலகிற்கு பிராஸ்பரோ மனிதர்களை வரவழைத்துப் பார்க்கிறார். அது அவருக்கு நல்லதாகவே முடிகிறது. ஒருவிதத்தில் பிராஸ்பரோ நாடகத்திற்குள்ளேயே ஒரு நாடகத்தை நிகழ்த்துகிறார். கதையின்

காரணகர்த்தாவாக அனைத்துக் கதாபாத்திரங்களையும் நகர்த்துகிறார். இந்த 'இரட்டை நாடகத்தை' பார்க்கும்/படிக்கும் உணர்வின்றியே நாமும் அந்தப் பரிசோதனையை ரசித்துக் கொண்டிருக்கிறோம்.

இந்தப் பரிசோதனை இன்னொரு விதத்திலும் வெற்றியடைகிறது. எந்தவித வன்முறையும் இல்லாமல், எதிரிகள் மனம் மாறுகிறார்கள். பிராஸ்பரோவின் பரிசோதனையில் இந்த மனமாற்றம் மந்திரங்கள், ஆவிகளின் உதவியுடன் நிகழ்த்தப்படுகிறது. அதே நேரத்தில் நாம் இன்னுமொரு பெரும் மாற்றத்தை பிராஸ்பரோவிடமும் காண்கிறோம். நாடகத்தின் ஆரம்பத்தில் மிகுந்த வெறுப்பும் காழ்ப்பும் கொண்டிருக்கும் அவரும், இறுதியில், எந்த மந்திரத்தின் உதவியும் இல்லாமல், மனம் மாறிவிடுகிறார். தன்னுடைய எதிரிகளை மன்னித்தும் விடுகிறார்.

ஷேக்ஸ்பியரின் படைப்புகள் பெரும்பாலும் ஆங்கில மற்றும் பிறமொழி எழுத்தாளர்களால் பல விதங்களில் எடுத்தாளப் படுகிறது. அவற்றின் தொடர்ச்சி கற்பனை செய்யப்படுகிறது. சிறிய கதாபாத்திரங்கள் குறித்துகூடத் தனியாக எழுதப்படுகிறது. பலவிதமான ஆய்வுகள் நிகழ்த்தப்படுகின்றன. நீண்ட கட்டுரைகள் எழுதப்படுகின்றன. 'சூறாவளி' அதற்கு விதிவிலக்கல்ல.

ஆனால் இவை அனைத்தையும் இங்கே விவாதிக்கமுடியாது என்பதால், காலிபன் குறித்து ராபர்ட் பிரவுனிங் எழுதிய கவிதையைப் பற்றி மட்டும் பேசிவிடுவோம்.

நாடகத்தின் இறுதியில் அனைவரும் நேபிள்ஸ் செல்லும்போது, காலிபன் அவர்களுடன் செல்லவில்லை. அவன் தீவிலேயே தங்கிவிடுகிறான். அவனுக்கும் 'விடுதலை' கிடைத்துவிடுகிறது. ஐரோப்பியர்கள் பல்வேறு நாடுகளைக் கைப்பற்றி அவற்றின் பூர்வகுடிகளை அடிமைப்படுத்தியதன் அடையாளமாக இன்று காலிபன் பார்க்கப்படுகிறான். ஷேக்ஸ்பியரின் காலத்திலேயே அமெரிக்கக் கண்டத்தை நோக்கிய ஐரோப்பியர்களின் படையெடுப்பு ஆரம்பித்துவிட்டது என்பதையும், உலகின் மற்ற பகுதிகளை நோக்கிய அவர்களது பயணமும் துவங்கிவிட்டது என்பதையும் நினைவில் வைத்துக் கொள்ள வேண்டும். நாடகத்தில் ஐரோப்பியர்கள் தீவிற்கு வந்து அந்த தீவின் உரிமையாளனை அடிமைப்படுத்துகிறார்கள். பல்வேறு போராட்டங்களுக்கு பின்னர், அவர்கள் அங்கிருந்து வெளியேறி விடுகிறார்கள். பிரதியை இப்படியும் வாசிக்கலாம்.

பிரவுனிங் காலிபன் தனியாக சிந்திப்பதாக தன்னுடைய கவிதையை எழுதுகிறார். சிறிய கவிதையில் காலிபன் தன்னுடைய கடவுளை நோக்கி பேசுவதாக இருக்கிறது. காலிபன் காட்டுமிராண்டித் தனத்துடன் இருந்தாலும், அவனும் தனக்கு என்று ஒரு கடவுளைக் கண்டறிந்து, முறையிடுவதாக ஒரு வெள்ளை ஐரோப்பியரின் பார்வையில் எழுதப்பட்டிருக்கிறது. இன்னமும் சிறிது காலம் கழித்து எழுதிய டி.எச். லாரன்ஸ், காலிபன், இயற்கையாகவே அடிமை என்று எழுதுகிறார். இது போன்ற எழுத்துகள் 'சூறாவளி' எப்படிப் பல்வேறு எழுத்தாளர்கள், கவிஞர்களால் வாசிக்கப் பட்டது என்பது குறித்து நமக்குச் சிறிய சாளரத்தை காட்டுகிறது.

நகைச்சுவை நாடகம் 2

வெரோனாவின் இரு கனவான்கள்

(The Two Gentlemen of Verona)

ஷேக்ஸ்பியர் அன்று எழுதிய அதே வடிவில்தான் இன்று அவர் நாடகங்கள் நமக்குக் கிடைத்திருக்கின்றனவா? இந்த விவாதம் இன்னமும் நடந்து கொண்டிருக்கிறது. ஷேக்ஸ்பியரின் நாடகங்கள் பெரும்பாலும் அப்போதைய ஐரோப்பிய நாடோடிக் கதைகளையோ வரலாற்றுக் கதைகளையோ அடிப்படையாகக் கொண்டவை. அவற்றில் ஒன்றைத் தேர்ந்தெடுத்து ஷேக்ஸ்பியர் தன்னுடைய முதல் பிரதியை எழுதுவார்.

கதையின் வடிவமும் காட்சிகளின் வரிசையும் நடிகர்களின் வசனமும் விரிவாக இருக்கும். இந்தப் பிரதியை அடிப்படையாகக் கொண்டு, ஆசிரியரான ஷேக்ஸ்பியரோ அவரது எழுத்தரோ அல்லது இருவருமாகவோ இதை இன்னமும் விரிவான விளக்கங்களுடன் எழுதுவார்கள். இந்தப் பிரதி, நாடகம் பற்றிய முழுமையான விவரங்கள், நாடக மேடை விவரணைகள், நடிகர்களின் ஆடைகள் எனப் பல விவரங்களுடன் விரிந்திருக்கும். இதுவே நாடகத் தயாரிப்பின் ஆதாரமாக இருக்கும்.

இது போக, நாடகத்தின்போது, நடிகர்களுக்கு வசனங்களை நினைவுபடுத்த மேற்கண்ட பிரதிகளோ அல்லது வசனம் மட்டுமே உள்ள பிரதி ஒன்றோ 'பிராம்ட் புக்' ஆகப் பயன்படுத்தப்படும். பின்னாளில் நாடகம் பதிப்பிக்கப்படும்போது, இவற்றில் எந்தப் பிரதியையாவது அடிப்படையாகக் கொண்டு பதிப்பிக்கப்படும்.

நாம் அடிப்படையாகக் கொண்டிருக்கும் ஃபர்ஸ்ட் ஃபோலியோ பதிப்பு வெவ்வேறு நாடகங்களுக்கு வெவ்வேறு விதமான பிரதிகளை அடிப்படையாகக் கொண்டே பதிப்பிக்கப் பட்டிருக்கிறது. ஷேக்ஸ்பியரின் காலத்திற்கு மிக அருகில் பதிப்பிக்கப்பட்டிருப்பதால், இது ஷேக்ஸ்பியரின் மூலப் பிரதிக்கு மிக அருகில் இருக்கலாம் என்று கருதப்படுகிறது. இருப்பினும், இத்தகைய வெவ்வேறு பிரதிகளின் காரணமாகக் கடந்த 400 வருடங்களில் இடைச்செருகல்கள் நிகழ்ந்திருக்கவும் நிறைய வாய்ப்பிருக்கிறது என்பதையும் நினைவில் கொள்ள வேண்டும்.

'வெரோனாவின் இரண்டு கனவான்கள்' ஷேக்ஸ்பியர் முதலில் எழுதிய நாடகங்களில் ஒன்று. *1593-94* வருடங்களில் அவர் இதை எழுதியிருக்கலாம் என்று கருதப்படுகிறது. அவரது பின்னாளைய நாடகங்களின் பல பொதுவான அம்சங்களின் ஆரம்பத்தை நாம் இதிலே காணலாம்.

ஷேக்ஸ்பியரின் பல நாடகங்களைப் போல, இதுவும் ஒரு ஸ்பானிஷ் மொழிக் கதையை அடிப்படையாகக் கொண்டது. 'டயானாவின் ஏழு புத்தகங்கள்' என்ற புத்தகத்தின் கதையை எடுத்துக்கொண்டு பல்வேறு மாற்றங்களைச் செய்ததாகத் தெரிகிறது.

நாடக மேடைக்காக ஷேக்ஸ்பியரால் எழுதப்பட்ட முதல் கதை என்று பெரும்பாலான ஷேக்ஸ்பியர் அறிஞர்கள் இதைக் கருதுகிறார்கள். இதற்கு முக்கியக் காரணமாக இந்த நாடகத்தின் முதிர்ச்சியில்லாத தன்மையைக் கூறுகிறார்கள். அவரது பின்னாளைய நாடகங்களை நோக்கும்போது, இதில் கதை சொல்லும் விதமும், கதாபாத்திரங்களின் வசனங்களும் அவ்வளவு நேர்த்தியாக இல்லாமல் இருப்பதும்கூடக் காரணங்களாகச் சொல்லப்படுகிறது. ஷேக்ஸ்பியரின் நாடகங்களின் காலக்கிரம வரிசை குறித்த சர்ச்சைகளைத் தனியாகவே பார்க்க வேண்டும்.

அங்கம் 1 – காட்சி 1

வெரோனாவின் நகரின் தெரு ஒன்றில் நண்பர்களான பிரோட்டசும் வாலெண்டினும் பேசிக் கொண்டிருக்கிறார்கள். வாலெண்டின் மிலன் நகருக்குப் பிரயாணம் செய்யப்போவதாகச் சொல்லிக் கொண்டிருக்கிறான். இளைஞர்கள் பல இடங்களுக்குச் செல்வதன் மூலமே முதிர்ச்சியடைய முடியும் என்றும் தெரிவிக்கிறான்.

ஜூலியாவின் மீதான தனது காதலே தன்னை வெரோனாவில் வைத்துள்ளது என்று பிரோட்டஸ் தெரிவிக்கிறான். காதலில் மூழ்கியிருப்பதைக் குறை கூறும் வாலெண்டின், காதலே அவனை முட்டாளாக்கிவிடும் என்று தெரிவிக்கிறான். சிறிது நேரத்தில் வாலெண்டின் கிளம்பிவிடுகிறான். ஜூலியாவின் காதலுக்காகத் தன்னுடைய நண்பர்கள், படிப்பு, அறிவு என அனைத்தையும் இழந்துவிட்டதாகத் தனிமையில் பிரோட்டஸ் வருத்தத்துடன் பேசுகிறான்.

அப்போது வாலெண்டினின் வேலையாளான ஸ்பீட் அங்கே வருகிறான். தன்னுடைய காதல் கடிதத்தை ஜூலியாவிடம் கொடுத்துவிட்டானா என்று பிரோட்டஸ் கேட்கிறான். தான் கொடுத்துவிட்டதாகவும், ஆனால் ஜூலியா எந்த உணர்வும் இல்லாமல், வெறுமனே தலையை மட்டும் அசைத்துக் கொண்டு வாங்கிக் கொண்டதாகவும் தெரிவிக்கிறான். அவனது கடிதத்தைக் கண்டு அவள் பெரிதாக மகிழ்ச்சி அடையவில்லை என்றும் தெரிவிக்கிறான். எரிச்சலும் கோபமும் கொண்ட பிரோட்டஸ் அவனை அங்கிருந்து துரத்திவிட்டுவிட்டு, தன்னுடைய காதலை எண்ணி வருந்துகிறான்.

அங்கம் 1 – காட்சி 2, 3

ஜூலியா, அவளது தோழி லூசட்டாவுடன் அமர்ந்திருக்கிறாள். எப்படிக் காதலில் வீழ்வது என்று அவளிடம் பேசிக் கொண்டிருக்கிறாள். காதலில் கவனமாக விழ வேண்டும் என்றும், அவசரப்படக்கூடாது என்றும் லூசட்டா கூறுகிறாள். தன்னிடம் காதலை தெரிவித்திருக்கும் அனைவரையும் கூறி, அவர்களில் தான் யாரை காதலிக்கலாம் என்று ஜூலியா கேட்கிறாள். தான் பிரோட்டசின் காதலால் ஈர்க்கப்பட்டதாக லூசட்டா தெரிவிக்கிறாள். தன்னிடம் பிரோட்டஸ் இதுவரை காதலைத் தெரிவிக்கவில்லை என்று ஜூலியா சொல்கிறாள். ரகசிய காதல் மட்டுமே எப்போதும் தீவிரமானது என்று லூசட்டா பதில் கூறுகிறாள்.

இப்போது, ஜூலியாவிற்குப் பிரோட்டஸ் எழுதிய காதல் கடிதத்தைத் தான் வாங்கி வைத்திருப்பதாக லூசட்டா தெரிவிக்கிறாள். தன்னிடம் காட்டாமல் அந்தக் கடிதத்தை லூசட்டா வைத்திருப்பதை நினைத்து ஜூலியா கோபப்படுகிறாள். ஆனால் அதை வெளியில் காட்டாமல், நல்ல பெண்கள் அப்படிப்பட்ட

கடிதத்தை வாசிக்கமாட்டார்கள் என்று சொல்லி லூசட்டாவை அனுப்பிவிடுகிறாள். அதே நேரத்தில் கடிதத்தை வாசிக்க வேண்டும் என்று மீண்டும் அவளை வேறு காரணம் சொல்லி அழைக்கிறாள். மீண்டும் அவர்களிடையே சண்டை ஏற்படவே, கடிதத்தைக் கிழித்துவிட்டு லூசட்டாவை அனுப்பிவிடுகிறாள். கிழிந்த கடிதத்தைப் பொறுக்கி எடுத்து வாசிக்க முயற்சிக்கிறாள்.

அதே நேரத்தில், பிரோட்டசின் தந்தை அன்டோனியோ தன்னுடைய வேலையாளிடம், தன் மகனை மிலனில் இருக்கும் அரசரின் சபைக்கு அனுப்பலாமா என்று பேசிக் கொண்டிருக்கிறார். பிரோட்டஸ் தன்னுடைய பிரபுத்துவப் பிறப்பின் பலனைப் பெற, அரசரின் அருகில் இருப்பது அவசியம் என்று தெரிவிக்கவே, அவனை மிலனிற்கு அனுப்ப அண்டனியோ முடிவு செய்கிறார்.

அன்டோனியோ பிரோட்டசைச் சந்திக்கச் செல்கிறார். அப்போதுதான் கிடைத்த ஜூலியாவின் காதல் கடிதத்தைப் பிரோட்டஸ் வாசித்துக் கொண்டிருக்கிறான். அவனது தந்தை அங்கே வந்துவிடவே, தனக்கு நண்பன் வாலெண்டின் கடிதம் எழுதியிருப்பதாகவும், தன்னை மிலனிற்கு வரச்சொல்லி இருப்பதாகவும் பொய் சொல்கிறான். அன்டோனியோ மகிழ்ச்சியுடன் அவன் மறுநாளே மிலனிற்குச் சென்று அரசவையில் இருக்கலாம் என்று தெரிவிக்கவே, பிரோட்டஸ் வருத்தமடை கிறான். ஜூலியாவுடனான தன்னுடைய காதலைத் தைரியமாகச் சொல்ல முடியவில்லை என்று வருந்துகிறான்.

அங்கம் 2 – காட்சி 1, 2

மிலன் நகரம். வாலெண்டினின் வேலையாள் ஸ்பீட், வாலெண்டினிற்குக் கையுறைகளை அணிவித்துக் கொண்டிருக் கிறான். ஆனால் அங்கே மூன்று கையுறைகள் இருக்கின்றன. மூன்றாவது, வாலெண்டினின் மனதைக் கவர்ந்த சில்வியாவின் கையுறை என்பதை நாம் அறிந்து கொள்கிறோம். ஸ்பீடும் அவளை ‘வாலெண்டினின் மனதைக் கவர்ந்தவள்’ என்று கூறவே, வாலெண்டின் அவனுக்கு எப்படித் தெரிந்தது என்று கேட்கிறான். ஸ்பீடும் அவன் எப்போதும் காதல் பாடல்கள் கேட்பது, பெருமூச்சு விடுவது, பசியில்லாமல் இருப்பது எனப் பல காரணங்களைச் சொல்கிறான், வேறு ஒருவனுக்குக் காதல் கடிதம் எழுதும் பணியைத் தனக்குச் சில்வியா தந்திருப்பதாக வாலெண்டின் வருத்தத்துடன் தெரிவிக்கிறான்.

அப்போது சில்வியா அங்கே வருகிறாள். அவளிடம் கடிதத்தைத் தருகிறான். அது மிகவும் 'பண்டிதத்தனத்துடன்' இருப்பதாகக் கூறி, கடிதத்தைத் திரும்பக் கொடுத்து விடுகிறாள். அவனைத் தனக்குக் கடிதம் எழுதவே சொன்னதாகவும், அவன் தவறாகப் புரிந்து கொண்டுவிட்டதாகச் சொல்கிறாள். வாலெண்டின் இன்னமும் வருத்தமடைகிறான். சில்வியா அங்கிருந்து சென்றுவிடுகிறாள்.

வெரோனாவில் பிரோட்டஸ் மற்றும் ஜூலியா இருவரும் கண்ணீருடன் பிரிகிறார்கள். அதற்கு முன் இருவரும் தங்களது மோதிரங்களை மாற்றிக் கொள்கிறார்கள். பிரோட்டஸ் மிலன் நகருக்கு செல்ல கப்பல் ஏறுகிறான்.

அங்கம் 2 – காட்சி 3, 4

பிரோட்டசின் வேலையாள் லான்சும், அவனது நாயும் பேசிக் கொண்டிருக்கிறார்கள். பிரோட்டஸ் மிலன் நகருக்கு வந்தபோது, தானும் தன்னுடைய குடும்பத்தைப் பிரிந்து வர நேர்ந்ததைக் குறித்து நாயிடம் லான்ஸ் பேசிக் கொண்டிருக்கிறான்.

மிலன் நகரில் சில்வியாவின் வீட்டு வாசலில் வாலெண்டின், சில்வியாவை விரும்பும் மற்ற நகர இளைஞர்களுடன் நின்று கொண்டிருக்கிறான். வாலெண்டினின் வேலையாள் ஸ்பீட், வாலெண்டின் மற்றவர்களுடன் சண்டையிட வேண்டும் என்று தூண்டிவிட்டுக் கொண்டிருக்கிறான். அப்போது அங்கே மிலன் நகரப் பிரபு வருகிறார்.

சில்வியாவை விரும்பி நிறைய இளைஞர்கள் அங்கே இருப்பதைக் கண்டு பிரபு ஆச்சரியப்படுகிறார். வாலெண்டினிடம் அவனது நண்பன் பிரோட்டஸ் பற்றி விசாரிக்கிறார். பிரோட்டஸ் ஒரு கனவான் என்று வாலெண்டின் அவனைப் புகழ்ந்து பேசுகிறான். பிரோட்டஸ் மிலனிற்கு வரப்போவதாகப் பிரபு தெரிவிக்கிறார். அப்போது பிரோட்டஸ் அங்கே வருகிறான். வாலெண்டின் அவனை சில்வியாவிற்கு அறிமுகப்படுத்துகிறான்.சில்வியாவும் பிரபுவும் அங்கிருந்து செல்கிறார்கள்.

பிரோட்டஸ் காதலித்ததற்காக அவனை மிகவும் கடிந்து கொண்டாலும், தானும் இப்போது சில்வியாவின்மீது காதல் கொண்டு விட்டதாக வாலெண்டின் கூறுகிறான். சில்வியாவின் அழகைக் குறித்து வாலெண்டின் விவரித்துச் சொல்கிறான். தானும், சில்வியாவும் காதலிப்பதாகவும், அன்றிரவே இருவரும் அங்கிருந்து

ஓடிவிட முடிவு செய்திருப்பதாகவும் சொல்கிறான். அவளது வீட்டு பால்கனிக்கு ஏற ஒரு ஏணி தயார் செய்து வைத்திருப்பதையும் தெரிவிக்கிறான். தனக்கு அன்றிரவுக்கு உதவி வேண்டும் என்று கேட்டவுடன், பிரோட்டஸ் தனக்கு வேலையிருப்பதாகத் தட்டி கழிக்கிறான்.

வாலெண்டின் அங்கிருந்து சென்றவுடன், பிரோட்டஸ் ஜூலியாவை மறந்து, தானும் சில்வியாவின் மீது காதல் கொண்டு விட்டதாகத் தெரிவிக்கிறான். வாலெண்டின் மீதான நட்பை விடச் சில்வியா மீதான காதல் பெரிது என்றும் தெரிவிக்கிறான்.

அங்கம் 2 – காட்சி 5, 6

வாலெண்டினின் வேலையாள் ஸ்பீடும், பிரோட்டசின் வேலையாள் லான்சும் பேசிக் கொண்டிருக்கிறார்கள். ஜூலியா மீதான பிரோட்டசின் காதல் பற்றிக் குழப்பமாகப் பேசுகிறார்கள். இருவரும் குடிப்பதற்கு மது விடுதியை நோக்கி செல்கிறார்கள் என்று நமக்குத் தெரிகிறது.

பிரோட்டஸ், சில்வியா மீதான தன்னுடைய காதல் குறித்துத் தனியே குழம்பிக் கொண்டிருக்கிறான். ஜூலியாவின் காதலையும், வாலெண்டினின் நட்பையும் அதனால் இழக்க வேண்டியிருக்கும் என்பது அவனுக்குத் தெரிகிறது. ஆனாலும் தனக்குச் சில்வியா மீது அதீத காதல் இருப்பதாகச் சொல்லிக் கொள்கிறான். அவளை வாலெண்டினிடமிருந்து பிரிக்கத் திட்டம் தீட்டுகிறான். அவர்கள் இருவரும் இரவில் ஓடிப் போகத் திட்டம் தீட்டியிருப்பதைச் சில்வியாவின் தந்தையான மிலனின் பிரபுவிடம் தெரிவித்தால், அவரது நல்ல எண்ணத்தைப் பெறுவதோடு, அவர்களைப் பிரித்துவிடவும் முடியும் என்று எண்ணுகிறான். சில்வியாவிற்குப் பிரபு பார்த்திருக்கும் துரியோவையும் தந்திரமாக ஏமாற்றிவிட்டால், சில்வியாவை அடைவது எளிது என்று திட்டம் தீட்டுகிறான்.

அங்கம் 2 – காட்சி 7

தானும் மிலன் நகருக்குச் செல்ல விரும்புவதாக ஜூலியா, தனது தோழி லூசட்டாவிடம் தெரிவிக்கிறாள். காதல் பித்து அவளுக்கு அதிகமாகிவிட்டது என்று லூசட்டா பதில் கூறுகிறாள். மேலும், மிலன் செல்லும் பாதை ஆபத்து நிறைந்தது என்றும், தனியே அந்த வழியே செல்வதன் மூலம், ஜூலியாவின் நற்பெயர் கெட்டுப்

போகும் என்றும் தெரிவிக்கிறாள். ஆனாலும் ஜூலியா தன்னுடைய முடிவை மாற்றிக் கொள்ள விரும்பவில்லை.

பயணத்தின்போது தான் ஆண் வேடமிட்டுக் கொள்ளப் போவதாக ஜூலியா தெரிவிக்கிறாள். நல்ல உயர்ந்த இடத்து வேலையாள் போன்ற ஆடைகளைத் தயார் செய்யும்படியாகவும் சொல்கிறாள். தன்னை எச்சரிக்கை செய்யும் லூசட்டாவிடம், பிரோட்டஸ் எந்தக் குறையுமற்றவன் என்றும், அவனைக் காண்பதற்குத் தான் எந்த ஆபத்தையும் சந்திக்கத் தயார் என்றும் கூறுகிறாள். பிரோட்டஸ் குற்றமற்றவன் என்பதை லூசட்டா நம்ப மறுக்கிறாள். தன்னைப் போலவே லுசட்டாவும் பிரோட்டசின் நல்ல குணத்தை நம்பவேண்டும் என்று ஜூலியா தெரிவிக்கிறாள்.

அங்கம் 3 – காட்சி 1,2

வாலெண்டினின் திட்டத்தை பிரபுவிடம் பிரோட்டஸ் தெரிவிக்கிறான். வாலெண்டின் சில்வியாவுடன் ஓடிப்போவதைத் தடுப்பது தன்னுடைய கடமை எனவும், இல்லையென்றால் தனது நண்பனுக்குத் தான் துரோகம் செய்திருக்கப் போவதில்லை என்றும் தெரிவிக்கிறான். தன்னுடைய மகளை வாலெண்டின் சந்திப்பது தனக்குத் தெரியும் என்றாலும், இதுவரை தான் அதைப் பொறுத்துக் கொண்டு இருந்ததாக பிரபு தெரிவிக்கிறார். வாலெண்டினின் திட்டத்தைத் தானே சொல்லி கொடுத்ததாக வெளியே தெரியவேண்டாம் என்றும் பிரோட்டஸ் கேட்டுக்கொள்கிறான்.

அரண்மனை முற்றத்தில் வாலெண்டின் வேகமாகச் செல்லும்போது அவனைப் பிரபு நிறுத்திப் பேச்சு கொடுக்கிறார். பிரபுவின் இந்தச் செய்கை வாலெண்டினிற்கு ஆச்சரியமாக இருந்தாலும், அவன் அவருடன் பேசிக் கொண்டிருக்கிறான். சில்வியா துரியோவை மணக்க மறுப்பது தனக்கு வருத்தமாக இருப்பதாகத் தெரிவிக்கிறார். சில்வியாவைத் திருமணம் செய்து கொடுத்துவிட்டு, தானும் மறுமணம் செய்து கொள்ள இருப்பதாகத் தெரிவிக்கிறார். அந்தப் பெண் மிலனில் இருப்பதால் அவளை எப்படிக் காதலிப்பது என்று வாலெண்டினிடம் கேட்கிறார்.

வாலெண்டினும் பெண்கள் நகைகளை விரும்புவார்கள் என்பதால் அவர்களுக்கு அதைப் பரிசாகக் கொடுக்கலாம் என்றும், காதலிக்க அணுகும்போது பெண்கள் எப்படி நடந்து கொள்வார்கள் என்றும் பிரபுவிற்கு எடுத்துச் சொல்கிறான். அப்படியே இரவு நேரங்களில் பிரபு அவர் விரும்பும் பெண்ணின் வீட்டிற்கு ரகசியமாகச் சென்று

பேசிக் கொண்டிருக்கலாம் என்றும், அதற்காக மடக்கி வைத்துக் கொள்வது போல ஒரு ஏணி தயார் செய்து கொள்ளலாம் என்றும் சொல்கிறான். பிரபுவிற்குத் தானே அப்படியான ஏணி ஒன்றையும் தயார் செய்து தருவதாகத் தெரிவிக்கிறான்.

ஆனாலும் பிரபு அவனை விடுவதாக இல்லை. இன்னமும் பல கேள்விகளைக் கேட்டுக் கொண்டே இருக்கிறார். ஏணியை எப்படி உடைக்குள் மறைத்து வைத்து எடுத்து செல்வது என்றும் அவனிடம் கேட்கிறார். வாலெண்டின் அதைச் செய்து காட்டவே, வாலெண்டினின் உடையைத் தான் ஒரு முறை அணிந்து பார்க்க விரும்புவதாகத் தெரிவிக்கிறார். அப்படியே வாலெண்டினின் உடையை அணிந்து பார்க்கும்போது, அதில் வாலெண்டின், சில்வியாவுடன் ஓடிப்போகப் போட்டிருக்கும் திட்டம் குறித்த கடிதம் ஒன்றையும் வாசிக்கிறார். மிகுந்த கோபத்துடன் அவனை அரசவையில் இருந்து வெளியேற்றுகிறார். வருத்தத்துடன் இருக்கும் வாலெண்டினை ஆறுதல் படுத்துவது போலப் பிரோட்டஸ் நடிக்கிறான்.

அங்கம் 4 – காட்சி 1,2

நகரில் இருந்து வெளியேற்றப்பட்ட வாலெண்டின், மிலனில் இருந்து செல்லும் பாதையில் சில திருடர்களைச் சந்திக்கிறான். அவர்கள் அவனது சோகமான கதையைக் கேட்கிறார்கள். வாலெண்டினும் அவர்களைக் கவர, தான் ஒருவனைச் சண்டையில் வெட்டி வீழ்த்தியதாகவும் தெரிவிக்கிறான். அவர்களும் அவனது திறமைமீது நம்பிக்கை கொண்டு, தங்களுடன் இணைந்து விடும்படியாகக் கேட்கிறார்கள். சேர மறுத்தால், அவனைக் கொன்று விடுவதாகவும் தெரிவிக்கிறார்கள். பெண்களுக்கும் ஏழைகளுக்கும் தீங்கிழைக்காமல் இருந்தால் அவர்களுடன் சேர்வதாகத் தெரிவிக்கிறான். அவர்களும் ஒப்புக் கொள்ளவே வாலெண்டின் அந்தத் திருடர் கூட்டத்தில் சேர்கிறான்.

மிலன் நகரில் இப்போது துரியோவின் முதுகில் குத்த பிரோட்டஸ் தயாராகிறான். அவனுக்கு உதவுவதாகக் கூறி, அவனுடன் சில்வியாவின் வீட்டின் முன்னே, இசை கலைஞர்களுடன் நிற்கிறான். அவர்கள் காதல் பாடல்களை இசைத்துக் கொண்டிருக் கிறார்கள். அங்கே ஆண் வேடத்தில் இருக்கும் ஜூலியா வருகிறாள் (இப்போது அவளது பெயர் செபாஸ்டியன்.). கலைஞர்களில் ஒருவன் அவள் ஏன் சோகமாக இருக்கிறாள் என்று கேட்கிறான்.

அவனே சில்வியாமீது பிரோட்டஸ் கொண்டிருக்கும் காதலைத் தெரிவித்து, அதற்காகவே அவர்கள் அங்கே வாசித்துக் கொண்டிருப்பதாகத் தெரிவிக்கிறான். இசை நின்றவுடன், பிரோட்டஸ் அங்கிருந்து துரியோவை அகற்றிவிடுகிறான். அப்போது வெளியே வரும் சில்வியா, தன்னிடம் காதலை தெரிவிக்க பிரோட்டஸ்தான் அந்த ஏற்பாடுகளைச் செய்திருக்க வேண்டும் என்று நினைக்கிறாள்.

நண்பனுக்குத் துரோகம் செய்தவன், விசுவாசமில்லாதவன் என்று சில்வியா அவனைக் கடுமையாகப் பேசுகிறாள். வாலெண்டினையும், ஜூலியாவையும் ஏமாற்றியது போலத் தன்னை ஏமாற்றமுடியாது என்றும் தெரிவிக்கிறாள். பிரோட்டஸ், ஜூலியா இறந்துவிட்டதாகச் சொல்கிறான். அருகிலிருந்து கேட்டுக் கொண்டிருக்கும் ஜூலியா, எந்தப் பதிலும் சொல்லவில்லை. சில்வியாவின் படுக்கையறையில் தொங்கும் அவளது படத்தைத் தனக்குத் தரும்படியாகப் பிரோட்டஸ் கேட்கிறான். சில்வியாவிற்கு விருப்பமில்லை என்றாலும், பிரோட்டஸ் பொய்யான உருவங்களையும் நிழலையும் உபாசனை செய்வதால், அவனுக்கு மனிதர்களின் பொய்யான உருவத்தைக் காட்டும் படத்தைத் தருவது சரிதான் என்று சில்வியா தெரிவிக்கிறாள். அனைத்தையும் கேட்ட ஜூலியா, கனத்த மனதுடன் தன்னுடைய இடத்திற்குத் திரும்புகிறாள்.

அங்கம் 4 – காட்சி 3, 4

துரியோவுடனான திருமணத்தில் இருந்து தன்னைக் காப்பாற்றி மிலனில் இருந்து அழைத்துச் செல்லுமாறு, சில்வியா தன்னுடைய நண்பனான எகில்மோர் பிரபுவிடம் உதவி கேட்கிறாள். மனைவியை இழந்த அவர், பிரம்மச்சரியத்தைக் கடைபிடிப்பவர் என்பதால் அவள் அவரைத் துணைக்கு அழைக்கிறாள். அவர்கள் இருவரும் மறுநாள் அருகில் இருக்கும் பாதிரியின் வீட்டில் சந்தித்து அங்கிருந்து தப்பிக்கலாம் என்று முடிவு செய்கிறார்கள்.

ஆண் வேடத்தில் இருக்கும் ஜூலியாவை பிரோட்டஸ் சந்திக்கிறான். தனக்கு உதவியாக ஒரு மோதிரத்தை சில்வியாவிடம் சென்று கொடுக்க வேண்டும் என்று கேட்டுக் கொள்கிறான். அது ஜூலியா அவனுக்குக் கொடுத்த மோதிரம். பிரோட்டசின் துரோகத்தால் மனமுடையும் ஜூலியா, அவனிடம் மோதிரத்தை பெற்றுக் கொண்டு சில்வியாவின் அறைக்குச் செல்கிறாள்.

மோதிரம் ஜூலியாவிற்குச் சொந்தமானது என்று அறிந்து, தனக்குப் பிரோட்டசை பிடிக்காது என்று சில்வியா, ஜூலியாவிடம் தெரிவிக்கிறாள். ஜூலியாவிற்கு இழைக்கப்பட்ட அநீதியை எதிர்ப்பதற்காக ஆண் வேடத்தில் இருக்கும் ஜூலியா, சில்வியாவிற்கு நன்றி தெரிவிக்கிறாள். அவனுக்கு ஜூலியாவைத் தெரியுமா என்று சில்வியா கேட்கிறாள். ஜூலியாவின் உடைகளை அணியும் அளவிற்கு அவளுக்கு நெருக்கமாக இருந்ததாக ஜூலியா தெரிவிக்கிறாள். தன்னுடைய படத்தையும் ஜூலியாவிடம் கொடுத்துவிட்டு, சில்வியா அங்கிருந்து சென்றுவிடுகிறாள். படத்தைப் பார்க்கும் ஜூலியா, சில்வியாவை விடத் தானே அழகி என்று சொல்லிக் கொள்கிறாள்.

அங்கம் 5 – காட்சி 1, 2, 3

எகில்மோர் பிரபுவும், சில்வியாவும் பாதிரியின் வீட்டில் சந்திக்கிறார்கள். அதே நேரத்தில் பிரோட்டஸ், ஆண் வேடத்தில் இருக்கும் ஜூலியாவிடம் சில்வியா உடனான சந்திப்பு பற்றி விசாரித்துக் கொண்டிருக்கிறான். அப்போது அங்கே வரும் மிலனின் பிரபு, சில்வியாவைக் காணவில்லை என்று தெரிவிக்கிறார். பிரோட்டஸ், செபாஸ்டியன் (ஜூலியா), துரியோ, பிரபு முதலியோர் அவளைத் தேடக் கிளம்புகிறார்கள்.

மிலனில் இருந்து தப்பிச் செல்லும் சில்வியாவை, திருட்டுக் கூட்டம் பிடித்துவிடுகிறது. எகில்மோர் பிரபு அவளைக் கைவிட்டுவிட்டு ஓடி விடுகிறார். இப்போது அந்தக் கூட்டத்திற்குத் தலைவனாக இருக்கும் வாலண்டினிடம் அவளை அழைத்து வருகிறார்கள்.

அங்கம் 5 – காட்சி 4

பிரோட்டசும் செபாஸ்டினும் (ஆண்வேடத்தில் இருக்கும் ஜூலியா) சில்வியாவைக் கடத்திச் செல்லும் கூட்டத்தைக் கண்டு, அவர்களைத் தடுத்து, சில்வியாவைக் காப்பற்றுகிறார்கள். ஆனால் அவளை மீண்டும் மிலனிற்கு அழைத்துச் செல்லாமல், பிரோட்டஸ் காட்டிற்குள் அழைத்துச் செல்கிறான்.

வாலெண்டின் தனியே காட்டிற்குள் உட்கார்ந்து இருக்கிறான். இயற்கையின் நடுவே வாழும் வாழ்க்கையின் இனிமையைப் பற்றி யோசித்துக் கொண்டிருக்கிறான். அப்போது அங்கே பிரோட்டஸ், சில்வியா, ஜூலியா மூவரும் வரவே, புதருக்குள் ஒளிந்து

கொள்கிறான். பிரோட்டஸ், சில்வியாவைக் காப்பாற்றியதற்குப் பரிசாக அவள் தன்னை அன்புடன் ஒருமுறை பார்த்தாலும் போதும் என்கிறான். வாலெண்டின் எல்லாவற்றையும் மறைவில் கேட்டுக் கொண்டிருக்கிறான். பிரோட்டசால் காப்பாற்றப்படுவதைவிட, சிங்கத்தால் உண்ணப்படுவதையே தான் விரும்புவதாக சில்வியா கூறுகிறாள். தான் வாலெண்டினை காதலிப்பதாகவும், அவனுக்குத் துரோகம் செய்த பிரோட்டசை வெறுப்பதாகவும் கூறுகிறாள். 'காதலில் யார் நண்பர்களை மதிப்பார்கள்?' என்று பிரோட்டஸ் கேட்கிறான். 'பிரோட்டசை தவிர அனைவரும்' என்று சில்வியா பதில் கூறுகிறாள்.

சில்வியா இப்படியே பேசிக் கொண்டிருப்பது, பிரோட்டசுக்குக் கோபத்தை வரவழைக்கிறது. அவளைப் பலாத்காரம் செய்ய முயல்கிறான். சில்வியா அலறவே, வாலெண்டின் புதரில் இருந்து வெளியே வந்து, பிரோட்டசை நோக்கி கோபத்துடன் பேசுகிறான். வாலெண்டினைக் கண்டவுடன், பிரோட்டஸ் பயந்து, அவனிடம் மன்னிப்பை வேண்டுகிறான். வாலெண்டினும் அவனை மன்னித்து, அவனே சில்வியாவைத் திருமணம் செய்து கொள்ளலாம் என்கிறான்.

இப்போது ஆண் வேடத்தில் இருக்கும் ஜூலியா மயக்கம் அடைகிறாள். மீண்டும் நினைவு திரும்பியதும், பிரோட்டஸ் சில்வியாவிற்குக் கொடுக்கச் சொன்ன மோதிரத்தை தான் கொடுக்க வில்லை என்று கூறுகிறாள். தன்னுடைய பையில் இருந்து இரண்டு மோதிரங்களை எடுத்து காட்டுகிறாள். ஜூலியாவின் மோதிரம் அவனிடம் எப்படி வந்தது என்று பிரோட்டஸ் கேட்கவே, தன்னுடைய வேடத்தைக் கலைத்து காட்டுகிறாள். சில்வியாவை விட ஜூலியாவே அழகி என்று பிரோட்டஸ் கூறுகிறான்.

துரியோவும் பிரபுவும் மற்ற திருட்டு கூட்டத்தினரும் அங்கு வந்து சேர்கிறார்கள். சில்வியா தன்னுடையவள் என்று துரியோ சொல்கிறான். வாலெண்டின் அவனைக் கொன்றுவிடுவதாகத் தெரிவித்தவுடன், துரியோ பின்வாங்கி விடுகிறான். தான் காதலிக்காத ஒருத்திக்காக உயிரைவிடத் தயாராக இல்லை என்று தெரிவித்து விடுகிறான். வாலெண்டினைச் சிறந்த கனவான் என்று கூறும் பிரபு, திருட்டுக் கூட்டத்தையும் மன்னித்து, இரண்டு ஜோடிகளுக்கும் திருமணம் செய்து வைக்கிறார்.

வெரோனாவின் இரு கனவான்கள் – அலசல்

ஷேக்ஸ்பியரின் அதிகப் பிரபலமில்லாத படைப்புகளில் ஒன்று 'வெரோனாவின் இரு கனவான்கள்'. வாசிக்கும் எவரும் இது ஷேக்ஸ்பியரின் சிறந்த நாடகம் அல்ல என்பதையும் உணர்ந்து விடுவார்கள். உதாரணமாக, காட்சியில் இருக்கும் அனைத்துப் பாத்திரங்களும் வசனம் பேசுவதில்லை. சில காட்சிகளில் கதாபாத்திரங்கள் வசனம் எதுவும் இல்லாமலேயே நின்று கொண்டிருப்பது போன்றவை இந்த நாடகத்தில் உண்டு.

ஆனால், இவை எல்லாவற்றையும்விட அதிகமான விவாதத்தை உருவாக்குவது இந்த நாடகத்தின் ஐந்தாவது அங்கத்தில் நிகழும் காட்சிகள்தான். பிரோட்டஸ் சில்வியாவைப் பலாத்காரம் செய்ய முயல்கிறான். அதைத் தொடர்ந்த நிகழ்வுகளில், வாலெண்டின் அவனை மன்னித்துச் சில்வியாவை ஏற்றுக் கொள்ளக் கேட்கிறான். ஷேக்ஸ்பியரின் நாடகங்களில் மிகவும் பிரச்சினைக்கு உரிய காட்சிகளில் இதுவும் ஒன்று.

நண்பனா, காதலா என்ற கேள்விக்கு வாலெண்டின் தன்னுடைய காதலை விட்டுக்கொடுத்துப் பதில் கூறுகிறான். இதில் பெண்ணின் விருப்பம் பற்றிய கேள்வியே இல்லை. பதினாறாம்-பதினேழாம் நூற்றாண்டின் பெண்கள், அரசகுலப் பெண்களும்கூட, பெரிதாக எந்த உரிமையும் இல்லாமலேயே இருந்தார்கள். அவர்களது பெற்றோரும் சகோதரர்களும் அவர்களைத் தங்கள் விருப்பத்திற்கு ஏற்ப ஆட்டி வைக்கும் நிலையே அவர்களுக்கு இருந்தது. சொத்துரிமை இல்லாமல், சொற்பமானவர்களே கல்வி பெற்ற காலத்தில் பெண்ணுரிமை என்பது குறித்த கேள்வியே இல்லை. ஷேக்ஸ்பியரின் பின்னாளைய நாடகங்களின் பெண்கள் இன்னமும் சிறிது முற்போக்காக இருந்தாலும், அவர்களும் தங்களது தந்தைகளாலும், சகோதரர்களாலும் ஆட்டிப் படைக்கப்படுபவர் களாகவே இருந்தார்கள். எனவே வாலெண்டின், சில்வியாவின் விருப்பம் என்னவென்று அறியாமலேயே அவளை பிரோட்டசுக்குத் தாரை வார்க்க முடிவு செய்ததில் ஆச்சரியமில்லை. அது குறித்து அந்த இடத்தில் சில்வியாவிற்கு எந்த வசனமும் இல்லை.

இன்றும் இந்தக் காட்சி பெரும் விவாதப்பொருளாகவே இருக்கிறது. இன்றைய பெண்ணிய விழுமியங்களால் பார்ப்பது சரியோ, தவறோ நம்மால் சற்றுத் திடுக்கிடாமல் இந்தப் பகுதியை கடக்க முடியாது. (பலாத்காரம் செய்தவனுக்கே பெண்ணைக் கட்டி

கொடுக்கவேண்டும் என்று சொல்பவர்கள் இப்போதும் இருக்கத்தான் செய்கிறார்கள்). அதே நேரத்தில், தன்னை ஏமாற்றிய பிரோட்டசையே ஜூலியா திருமணம் செய்து கொள்வதும் நம்மை ஏமாற்றுவதாகத் தெரிகிறது. அன்றைய காலகட்டத்தின் விழுமியங்களுக்கு அது ஏற்றதாக இருந்திருக்கலாம்.

இதே காட்சியை ஆண் நண்பர்களுக்கு இடையிலான நட்பு மற்றும் காதலுக்கு இடையிலான மோதலாகவும் பார்க்கலாம். வாலெண்டின் இங்கே ஆண்களுக்கு இடையிலான நட்பை மேலானதாகப் பார்க்கிறான். கதையின் முக்கியப் பாத்திரங் களைவிட, அவர்களின் வேலையாட்கள், லூசட்டா, ஸ்பீட் போன்றவர்கள், சமூகப் பிரச்சினைகளைத் தெளிவாகப் பேசுவதைப் பார்க்கிறோம். பணம் படைத்த பிரபுக்களை விட அவர்களது வாழ்வு இன்னமும் சற்று அதிகச் சுதந்திரத்தோடு இருந்ததாக இதைக் கருதலாம்.

ஆனால் ‘வெரோனாவின் இரண்டு கனவான்கள்’ நமக்கு முழுமையான திருப்தி தரும் நாடகமாக இருப்பதில்லை. பல்வேறு முக்கியப் பிரச்சினைகளைத் தொட்டுச் செல்லும் நாடகம், எந்தப் பக்கத்தையும் எடுத்துக் கொள்ளாமல் சட்டென்று முடிந்து விடுகிறது. தன்னை இப்படித்தான் என்று யாரும் முத்திரை குத்திவிடக் கூடாது என்று ஷேக்ஸ்பியர் முடிவு செய்து கொடுத்த முடிவாகவே இதைக் கருத வேண்டியிருக்கிறது.

நகைச்சுவை நாடகம் 3

விண்ட்சரின் மனைவிகள்

(The Merry Wives of Windsor)

ஷேக்ஸ்பியர் பிறந்த வருடத்தில் இருந்து அடுத்த 40 வருடங்களுக்கு இங்கிலாந்து அரசியாக முதலாம் எலிசபெத் இருந்து வந்தார். இது இங்கிலாந்து நாட்டின் பொற்காலத்தின் ஆரம்ப நாட்களாகக் கருதப்படுகிறது.

முதலாம் எலிசபெத்தின் தந்தை எட்டாம் ஹென்றியின் ஆட்சி காலமும், அதைத் தொடர்ந்த எலிசபெத்தின் சகோதரி மேரியின் ஆட்சி காலமும் இங்கிலாந்தில் மதக்கலவரங்களால் ரத்த ஆறு ஓடிய காலம். தனக்கு விவாகரத்து தர மறுத்த காரணத்திற்காக எட்டாம் ஹென்றி ரோம் கத்தோலிக்கச் சபையில் இருந்து விலகி புதிதாக ஆங்கிலிகன் சபை ஒன்றை உருவாக்கி, இங்கிலாந்து முழுவதிலுமள்ள கத்தோலிக்கர்களைக் கடுமையாக ஒடுக்க ஆரம்பித்தார். கத்தோலிக்கச் சபையைவிட்டு வெளியேறாதவர்கள் பொது இடங்களில் வைத்து கொலை செய்யப்பட்டார்கள்.

அவருக்குப் பிறகு ஆறாம் எட்வார்ட் அதே கொள்கையைத் தொடர்ந்தார். சிறுவயதில் மரணமடைந்த அவரைத் தொடர்ந்து, ஹென்றியின் இன்னொரு மகளான மேரி பட்டத்திற்கு வந்தார். கத்தோலிக்கராக வளர்க்கப்பட்டிருந்த மேரி, அரசுக் கொள்கையை மீண்டும் கத்தோலிக்கத்திற்கு ஆதரவாக மாற்ற முயன்றார். மீண்டும் ரத்த ஆறு ஓடியது. அவரும் சிறுவயதிலேயே குழந்தைப்பேற்றின் போது இறந்துவிட, எலிசபெத் மகாராணியானார்.

மதத்தினால் பிளவுண்டு கிடந்த நாட்டை ஆற்றுப்படுத்தும் அரசியாகவே எலிசபெத் விளங்கினார். இங்கிலாந்து பின்னாளில் எட்டிய உயரங்களுக்கு அவர் காலம் அடித்தளமிட்டுக் கொடுத்தது. அதுவரை மக்கள் காணாத அமைதியை அவர் நாட்டிற்குக் கொண்டு வந்தார். ஸ்பெயின், பிரான்ஸ் போன்ற நாடுகளோடு நிலவிய போர் நிலையை முடிவிற்குக் கொண்டு வந்து, மக்களை அமைதியாக வாழ வழி செய்தார்.

இத்தகைய சூழலிலேயே ஷேக்ஸ்பியரின் ஆரம்பகால நாட்கள் கழிந்தன. நாட்டின் அமைதியான சூழலும், வளர்ந்து கொண்டிருந்த நடுத்தர வர்க்கமும் அவரது கலைக்குத் தேவையான அங்கீகாரத்தை அவரது காலத்திலேயே பெற்றுத் தந்தது. முன்பே கண்டது போல, அவரது நாடகக்கலை அவரைப் போதுமான அளவு செல்வத்தோடு வைத்திருந்தது.

அவரது நாடகங்களுக்கு அரசியின் ஆதரவு இருந்ததா? இந்தக் கேள்விக்குப் பதில் ஆம் என்றும் சொல்லலாம், இல்லை என்றும் சொல்லலாம். ஷேக்ஸ்பியர் அவரது காலத்திலேயே மிகவும் புகழ் பெற்றிருந்தவர். அவரது நாடகங்கள் இங்கிலாந்து முழுவதும் புகழ்பெற்று இருந்தன. தன்னுடைய நாட்டின் அரசி என்ற நிலையில் அவர் எலிசபெத்தை அறிந்தே இருந்தார். அவரது நாடகங்களில் அவர் வாழ்ந்த காலம் பற்றிய சில குறிப்புக்கள் இருக்கவே செய்கின்றன.

அரசி எலிசபெத்தின் அவையில் ஷேக்ஸ்பியரின் நாடகங்கள் நடத்தப்பட்டன என்பதற்கான குறிப்புகள் கிடைத்திருக்கின்றன. அது போலவே அரசியும் அரங்கில் வந்து நாடகம் பார்த்ததற்கான தரவுகளும் இருக்கின்றன. குறிப்பாக ஷேக்ஸ்பியரின் வரலாற்று நாடகங்களை அவர் விரும்பிப் பார்த்திருக்கலாம் என்று தெரிகிறது. அப்படிப்பட்ட வரலாற்று நாடகமான நான்காம் ஹென்றியைப் பார்த்தபோது, அதில் வரும் நகைச்சுவைக் கதாபாத்திரமான பால்ஸ்டாப்பை கதாநாயகனாகக் கொண்டு ஒரு நாடகம் எழுத்தும்படியாக ஷேக்ஸ்பியரைக் கேட்டுக் கொண்டாராம். அதன் காரணமாகவே ஷேக்ஸ்பியர் 'வின்ட்சரின் மனைவிகள்' என்ற இந்த நாடகத்தை எழுதினார் என்றும் சொல்லப்படுகிறது.

இதில் உண்மை எவ்வளவு என்று நமக்கு உறுதியாகத் தெரியாது. ஆனால், நான்காம் ஹென்றியில் பால்ஸ்டாப் என்ற கற்பனை கதாபாத்திரம், நகைச்சுவை கோமாளியாக வருவதும், அவனையே கதாநாயகனாகக் கொண்டு இந்த நாடகம் எழுதப்பட்டிருப்பதும்

உண்மையே. நாடகத்தைப் பற்றி மேலும் ஆராய்வதற்கு முன், நாடக சுருக்கத்தை வாசித்துவிடலாம்.

அங்கம் 1 – காட்சி 1, 2

நீதிபதி ஷாலோ, சிலண்டர், சர் எவன் ஆகிய மூவரும் வின்ட்சர் நகரின் தெருவில் நடந்து கொண்டிருக்கிறார்கள். அவர்கள் சிலண்டருக்கு, ஆன் பேஜ் என்ற பெண்ணைத் திருமணத்திற்குக் கேட்பதற்காக அவளது வீட்டிற்குச் சென்று கொண்டிருக்கிறார்கள். வழியில் அவர்கள் பால்ஸ்டாப்பை நீதிமன்றத்தின் முன் நிறுத்த வேண்டும் என்று கோபமாகப் பேசிக் கொண்டிருக்கிறார்கள்.

அவர்கள் இப்போது பேஜின் வீட்டை அடைகிறார்கள். உள்ளே நுழையும் போதே, வீட்டில் இருக்கும் பேஜ் அவர்கள் தனக்குக் கொடுத்திருக்கும் இளம் மான் கறிக்கு நன்றி தெரிவிக்கிறார். பால்ஸ்டாப் அங்கே இருக்கிறாரா என்று ஷாலோ கேட்கிறார். அங்கேதான் இருப்பதாகப் பேஜ் தெரிவிக்கிறார்.

பால்ஸ்டாப் தன்னுடைய ஆட்களான பார்டோல்ப், நிம், பிஸ்டலுடன் உள்ளே வருகிறார். பால்ஸ்டாப் தன்னுடைய ஆட்களை அடித்துவிட்டு, தன்னுடைய மான் ஒன்றைக் கொன்றுவிட்டதாக நீதிபதி ஷாலோ குற்றம் சாட்டுகிறார். பால்ஸ்டாப் அதை ஒப்புக் கொள்கிறார். தன்னையும் பால்ஸ்டாப்பின் ஆட்கள் அடித்துவிட்டதாக சிலண்டர் கூறுகிறார். தன்னுடைய பணப்பையையும் அவர்கள் திருடிவிட்டதாகச் சொல்கிறார். பால்ஸ்டாப்பின் ஆட்கள் அதை மறுக்கிறார்கள். சிலண்டர் அதிகமாகக் குடித்திருந்ததால் அவருக்கு எதுவும் நினைவில் இல்லை என்கிறார்கள்.

ஆன் பேஜ் அனைவர்க்கும் மது வழங்குகிறாள். பேஜ் அனைவரையும் வீட்டிற்குள் அழைக்கிறார். சிலண்டரைத் தவிர மற்றவர்கள் வீட்டிற்குள் செல்கிறார்கள். சிலண்டர் தன்னுடைய கவிதை நூலைக் காணாமல் தேடுகிறான். அவனது வேலையாள் சிம்பிலும் தேடுகிறான். அப்போது ஷாலோவும், எவன்சும் வெளியே வருகிறார்கள். ஒரு மாதிரியாக ஆன் பேஜை சிலண்டருக்குப் பெண் கேட்டிருப்பதாகத் தெரிவிக்கிறார்கள்.

அப்போது அங்கே வரும் ஆன் அனைவரையும் உணவருந்த உள்ளே வருமாறு அழைக்கிறாள். சிலண்டரைத் தவிர அனைவரும் உள்ளே

செல்கிறார்கள். ஆன் அவனையும் உள்ளே வர அழைக்கிறாள். ஆனால் சிலண்டர் அவளுடன் பேச முயலுகிறான். அதற்குள் அவளது தந்தை பேஜ் வந்து அவனை வற்புறுத்தி உள்ளே அழைத்துச் செல்கிறார்.

உணவருந்திவிட்டு வெளிய வரும் எவன்ஸ், வேலையாள் சிம்பிலிடம் கடிதம் ஒன்றைக் கொடுக்கிறார். அதைக் குயிக்லி என்ற வேலைக்காரப்பெண்ணிடம் கொடுக்க வேண்டும் என்று சொல்கிறார். சிலண்டரைத் திருமணம் செய்து கொள்ள ஆன் பேஜிடம் வற்புறுத்த வேண்டும் என்று அதில் எழுதியிருக்கிறார்.

அங்கம் 1 – காட்சி 3, 4

பால்ஸ்டாப் தன்னுடைய ஆட்களான பார்டோல்ப், நிம், பிஸ்டலுடன் மது விடுதி ஒன்றில் நுழைகிறார். அங்கே பார்டோல்ப் வேலை செய்வதற்குச் சம்பளமாகத் தன்னை அங்கேயே தங்கிக் கொள்ள அனுமதிக்கவேண்டும் என்று கேட்டுக் கொள்கிறார்.

பார்டோல்ப் சென்றவுடன், பால்ஸ்டாப் தன்னுடைய திட்டத்தை நிம் மற்றும் பிஸ்டலிற்குத் தெரிவிக்கிறார். தான் திருமதி போர்டையும் திருமதி பேஜையும் மயக்கப் போவதாகத் தெரிவிக்கிறார். அவர்கள் இருவரும் தங்களது கணவரின் பணத்தைத் தங்களது கட்டுப்பாட்டில் வைத்திருக்கிறார்கள். அவர்களுடன் தொடர்ப்பு ஏற்படுத்துவதன் மூலம், அந்தப் பணத்தை அடையலாம் என்று சொல்கிறார். அதற்காக இரண்டு கடிதங்களை எழுதியிருப்பதாகவும், அவற்றை அவர்கள் அந்தப் பெண்களிடம் கொடுக்கவேண்டும் என்றும் சொல்கிறார்.

நிம், பிஸ்டல் இருவரும் மறுத்து விடுகிறார்கள். தான் வேறு யாரையாவது பார்த்துக் கொள்வதாகச் சொல்லிவிட்டு பால்ஸ்டாப் அங்கிருந்து வெளியேறுகிறார். நிம், பிஸ்டல் இருவரும் பால்ஸ்டாப்பின் திட்டத்தைப் பற்றிப் பேசிவிட்டு, அதை அந்தப் பெண்களின் கணவர்களிடம் தெரிவிப்பது என்று முடிவு செய்கிறார்கள்.

சிலண்டரின் வேலையாள் சிம்பிள், குயிக்லியிடம் பேசிக் கொண்டிருக்கிறான். குயிக்லி மருத்துவர் கயசிடம் வேலை செய்து கொண்டிருக்கிறாள். அவர்கள் பேசிக் கொண்டிருக்கும் போதே மருத்துவர் வந்து விடுகிறார். ஆன் பேஜை சிலண்டர் திருமணம் செய்து கொள்ளக் குயிக்லி உதவப் போவதாக அவரிடம் தெரிவிக்கவே, அவர் கோபம் கொள்கிறார். தானும் ஆன் பேஜைத்

திருமணம் செய்ய விரும்புவதாகத் தெரிவிக்கிறார். அவரும் ஒரு கடிதம் எழுதி, அதைச் சிம்பிலிடம் கொடுக்கிறார். எவன்ஸைத் தன்னுடன் சண்டையிட அழைத்திருப்பதாகத் தெரிவிக்கிறார். குயிக்லி, ஆன் பேஜ் அவரைத்தான் காதலிப்பதாகத் தெரிவிக்கிறாள். அவரும் வெளியே கிளம்பிச் சென்றுவிடுகிறார்.

இப்போது பென்டன் வருகிறான். தானும் ஆன் பேஜை விரும்புவதாகக் குயிக்லியிடம் தெரிவிக்கிறான். அவளை அன்று சந்திக்கப் போவதாகவும் தெரிவிக்கிறான்.

அவன் சென்றவுடன், தனக்கு ஆன் பேஜின் மனது தெரியும் என்றும், அவள் மூவரையும் விரும்பவில்லை என்றும் குயிக்லி சொல்கிறாள்.

அங்கம் 2 – காட்சி 1

பால்ஸ்டாப்பின் கடிதத்தைத் திருமதி பேஜ் வாசித்துக் கொண்டிருக் கிறாள். தன்னுடன் மதுவருந்தி, மகிழ்வாக இருக்குமாறு பால்ஸ்டாப் எழுதியிருப்பது அவளுக்கு ஆச்சரியத்தையும் கோபத்தையும் ஏற்படுத்துகிறது. முன்பின் தெரியாத அவன் எப்படித் தனக்குக் கடிதத்தை எழுதினான் என்று யோசிக்கிறாள். அவனை எப்படியாவது பழிவாங்க வேண்டும் என்றும் தெரிவிக்கிறாள்.

அப்போது திருமதி போர்டும் உள்ளே நுழைகிறாள். இருவரும் தங்களுக்கு வந்திருக்கும் கடிதங்களைப் பற்றிப் பேசுகிறார்கள். ஒரே கடிதத்தை இருவருக்கும் எழுதியிருப்பதை உணருகிறார்கள். மற்ற பெண்களுக்கும் அவன் எழுதியிருக்க வேண்டும் என்று பேசிக் கொள்கிறார்கள். அவனுடன் பழகுவது போல நடித்து. அவனது குதிரையை அடகு வைக்கச் செய்து ஏமாற்ற வேண்டும் என்று முடிவு செய்கிறார்கள். தங்களது கணவர்கள் கடிதத்தைப் பார்க்காமல் இருப்பது நல்லது என்றும் நினைக்கிறார்கள்.

அப்போது அவர்களது கணவர்கள் நிம் மற்றும் பிஸ்டலுடன் உள்ளே நுழைகிறார்கள். பெண்கள் இருவரும் வீட்டின் உள்ளே செல்கிறார்கள். பிஸ்டலும் நிம்மும் பால்ஸ்டாப்பின் திட்டத்தைப் பற்றித் தெரிவிக்கிறார்கள்.

அப்போது குயிக்லி வருகிறாள். அவளையும் உள்ளே அழைத்துச் செல்கிறார்கள். நிம்மும் பிஸ்டலும் கிளம்புகிறார்கள். போர்டும், பேஜூம் உண்மையிலேயே பால்ஸ்டாப் தங்களது மனைவிகளை மயக்க போகிறானா என்று பேசிக் கொண்டிருக்கிறார்கள். பேஜ்

இதை நம்பவில்லை என்றாலும், தன்னுடைய மனைவி பால்ஸ்டாப்புடன் பேசுவதைத் தடை செய்யப் போவதில்லை என்கிறார். போர்ட் தன்னுடைய மனைவியை நம்பவில்லை என்றும், அவளைப் பால்ஸ்டாப் இருக்கும் பக்கமே போக விடப்போவதில்லை என்றும் தெரிவிக்கிறார்.

ஷாலோவும் மதுவிடுதி உரிமையாளரும் உள்ளே வருகிறார்கள். அன்று எவன்சிற்கும், மருத்துவர் கயசிற்கும் சண்டை நடக்கப் போவதாகவும், அதைக் காண வர சொல்லி அழைக்கவே வந்ததாகவும் தெரிவிக்கின்றனர். மதுக்கடை உரிமையாளருடன் பேசும் போர்ட், தன்னைப் பால்ஸ்டாப்பிடம் அறிமுகப்படுத்த கேட்கிறார். அதற்குப் பணம் தருவதாகவும் தெரிவிக்கிறார். அவரும் ஒப்புக் கொள்கிறார். போர்டை தவிர மற்றவர்கள் வெளியேறு கிறார்கள். தன்னுடைய மனைவி குற்றமற்றவளா என்று தெரிந்து கொள்ளவும், பால்ஸ்டாப் எவ்வளவு தூரம் தன் மனைவியை மயக்கியிருக்கிறான் என்று தெரிந்து கொள்ளவும் அவனுக்கு அருகில் இருப்பது உதவும் என்றும் சொல்கிறார்.

அங்கம் 2 – காட்சி 2, 3

மதுவிடுதியில் பால்ஸ்டாப் தான் இனி பிஸ்டலுக்குப் பணம் தரப்போவதில்லை என்று கோபமாகப் பேசிக் கொண்டிருக்கிறான். அப்போது அங்கே குயிக்லி வருகிறாள். பால்ஸ்டாப்பைத் தனியே அழைத்துச் சென்று பேசுகிறாள்.

திருமதி போர்ட் அவனை மறுநாள் காலை 10 முதல் 11 மணிக்குள் அவளது வீட்டிற்கு வரச்சொல்லி இருப்பதாகத் தெரிவிக்கிறாள். அவளது கணவன் அந்த நேரம் அங்கே இருக்க மாட்டான் என்றும் தெரிவிக்கிறாள். திருமதி பேஜின் கணவன் வெளியே செல்வதில்லை என்பதால், அவள் கடிதம் கொடுத்திருப்பதாகவும், அவளது கணவன் வெளியே செல்லும் நாளில் சொல்லி அனுப்புவ தாகச் சொல்லியிருப்பதாகவும் தெரிவிக்கிறாள். தெரிவித்துவிட்டு குயிக்லி வெளியேறுகிறாள்.

பார்டோல்ப், புரூக் என்ற மனிதனோடு உள்ளே நுழைகிறான். போர்ட்தான் மாறுவேடத்தில் புரூக் என்ற பெயரில் வந்திருக்கிறார். திருமதி போர்டைக் காதலிக்க உதவினால் பணம் தருவதாக புரூக், பால்ஸ்டாப்பிடம் தெரிவிக்கிறான். ஆனால் அவள் பாதை தவறாதவளா என்று தெரியவில்லை என்று சொல்லி, பெண்களிடம் பால்ஸ்டாப்பிற்கு இருக்கும் செல்வாக்கைப் புகழ்ந்து பேசுகிறான்.

அவள் பால்ஸ்டாப்பிடம் மயங்கி விட்டால், தன்னையும் மறுக்க முடியாது என்று தெரிவிக்கிறான்.

புரூக்கின் பணத்தை வாங்கிக் கொண்ட பால்ஸ்டாப், தான் மறுநாள் திருமதி போர்டைச் சந்திக்கவிருப்பதைத் தெரிவிக்கிறான். மறுநாள் வந்தால் என்ன நடந்தது என்று தெரிவிப்பதாகவும் சொல்கிறான். திருமதி போர்டின் கணவனைப் பார்த்திருக்கிறானா என்று புரூக் கேட்கிறான். பால்ஸ்டாப் பார்த்ததில்லை என்று தெரிவித்துவிட்டு வெளியே செல்கிறான். தனிமையில் புரூக் என்ற போர்ட், தன்னுடைய மனைவியின் துரோகத்தை எண்ணி கோபமாகப் பேசுகிறான். மறுநாள் அவர்கள் இருவரையும் கையும் களவுமாகப் பிடிக்கப்போவதாகத் தெரிவிக்கிறான்.

அதே நேரத்தில் மருத்துவர் கயஸ் சண்டைக்கு எவன்ஸ் வருகைக்காகக் காத்திருக்கிறார். ஷாலோ, சிலண்டர், பேஜ் முதலியோரோடு மதுவிடுதி உரிமையாளரும் அங்கே வருகிறார்கள். ஆனால் எவன்ஸ் வரவில்லை. எவன்ஸ் ஒரு பாதிரியும்கூட என்பதால் அவர் சண்டைக்கு வராமலிருப்பதுதான் சரி என்கிறார் ஷாலோ. இருவரும் சண்டையிடாமல் இருப்பதுதான் சரி என்கிறார் ஷாலோ.

மதுவிடுதி உரிமையாளர், தனக்கு அப்போது ஆன் பேஜ் எங்கே இருக்கிறாள் என்று தெரியும் என்றும், கயஸை தான் அங்கே அழைத்துச் செல்வதாகவும் தெரிவிக்கிறார். கயசும் மகிழ்ச்சியாக அவருடன் செல்கிறார்.

அங்கம் 3 – காட்சி 1, 2, 3

அதே நேரத்தில் எவன்ஸ் சண்டை எங்கே என்று தெரியாமல் வயல்களுக்கு இடையில் அலைந்து கொண்டிருக்கிறார். அப்போது சிம்பிள் அங்கே வந்து எவன்ஸை ஷாலோ, சிலண்டர், பேஜ் இருக்கும் இடத்திற்கு அழைத்துச் செல்கிறான். அப்போது கயஸ் அங்கே வருகிறார். இருவரும் சண்டையிடத் தயாராகிறார்கள். ஆனாலும் தங்களைச் சண்டையிடத் தூண்டிவிட்டு, மற்றவர்கள் வேடிக்கை பார்க்கிறார்கள் என்று நினைக்கிறார்கள். மதுக்கடை உரிமையாளர்தான் இதற்குக் காரணம் என்றும் தாழ்ந்த குரலில் பேசிக் கொள்கிறார்கள். இப்போது மதுக்கடை உரிமையாளர் தனக்குப் பாதிரியையோ மருத்துவரையோ இழக்க விருப்பமில்லை என்று சொல்லி சண்டையைப் பிரித்து விடுகிறார். இருவரும் மதுக்கடை உரிமையாளரை எப்படிப் பழிவாங்குவது என்று திட்டமிடுகிறார்கள்.

தெருவில் திருமதி பேஜை போர்ட் சந்திக்கிறார். திருமதி பேஜுடன் பால்ஸ்டாப்பின் வேலையாள் ஒருவனும் இருக்கிறான். தான் திருமதி போர்டை சந்திக்கச் செல்வதாக அவரிடம் சொல்லிவிட்டு அவள் சென்றுவிடுகிறாள். போர்டின் சந்தேகம் இப்போது உறுதியாகிவிட்டது.

பேஜ், ஷாலோ, சிலண்டர், மதுக்கடை உரிமையாளர், எவன்ஸ், கயஸ் முதலியோர் வருகிறார்கள். போர்ட் அவர்களைத் தனது வீட்டிற்கு அழைக்கிறார். அவர்கள் அனைவரும் சிலண்டருக்கும் ஆன் பேஜிற்கும் திருமணம் செய்து முடிப்பது பற்றிப் பேசிக் கொண்டிருக்கிறார்கள். போர்ட் மீண்டும் அவர்களை அழைக்கவே, அவர்கள் அனைவரும் போர்டின் வீட்டை நோக்கிச் செல்கிறார்கள்.

போர்டின் வீட்டில், திருமதி பேஜும், திருமதி போர்டும் பால்ஸ்டாப்பின் வருகைக்காகக் காத்திருக்கிறார்கள். அவர்களது வேலையாட்களைப் பெரிய அழுக்குத் துணிக் கூடையைத் தயாராக வைக்குமாறும், தாங்கள் சொல்லும் போது, அதைத் தூக்கி சென்று தேம்ஸ் நதியில் வீசிவிட வேண்டும் என்றும் சொல்கிறார்கள். திருமதி பேஜ் ஒளிந்து கொள்கிறாள். பால்ஸ்டாப் நுழைகிறான். திருமதி போர்டின் கணவன் மட்டும் உயிருடன் இல்லை என்றால், தானே அவளைத் திருமணம் செய்து கொண்டுவிடுவதாகத் தெரிவிக்கிறான். இன்னமும் பல காதல் வசனங்கள் பேசப்படுகின்றன.

அப்போது ஒரு வேலையாள் திருமதி பேஜ் வந்திருப்பதாகத் தெரிவிக்கிறான். பால்ஸ்டாப் ஒளிந்து கொள்கிறான். உள்ளே நுழைந்தவுடன், திருமதி பேஜ், முன்பே பேசி வைத்திருந்தது போல, திருமதி போர்டின் கணவன் வின்ட்சர் நகர அதிகாரிகளுடன் அங்கு வந்து கொண்டிருப்பதாகத் தெரிவிக்கிறாள். அவர்களது வீட்டில் திருமதி போர்ட் யாரோ ஓர் ஆணை ஒளித்து வைத்திருப்பதாக அவன் சந்தேகப்படுவதாகவும் தெரிவிக்கிறாள். முதலில் தன்னுடைய வீட்டில் யாருமில்லை என்று மறுக்கும் திருமதி போர்ட், அடுத்து பால்ஸ்டாப் இருப்பதை ஒப்புக்கொள்கிறாள். அவனை அழுக்குத்துணிக் கூடையில் வைத்து வெளியே அனுப்பலாம் என்று பேசிக் கொள்கிறார்கள்.

பால்ஸ்டாப் வெளியே வந்து, அழுக்குத்துணிக் கூடையில் ஒளிந்து கொள்ளச் சம்மதம் என்று தெரிவிக்கிறான். ஆச்சரியமடைந்தது போல நடிக்கும் திருமதி பேஜ், அவன் தனக்கும் கடிதம் எழுதியிருப்பதைத் தெரிவிக்கிறாள். தான் அவளை விரும்புவதாக

முணுமுணுத்துக் கொண்டே, பால்ஸ்டாப் அழுக்குத்துணிக் கூடைக்குள் ஏறி அமர்ந்து கொள்கிறான். அவன்மீது பழைய துணிகளைப் போட்டு மூடிவிட்டு அனுப்பும்போது, போர்ட், பேஜ், கயஸ், எவன்சுடன் உள்ளே நுழைகிறார்.

கூடையுடன் வேலையாட்கள் வெளியே சென்று விடுகின்றனர். போர்டும் மற்றவர்களும் வீடு முழுவதும் தேடுகிறார்கள். பால்ஸ்டாப்மீது போர்ட் பொறாமை கொண்டுள்ளதை பார்த்து, அவரை இன்னமும் கோபப்படுத்த இரண்டு பெண்களும் முடிவு செய்கிறார்கள்.

வீட்டில் யாருமில்லை என்று அனைவரும் வந்து சொல்கிறார்கள். அனைவரும் திருமதி போர்ட் குற்றமற்றவள் என்று சொல்கிறார்கள். மறுநாள் அனைவரும் வேட்டைக்குச் செல்லலாம் என்றும் முடிவு செய்கிறார்கள்.

அங்கம் 3 – காட்சி 4, 5

ஆன் பேஜ், பென்டனுடன் வீட்டிற்கு வெளியே பேசிக் கொண்டிருக்கிறாள். அவள் உண்மையில் பென்டனைத்தான் விரும்புகிறாள் என்று நாம் தெரிந்து கொள்கிறோம். ஆனால் தன்னுடைய தந்தை சிலண்டரைத் திருமணம் செய்யச் சொல்வதாகத் தெரிவிக்கிறாள். பென்டன் நல்ல குடும்பத்தில் இருந்து வந்தாலும், அவனிடம் பணம் இல்லை. தன்னுடைய தந்தையின் சம்மதத்தை எப்படியாவது வாங்குமாறு சொல்கிறாள்.

சிலண்டர், ஷாலோ, குயிக்லி மூவரும் வருவதைப் பார்த்து, காதலர்கள் இருவரும் மறைந்து கொள்கிறார்கள். குயிக்லி, ஆனிடம் சிலண்டர் அவளிடம் பேச விரும்புவதாகத் தெரிவிக்கிறாள். அங்கிருந்து பென்டனை அழைத்துக் கொண்டு போகிறாள். சிலண்டர் முட்டாள்தனமாக ஆனிடம் பேசிக் கொண்டிருக்கிறான். ஆன் வேண்டாவெறுப்பாகக் கேட்டுக் கொண்டிருக்கிறாள். ஷாலோவும் பேஜுமதான் திருமணத்திற்கு ஏற்பாடு செய்திருப்பதாகவும், தனக்குத் திருமணம் நடக்கவில்லை என்றாலும் கவலை இல்லை என்றும் தெரிவிக்கிறான்.

பேஜும் திருமதி பேஜும் வருகிறார்கள். அங்கே எதற்காக பென்டன் சுற்றிக் கொண்டிருக்கிறான் என்று பேஜ் கேட்கிறார். அவனிடம் பணம் இல்லை என்றும், ஆனின் வரதட்சணை பணத்திற்காகவே அவன் காதலிப்பதாகச் சொல்லித் திரிகிறான் என்றும் கூறுகிறாள். ஆன் அவளது தாய் திருமதி பேஜிடம் தனக்கு உதவக் கேட்கிறாள்.

ஆனால் அவளோ மருத்துவர் கயஸ் அவளுக்குச் சரியான இணையாக இருப்பார் என்று சொல்கிறாள்.

பென்டன் குயிக்லிக்கு நன்றி தெரிவித்துவிட்டுச் செல்கிறான். குயிக்லி தான் மூன்று காதலர்களையும் ஏமாற்றுவதைப் பற்றி யோசிக்கிறாள். ஆனால் அவள் திருமதி பேஜ் மற்றும் திருமதி போர்ட் சார்பில் பால்ஸ்டாப்பைக் காண செல்ல வேண்டும்.

சொட்டச் சொட்ட நனைந்தபடி பால்ஸ்டாப் மதுவிடுதிக்குள் நுழைகிறான். மது அருந்திக்கொண்டே, தன்னுடைய கெட்ட நேரத்தை நொந்து கொள்கிறான். அப்போது குயிக்லி வருகிறாள். வேலையாட்கள் திருமதி போர்டின் கட்டளையைச் சரியாகக் கேட்காமல் அவனை தேம்ஸ் நதியில் போட்டுவிட்டார்கள் என்று தெரிவிக்கிறாள். அன்று மாலை எட்டு மணிக்கு மீண்டும் திருமதி போர்ட் அவனை வரச்சொல்லி இருப்பதாகத் தெரிவிக்கிறாள். மீண்டும் உற்சாகமாக பால்ஸ்டாப் தயாராகிவிடுகிறான்.

புரூக் மாறுவேடத்தில் போர்ட் உள்ளே வருகிறார். அன்று நடந்தவற்றைப் பற்றி பால்ஸ்டாப்பிடம் கேட்கிறான். பால்ஸ்டாப்பும் தான் திருமதி போர்டிடம் பேச ஆரம்பித்த நேரத்தில் அவளது கணவன் வந்துவிட்டதால், தான் ஒரு கூடையில் அமர்ந்து தப்பித்து வந்துவிட்டதாகத் தெரிவிக்கிறான். ஆற்றில் போராடி தப்பித்து வந்ததாக நீண்ட கதையைச் சொல்கிறான். தான் சென்ற நேரத்தில் அங்கே பால்ஸ்டாப் இருந்திருக்கிறான் என்பது புரூக்குக்கு (போர்ட்) ஆச்சரியத்தைத் தருகிறது. மறுபடியும் அன்று மாலையே திருமதி போர்டைச் சந்திக்கப் போவதாகத் தெரிவித்துவிட்டுச் செல்கிறான். மிகுந்த கோபமும் ஆத்திரமும் கொண்ட போர்ட், இந்த முறை பால்ஸ்டாப்பைக் கண்டுபிடிக்கப் போவதாகச் சொல்கிறான்.

அங்கம் 4 – காட்சி 1, 2

திருமதி பேஜ், அவளது மகன், குயிக்லி மூவரும் நுழைகிறார்கள். பால்ஸ்டாப் திருமதி போர்டின் வீட்டிற்கு வந்திருப்பானா என்று திருமதி பேஜ் கேட்டுக் கொண்டிருக்கிறாள். அப்போது பள்ளி ஆசிரியர் எவன்ஸ் அங்கே வருகிறார். அவர் திருமதி பேஜின் மகனிடம் கேள்விகள் கேட்கிறார்.

திருமதி போர்டின் வீட்டிற்குப் பால்ஸ்டாப் மீண்டும் வந்து சேருகிறான். இருவரும் பேசிக் கொண்டிருக்கும்போதே, திருமதி பேஜ் வருகிறாள். பால்ஸ்டாப் மறைந்து கொள்கிறான்.

திருமதி போர்ட் தனியாக இருக்கிறாளா என்று கேட்கிறாள். அவளும் ஆமாம் என்று சொல்ல, திருமதி போர்டின் கணவன் கோபமாக வந்து கொண்டிருப்பதாகத் தெரிவிக்கிறாள். திருமதி போர்ட் பால்ஸ்டாப் வந்திருப்பதைச் சொல்லி, என்ன செய்வது என்று யோசிக்கிறாள். அங்கே வரும் பால்ஸ்டாப், தான் மீண்டும் கூடைக்குள் ஒளியமுடியாது என்று தெரிவிக்கிறான். தன்னுடைய வயதான அத்தையின் உடைகள் இருப்பதாகவும், அதை அணிந்து கொண்டு வெளியே செல்லலாம் என்றும் திருமதி போர்ட் சொல்லுகிறாள்.

பால்ஸ்டாப் உடையை மாற்றிக் கொண்டிருக்கும் போது, தன்னுடைய அத்தையைப் போர்டிற்குப் பிடிக்காது என்றும், அவளைப் பார்த்தால் அடித்துத் துரத்தவேண்டும் என்று அவர் சொன்னதாகவும் திருமதி போர்ட் கூறுகிறாள். எனவே மாறுவேடத்தில் இருக்கும் பால்ஸ்டாப்பை போர்ட் பார்த்தால் வேடிக்கையாக இருக்கும் என்றும் கூறுகிறாள். உண்மையிலேயே போர்ட் அங்கே வருவதாக திருமதி பேஜ் தெரிவிக்கிறாள். போர்டை முட்டாளாக்க மீண்டும் ஒரு முறை அழுக்குத்துணிக் கூடையை வெளியே கொண்டு செல்வது போல நடிக்கலாம் என்றும் திருமதி போர்ட் தெரிவிக்கிறாள்.

அப்போது போர்ட், பேஜ், கயஸ், ஷாலோ, எவன்ஸ் முதலியோர் நுழைகிறார்கள். வேலையாட்கள் அப்போது அழுக்குத்துணிக் கூடையை வெளியே எடுத்துச் செல்ல முயலவே, போர்ட் அவர்களை நிறுத்தி, கூடையைத் திறந்து சோதனை இடுகிறார். தன்னைக் காரணமின்றிச் சந்தேகப்படுவதாகத் திருமதி போர்ட் கூறுகிறாள். மற்றவர்களும் போர்ட் பொறாமையின் காரணமாகவே அப்படி நடப்பதாகச் சொல்கிறார்கள்.

திருமதி பேஜும் பெண் வேடத்தில் இருக்கும் பால்ஸ்டாப்பும் வருகிறார்கள். கடுமையான கோபத்தில் இருக்கும் போர்ட், பெண் வேடத்தில் இருக்கும் பால்ஸ்டாப்பை, திருமதி போர்டின் அத்தை என்று நினைத்து அடித்துத் துவைக்கிறார். பால்ஸ்டாப் அங்கிருந்து ஓடிவிடுகிறான். அப்போதுதான் எவன்ஸ் அவளுக்குப் பெரிய தாடி இருந்ததாகத் தெரிவிக்கிறான். அப்போதுதான் போர்ட் தான் ஏமாற்றப்பட்டதாக உணர்ந்து, அனைவரும் வெளியே செல்கிறார்கள்.

திருமதி பேஜும் திருமதி போர்டும் தங்களது திட்டம் வெற்றி பெற்றதை எண்ணி மகிழ்ச்சி அடைகிறார்கள். தங்களது

கணவர்களிடம் உண்மையைத் தெரிவிக்கலாமா என்று யோசிக்கிறார்கள். ஆனாலும் இன்னமும் பால்ஸ்டாப்பை அனைவரின் முன்பாகவும் அவமானப்படுத்தினால் மட்டுமே அவன் திருந்துவான் என்று முடிவு செய்கிறார்கள்.

அங்கம் 4 – காட்சி 3, 4

மதுவிடுதியில், பார்டோல்ப் மூன்று ஜெர்மானியர்கள் குதிரைகள் வாடகைக்குக் கேட்பதாகச் சொல்லி, உரிமையாளரின் மூன்று குதிரைகளை வாங்கிக் கொடுக்கிறான்.

போர்டின் வீட்டில், போர்ட், பேஜ், திருமதி போர்ட், திருமதி பேஜ், எவன்ஸ் முதலியோர் பேசிக் கொண்டிருக்கிறார்கள். எல்லா உண்மைகளையும் திருமதி போர்ட் தெரிவித்துவிடுகிறார். போர்ட் தனது மனைவியிடம் மன்னிப்புக் கேட்கிறார். ஆனால் தங்களது விளையாட்டை இப்போது நிறுத்தக்கூடாது என்றும், பால்ஸ்டாப்பைப் பொது இடத்தில் வைத்து அவமானப்படுத்த வேண்டும் என்றும் பேஜ் கூறுகிறார்.

திருமதி பேஜ் நகருக்கு வெளியில் இருக்கும் ஓக் மரத்தை பற்றிச் சொல்கிறாள். அங்கு ஹெர்னே என்ற வேட்டைக்காரனின் ஆவி சுற்றுவதாக நகரில் அனைவரும் பயப்படுவார்கள் என்பதால், பால்ஸ்டாப்பை அங்கே ஹெர்னேவின் வேடத்தில் வர சொல்லலாம். வந்தவுடன், குழந்தைகளை எல்லாம் பல தேவதைகள், ஆவிகள் போல வேடமிட்டு அங்கே அவனைப் பயமுறுத்தி, பால்ஸ்டாப்பின் நோக்கத்தை ஒப்புக் கொள்ள வைக்க வேண்டும், அதன் மூலம் வின்ட்சர் நகரம் முழுவதும் அவனைக் கண்டு சிரிக்க வேண்டும் என்றும் கூறுகிறாள்.

புரூக் வேடத்தில் சென்று பால்ஸ்டாப், திருமதி போர்டின் மூன்றாவது அழைப்பை ஏற்றுக் கொள்கிறானா என்று பார்க்கப் போவதாகத் தெரிவிக்கிறான் போர்ட். எவன்ஸ் அனைவருக்கும் மாறுவேடமிட உடைகளைத் தயார் செய்யப் போகிறார்.

பால்ஸ்டாப்பின் அறையில் ஒரு வயதான பெண்மணி நுழைந்ததைப் பார்த்ததாக மதுவிடுதி உரிமையாளரும் சிம்பிலும் பேசிக் கொண்டிருந்தார்கள். பால்ஸ்டாப்பின் அறையில் யாரோ திருட முயல்கிறார்கள் என்று அங்கே சென்று பார்த்தால், பால்ஸ்டாப் வருத்தமாக இருக்கிறார். ஆனால் பால்ஸ்டாப் அவர்களது எந்தக் கல்விக்கும் சரியான பதில் சொல்லவில்லை.

அப்போது நுழையும் பார்டோல்ப், ஜெர்மானியர்கள் குதிரைகளோடு ஓடிவிட்டதாகத் தெரிவிக்கிறான். அப்போது நுழையும் எவன்ஸ், நகருக்குள் சில ஜெர்மானியர்கள் குதிரைகளைத் திருடுவதாகத் தெரிவிக்கிறான். கயசும் அங்கே வந்து அப்படியே தெரிவிக்கிறான். தன்னை யாரோ ஏமாற்றிவிட்டதாக மதுக்கடை உரிமையாளர் உணர்கிறார். அப்போது வரும் குயிக்லி, திருமதி போர்டும் அடிக்கப்பட்டதாகக் கூறி, திருமதி போர்டும், திருமதி பேஜூம் பால்ஸ்டாப்பிற்குச் செய்தி அனுப்பியிருப்பதாகத் தெரிவிக்கிறாள்.

வெளியே மதுக்கடை உரிமையாளரும் பென்டனும் பேசிக் கொண்டிருக்கிறார்கள். தான் ஆன் பேஜைக் காதலிப்பதாகத் தெரிவித்துத் தனக்கு அவளிடம் இருந்து கடிதம் வந்திருப்பதாகத் தெரிவிக்கிறான். அவளது தந்தை அவளை வெள்ளை உடையில் தேவதைபோல வேடமிட்டு, பால்ஸ்டாப்பை அவமானப்படுத்த நடக்கப் போகும் நாடகத்தின் நடுவே, சிலண்டருடன் ஓடிவிடச் சொல்லியிருப்பதாகவும், அவளது தாய் அது போலவே பச்சை ஆடையணிந்து தன்னை கயசுடன் ஓடிப்போகச் சொல்லியிருப்ப தாகத் தெரிவித்திருப்பதாக பென்டன் சொன்னான். மதுக்கடை உரிமையாளர் அவள் யாரை ஏமாற்ற போகிறாள் என்று கேட்கிறான். பென்டன் இருவரையும் ஏமாற்றிவிட்டு, அவன் தன்னைத் திருமணம் செய்யப் போவதாகத் தெரிவிக்கிறான்.

அங்கம் 5 – காட்சி 1-5

மதுவிடுதியில் பால்ஸ்டாப் குயிக்லியுடன் பேசிக் கொண்டிருக் கிறான். மூன்றாவது முறையாகத் தான் திருமதி போர்டைப் பார்க்க போவதாகவும், இந்த முறையாவது எல்லாம் சரியாக நடக்கும் என்று சொல்லிக் கொண்டிருக்கிறான். குயிக்லி அங்கிருந்து கிளம்பியவுடன், புரூக் வருகிறான். முந்தைய தினம் நடந்ததைப் பற்றிக் கேட்கிறான். முந்தைய தினம் தான் பெண்வேடமணிய நேர்ந்ததாகத் தெரிவிக்கிறான்.

பேஜ், சிலண்டர், ஷாலோ ஆகியோர் அன்றைய மாலை நிகழ்வு களுக்குத் தயாராகின்றனர். சிலண்டரிடம் தந்தையை மகள் வெள்ளை உடை அணிந்திருப்பாள் என்று பேஜ் தெரிவிக்கிறார். திருமதி பேஜ், திருமதி போர்ட், கயஸ் ஆகியோரும் தயாராகிக் கொண்டிருக்கிறார்கள். தன்னுடைய மகள் பச்சை ஆடை அணிந்து வருவாள் என்று திருமதி போர்ட் கூறுகிறாள். அனைவரும் ஓக் மரத்தை நோக்கிச் செல்கிறார்கள்.

பால்ஸ்டாப்பும் வேட்டைக்காரன் ஹெர்னே வேடத்தில் ஓக் மரத்திற்கு அருகில் வருகிறான். தலையில் பெரிய கொம்புகளும் கூட வைத்திருக்கிறான். அங்கே திருமதி போர்டும், திருமதி பேஜுூம் வருகிறார்கள். பால்ஸ்டாப் திருமதி போர்டை கட்டி அணைக்கிறான். அப்போது வேறு சத்தம் கேட்கவே, பெண்கள் இருவரும் ஓடுகிறார்கள். எவன்ஸ் வேடமிட்டு இருக்கும் குழந்தைகளுடன் வருகிறார். குயிக்லி தேவதைகளின் ராணி போலவும், தேவதை போல ஆன் பேஜுூம் கூட இருக்கிறார்கள். அனைவரும் போடும் சத்தத்தில் பயந்த பால்ஸ்டாப், தரையில் குப்புறப் படுத்து முகத்தை மூடிக் கொள்கிறான்.

அங்கே யாரோ மனிதனின் வாடை அடிப்பதாக எவன்ஸ் சொல்கிறார். கீழே கிடக்கும் பால்ஸ்டாப்பை பார்த்து, குயிக்லி அவனை எரிக்க வேண்டும் என்றும், அவன் எரிந்தால் அவன் கெட்டவன் என்றும் கூறினாள். மெழுகுவர்த்தியைக் கொண்டு அவனை எரிக்க முயல்கிறாள். அவன் உடைகள் எரிய ஆரம்பிக்கவே, அவனைக் கெட்டவன் என்று அறிவிக்கிறாள். குழந்தைகள் பால்ஸ்டாப்பைக் கிள்ளுகின்றன.

கயஸ் அவர்களில் வெள்ளை ஆடை அணிந்த பையன் ஒருவனுடனும், சிலண்டர் பச்சை ஆடை அணிந்த ஒருவனுடன் அங்கிருந்து ஓடுகிறார்கள். பென்டன் மற்றும் ஆன் இன்னொரு புறமாக ஓடுகிறார்கள். குழந்தைகளும் அங்கிருந்து ஓடி விடுகிறார்கள். பால்ஸ்டாப் எழ முயற்சிக்கிறான். அப்போது போர்ட், பேஜ், அவர்களது மனைவிகள் அங்கே வருகிறார்கள். புரூக்காக நானே வந்தேன் என்று போர்ட் தெரிவிக்கிறான். தன்னை அனைவரும் முட்டாளாக்கிவிட்டார்கள் என்று பால்ஸ்டாப்பிற்குப் புரிகிறது. தான் தோற்றுவிட்டதாக பால்ஸ்டாப் ஒப்புக் கொள்கிறான். அவன் வின்ட்சர் நகருக்கு வந்து, அவர்களது செலவுகளை எல்லாம் திரும்பத் தரவேண்டும் என்று போர்ட் தெரிவிக்கிறார்.

அன்று மாலை தன்னுடைய மகளின் திருமண விருந்திற்கு அனைவரையும் பேஜ் அழைக்கிறார். அப்போது வரும் சிலண்டர், தான் ஒரு சிறுவனைக் கிட்டத்தட்ட திருமணம் செய்துவிட்டதாகக் கோபமாகத் தெரிவிக்கிறான். கயஸ் அதே நேரத்தில் வந்து, தான் ஒரு பையனைத் திருமணம் செய்துவிட்டதாகத் தெரிவிக்கிறான். பேஜ் அவர்களை முட்டாள்கள் என்று திட்டுகிறார். ஆன் எங்கே போனாள் என்று அவர்கள் யோசிக்கிறார்கள்.

பென்டன் ஆனுடன் வருகிறான். அவள் விரும்பாத நபர்களை அவளுக்குத் திருமணம் செய்ய முயற்சித்ததற்குப் பென்டன்

அவர்களைக் கடிந்து கொள்கிறான். போர்டும் அவர்கள் காதலை மதிக்க வேண்டும் என்று தெரிவிக்கிறார். பேஜ் பென்டனைக் கட்டி அணைத்துக் கொள்கிறார். அனைவரும் மாலை விருந்திற்குப் பேஜின் வீட்டிற்குச் செல்கின்றனர். போர்ட் தன்னுடைய மனைவியுடன் மகிழ்ச்சியுடன் தன்னுடைய வீட்டிற்குச் சென்று விடுகிறான். பால்ஸ்டாப் தனக்கு அவமானம் கொடுக்க வேண்டிய நிகழ்வு பலருக்கு மகிழ்ச்சியான நிகழ்வாக ஆனதற்காக மகிழ்கிறான்.

வின்ட்சரின் மனைவிகள் – அலசல்

ஷேக்ஸ்பியரின் நாடகங்களில் தனக்கு மிகவும் பிடித்ததாக பிரெடெரிக் எங்கெல்ஸ் இந்நாடகத்தைக் கூறுகிறார். அப்போதுஇங்கிலாந்தில் வளர்ந்து கொண்டிருந்த நடுத்தர வர்க்கத்தையும், அவர்களின் வாழ்வையும் காட்டியதுகூட அதற்குக் காரணமாக இருக்கலாம்.

நாடகம் முழுவதும் அதன் கதாபாத்திரங்களின் வேடிக்கையான ஆனால் சரியான நடத்தையை மையமாகக் கொண்டே நடக்கிறது. நாடகத்தின் ஓரிடத்தில் சொல்வது போல மனைவிகள் உண்மையாக மட்டுமில்லாமல், விளையாட்டுத்தனமாகவும் மகிழ்ச்சியுடனும் கூட இருக்கலாம் என்பதுதான் நாடகத்தின் மைய கருத்தாக இருக்கிறது. அவர்கள் அதற்காகத் தங்களது கடமைகளை மறந்து விடுவதில்லை. பேஜ் தன்னுடைய மனைவியை முழுவதுமாக நம்புகிறார். போர்ட் தன்னுடைய சந்தேகத்தால் தன்னையும் வருத்தி, மற்றவர்களையும் வருந்துகிறார். நல்ல கணவனின் நடத்தை எப்படி இருக்க வேண்டும் என்பதை ஷேக்ஸ்பியர் காட்டுவதாகக்கூட எண்ணலாம்.

ஷேக்ஸ்பியரின் நாடகங்களில் ஓரளவிற்கு அன்றைய சமூகச்சூழலைச் சரியாக எடுத்துக்காட்டிய நாடகம் இதுவாகும். பென்டன் பெரியக் குடும்பத்து பையன் என்றாலும், நடுத்தர வர்க்கத்தைச் சேர்ந்த பேஜ் அவனை நிராகரிக்கிறார். தன்னுடைய பணத்தை எண்ணியே அவன் காதலிப்பதாக நடிக்கிறான் என்று அவர் நினைக்கிறார். இறுதியில் பென்டன், ஆன் திருமணம் ஒருவிதத்தில் இந்த இடைவெளியை நிரப்பி விடுகிறது.

அதே நேரத்தில், நாடகத்தின் தலைப்பே பெண்களை முதன்மையாகக் கொண்ட நாடகம் என்று தெரிவிக்கிறது. திருமதி

பேஜூம் திருமதி போர்டும் தங்களுக்கே உரிய முறையில் மகிழ்ச்சியாக இருக்கிறார்கள். வேடிக்கை விளையாட்டுகளை நடத்துகிறார்கள். ஆனால் எதற்காக? அவர்கள் என்ன சாதிக்கிறார்கள்? போர்டின் பொறாமை விலகுகிறது. பால்ஸ்டாப்பைப் பழி வாங்குகிறார்கள். அவர்களது சுதந்திரம் அவர்களது கணவர்களின் சமூக நிலையில் இருந்தும், செல்வத்தில் இருந்தும் தோன்றுகிறது. உண்மையில் இங்கே சுதந்திரமாக இருக்கும் பெண் ஆன் மட்டுமே. தனக்கு விருப்பமானவனை அவள் பல்வேறு தடைகளுக்கு இடையில் திருமணம் செய்து கொள்கிறாள்.

ஷேக்ஸ்பியரின் காலத்தில் பெண்கள் நாடகங்களில் நடிப்பதில்லை. ஆண்களே பெண் வேடத்தில் நடித்தார்கள். எனவே நாடகத்தின் இறுதியில் சிலண்டரும், கயசும் மட்டுமல்ல, பென்டனும் கூடப் பெண் வேடமிட்டிருந்த ஆணையே திருமணம் செய்தார்கள். ஒருவிதத்தில் ஷேக்ஸ்பியர் அப்போதைய நாடக வரை முறையையே கேலி செய்கிறார் என்று சொல்லலாம். கதை முழுவதும் பல விதங்களில் நடக்கும் பெண்/ஆண் மாற்றங்களும் இத்தகைய கேலியாகவே தெரிகிறது.

பால்ஸ்டாப்பை அவமானப்படுத்துவதற்காக ஆரம்பித்த திட்டம் கிட்டத்தட்ட முழுவதுமாகத் தோல்வியில் முடிகிறது. ஆனின் திருமணத்தில் தங்களது விருப்பம் நிறைவேறாமல் போனதால், பேஜூம் அவமானப்படுகிறார். தனது மனைவியைச் சந்தேகப்பட்டு இரண்டு முறை போர்டும் அவமானப்படுகிறார். ஒருவிதத்தில் அனைவரும் சரிசமமாக ஆகி விடுகிறார்கள். பால்ஸ்டாப்பும் கூடத் திருமண விருந்திற்குச் செல்கிறார். ஏற்றத்தாழ்வுகள் மறைந்து விடுகின்றன.

ஆனாலும் ‘வின்ட்சரின் மனைவிகள்’ இலக்கிய மதிப்பில் ஷேக்ஸ்பியரின் நாடகங்களில் உயரமான இடத்தில் இருப்பதாக ஷேக்ஸ்பியரிய அறிஞர்கள் கருதுவதில்லை. அவரது வரலாற்று நாடகங்களில் இருக்கும் பால்ஸ்டாப்பின் நகைச்சுவைப் பகுதிகளோடு பார்க்கும்போது, இதில் இருக்கும் பால்ஸ்டாப்பின் பகுதிகள் சற்று மாற்று குறைந்ததாகவே சொல்லப்படுகிறது. இதற்கு ஷேக்ஸ்பியர் இந்த நாடகத்தை மிகவும் அவசரமாக எழுதியதே காரணம் என்று சொல்லப்படுகிறது.

நகைச்சுவை நாடகம் 4

நியாயத் தராசு

(Measure for Measure)

'நீங்கள் குற்றவாளிகளென்று தீர்க்கப்படாதபடிக்கு மற்றவர்களைக் குற்றவாளிகளென்று தீர்க்காதிருங்கள். ஏனெனில், நீங்கள் மற்றவர்களைத் தீர்க்கிற தீர்ப்பின்படியே நீங்களும் தீர்க்கப் படுவீர்கள்; நீங்கள் மற்றவர்களுக்கு அளக்கிற அளவின்படியே உங்களுக்கும் அளக்கப்படும்.' – மத்தேயு 7:1-2, வேதாகமம்.

ஷேக்ஸ்பியரின் நாடகங்களை நகைச்சுவை, சோக நாடகங்கள் என்று பிரிக்கலாம் என்று பார்த்தோம். ஷேக்ஸ்பியர் தன்னுடைய நாடகங்களை எழுதும்போதே, அவை நகைச்சுவை நாடகமா, சோக நாடகமா, வரலாறா என்பதையும் குறிப்பிட்டிருந்தார். இங்கே ஒரு நாடகம் நகைச்சுவையா அல்லது சோகமான நாடகமா என்பதற்கான அளவீடு என்ன? என்ற கேள்வி எழும். நகைச்சுவை என்பதற்கான கூறுகள் ஓரளவிற்கு உலகம் முழுவதும் ஒன்று போலவே இருந்தாலும், ஒவ்வொரு கலாசாரத்திலும் சிறு வேறுபாடுகளும், அந்தக் கலாசார விழுமியங்களின் அடிப்படையிலான மாறுதல்களும் இருப்பது இயல்புதான்.

பொதுவாக ஷேக்ஸ்பியரின் நகைச்சுவை நாடகங்களில் வார்த்தை விளையாட்டுகள், வேடிக்கையான நிகழ்வுகள், முரண்கள் போன்றவை நிரம்பியிருக்கும். மாறுவேடமிடுவது, தவறாகப் புரிந்துகொள்வது ஆகியவையும் அடிக்கடி நிகழும். நாடகத்தின் கரு தலையைச் சுற்றி மூக்கைத் தொடுவதுபோல இருக்கும். சில நேரங்களில் கதையைத் தொடர்வதும்கூடச் சவாலாகவே இருக்கும்.

கதையின் முடிவும் எதிர்ப்பாராத விதத்தில், எதிர்பார்த்த முடிவு முன்பே திட்டமிட்டது போல எட்டப்படும்.

ஒவ்வொரு கதையிலும் மேலே சொன்னவற்றில் சில விஷயங்களோ, அனைத்துமோ இருக்கலாம். மற்றபடி ஒவ்வொரு நாடகத்தையும் அதன் கதையையும், அதில் நிகழும் நிகழ்வுகளையும் வைத்து மட்டுமே அளவிட முடியும். நகைச்சுவை என்பது நாடகத் தயாரிப்பு, நடிகர்களின் நடிப்பு போன்ற பிரதிக்கு வெளியிலான விஷயங்களாலும்கூட நிர்ணயிக்கப்படும்.

ஷேக்ஸ்பியரின் நகைச்சுவை நாடகங்களிலேயே மிகவும் பிரச்சினைக்குரிய 'நகைச்சுவை' நாடகமாக 'நியாயத் தராசு' (Measure for Measure) பார்க்கப்படுகிறது. 'ஷேக்ஸ்பியரிய நாடகங்களின் மகிழ்ச்சியைக் கொல்லக்கூடியது' என்று 19ஆம் நூற்றாண்டு கவிஞரான காலரிட்ஜ் இந்த நாடகத்தை விவரிக்கிறார். தொடர்ச்சியாக எதிர்மறையான விமர்சனங்களைப் பலரும் வைத்திருக்கின்றனர். இத்தகைய எதிர்மறை விமர்சனங்களுக்கு முக்கியக் காரணமாகக் கருதுவது, இதை நகைச்சுவை நாடகமாக வகைப்படுத்தியுள்ளதுதான்.

Measure for Measure என்ற நாடகத்தின் தலைப்பு இயேசுவின் மலைப்பிரசாங்கத்தில் வரும் வசனத்தை அடிப்படையாகக் கொண்டது. நாம் பிறருக்குச் செய்ய எண்ணுவதுதான் நமக்கு நடக்கும் என்ற அர்த்தத்திலேயே இதை நாம் எடுத்துக் கொள்ள வேண்டும். நாடகத்திலும் அப்படியே நடக்கிறது.

நாம் மேலே பார்த்த பல நகைச்சுவைக் கூறுகளை இந்நாடகத்தில் காணமுடியும் என்றாலும் இங்கே ஷேக்ஸ்பியர் ஒழுக்கம், மதம் போன்றவற்றின் விழுமியங்களை எடுத்துக்கொண்டு அவற்றை விமர்சிக்கவும் முயல்கிறார். ஏனைய நாடகங்களைப் போல அல்லாமல், இந்த ஒழுக்கப் போதனைகளும் நாடகத்தை நகைச் சுவையாகப் பார்ப்பதற்குத் தடையாகி விடுகிறது எனலாம்.

பொதுவாக ஒரு நகைச்சுவை நாடகத்தில் சோக நிகழ்வுகள் இருக்கக்கூடாது. இங்கே தவிர்க்கமுடியாத நிலையில் சில சோக நிகழ்வுகள் நடைபெறுகின்றன. கதையின் முக்கியப்பாத்திரங்கள் தப்பித்தாலும், மரணம் நிகழத்தான் செய்கிறது. இது போன்ற நிகழ்வுகள் ஷேக்ஸ்பியரின் வேறு நகைச்சுவை நாடகங்களிலும் இருந்தாலும், இங்கே அவை நாடகத்தின் அடிப்படை மன நிலையைப் பாதிக்கிறது.

மேலும் நாடகத்தைப் பற்றிப் பேசுவதற்கு முன், ஒருமுறை அதன் சுருக்கத்தை வாசித்துவிடுவது, நம்முடைய அலசலை இன்னமும் அர்த்தமுள்ளதாக மாற்றும்.

அங்கம் 1 – காட்சி 1, 2

அரசியல் பயணம் செல்லவிருப்பதால், தான் திரும்ப வரும் வரை நகரை பார்த்துக் கொள்ளும் பொறுப்பை ஏஞ்சலோ பிரபுவிடம் கொடுக்கிறார் வியன்னாவின் வின்செண்டியோ பிரபு. முதலில் மறுத்தாலும், ஏஞ்சலோ பிரபு பின்னர் ஏற்றுக் கொள்கிறார்.

வியன்னாவின் மற்றொரு பகுதியில் லூசியோ, இரண்டு நண்பர்களுடன் பேசிக் கொண்டிருக்கிறான். வியன்னா நகரப் பிரபு, ஹங்கேரி செல்வதைக் குறித்து வேடிக்கையாகப் பேசிக் கொண்டிருக்கிறார்கள். லூசியோவின் நண்பர்கள் அமைதி பேச்சை விரும்பவில்லை. லூசியோ அவர்களை இறைவனின் பத்துக் கட்டளைகளுடன் கொள்ளையடிக்கப் போகும் கொள்ளையர் களுடன் ஒப்பிடுகிறார். எப்படிக் கொள்ளையர்களால் 'திருடக் கூடாது' என்ற கடவுளின் கட்டளையை ஏற்று நடக்க முடியாதோ, அப்படியே போர் வீரர்களால் அமைதி ஒப்பந்தம் செய்துகொள்ள முடியாது என்று பேசிக் கொள்கிறார்கள்.

அத்துடன் நகருக்குள் பரவிவரும் பாலுறவு நோய்களைப் பற்றியும் அவர்கள் வேடிக்கையாகப் பேசிக் கொள்கிறார்கள். அப்போது திருமதி ஓவர்டன் வருகிறாள். ஜூலியட்டைக் கர்ப்பமாக்கியதற்காக கிளாடியோ கைது செய்யப்பட்டுச் சிறையில் இருப்பதாகத் தெரிவிக்கிறார். லூசியோவும் நண்பர்களும் மேலும் விவரம் சேகரிக்கச் செல்கிறார்கள்.

அப்போது அங்கே கோமாளி பாம்பே வருகிறான். திருமணத்திற்கு முன்பு உடலுறவு கொண்டதற்காகவே கிளாடியோவைக் கைது செய்திருப்பதாகத் தெரிவிக்கிறான். அத்துடன் வியன்னா நகரின் சிவப்பு விளக்குப் பகுதியில் இருக்கும் பாலியல் விடுதிகள் அனைத்தையும் மூடச் சொல்லி உத்தரவிட்டிருப்பதாகவும் தெரிவிக்கிறான். ஆனால் நகருக்குள் இருக்கும் விடுதிகள் எல்லாம் இயங்கும் என்றும் தெரிவிக்கிறான். திருமதி ஓவர்டன் தன்னுடைய 'தொழிலை' எண்ணி பயப்படுகிறாள். கோமாளி அவளுக்கு எப்போதும் வாடிக்கையாளர்கள் வருவார்கள் என்று கூறுகிறான். அப்போது கிளாடியோவைக் கைது செய்து அழைத்து வருகிறார்கள்.

தன்னை எதற்காகச் சிறைக்கு அழைத்துச் செல்கிறார்கள் என்று கிளாடியோ தன்னைக் கைது செல்லும் அதிகாரியைக் கேட்கிறான். தான் ஏஞ்சலோ பிரபுவின் கட்டளைப்படியே நடப்பதாகச் சொல்கிறான். அங்கே வரும் லூசியோ, கிளாடியோவிடம் கைதிற்கான காரணத்தைக் கேட்கிறான். கிளாடியோ பதில் சொல்லத் தயங்குகிறான். லூசியோ ஒவ்வொரு காரணமாகக் கேட்கிறான். இறுதியில் சிற்றின்ப நடத்தை என்று கேட்கும்போது, கிளாடியோ ஒப்புக் கொள்கிறான்.

ஆனால் தான் ஜூலியட்டைத் திருமணம் செய்து கொள்ளவே விரும்பியதாகவும், ஆனால் ஜூலியட்டின் பெற்றோர் ஒப்புக் கொள்ளாததால், இருவரும் காத்திருக்க முடிவு செய்ததாகவும், அப்போது தங்களுக்கிடையிலான 'விளையாட்டில்' ஜூலியட் கருவுற்றதாகவும் தெரிவிக்கிறான். தீடீரென்று நகர அதிகாரிகள் அதைக் குற்றமென்று கைது செய்துவிட்டதாகவும் தெரிவிக்கிறான்.

எதற்காக ஏஞ்சலோ பிரபு இப்படிக் கடுமையாகச் சட்டங்களை இயற்ற வேண்டும் என்று கிளாடியோ யோசிக்கிறான். ஒருவேளை தானே அதிகாரத்தைக் கைப்பற்ற முயலலாம் என்றும் சொல்கிறான். வியன்னா பிரபுவிடம் முறையிடலாம் என்று லூசியோ யோசனை கூறுகிறான். ஆனால் வின்சென்டியோ பிரபு எங்கிருக்கிறார் என்றே தெரியவில்லை என்று சொல்லும் கிளாடியோ, தன்னுடைய சகோதரி இசபெல்லா கன்னியாஸ்திரி மடத்தில் இருப்பதாகவும், அவளை ஏஞ்சலோ பிரபுவைப் பார்த்து முறையிட சொல்வதாகவும் தெரிவிக்கிறான்.

அங்கம் 1 – காட்சி 3,4

வின்சென்டியோ பிரபு அருகில் இருக்கும் மடம் ஒன்றில், அங்கிருக்கும் பாதிரியிடம் பேசிக் கொண்டிருக்கிறார். அனைவரிடமும் சொன்னதுபோல தான் ஹங்கேரி செல்லவில்லை என்றும், மாறாக மாறுவேடமிட்டு நகரின் சட்ட, ஒழுங்கைச் சோதனை செய்யப் போவதாகவும் தெரிவிக்கிறார். அவருடைய ஆட்சியில் சட்டம் பயமுறுத்த மட்டுமே பயன்பட்டது என்றும், அதைச் சரியாக அதிகாரிகள் அமுல்படுத்தாதால் மக்களுக்கு எந்தப் பயமும் இல்லாமல் போய்விட்டது என்றும் சொல்கிறார். மக்கள் சட்டத்தை மதிக்காவிட்டால் அது தங்களது அதிகாரத்தை இல்லாமல் ஆக்கிவிடும் என்றும் தெரிவிக்கிறார். எனவே பொறுப்பை ஏஞ்சலோ பிரபுவிடம் கொடுத்துவிட்டு, தான்

மறுவேடமிட்டு அவரது ஆட்சி நடத்தும் விதத்தைப் பார்க்கப் போவதாகத் தெரிவிக்கிறார். அதற்கு மாறுவேடமிட தனக்குப் பாதிரி உடை ஒன்று வேண்டும் என்று கேட்கிறார்.

கன்னியாஸ்திரி மடத்தில் இசபெல்லா உறுதியேற்கும் நிகழ்வு ஆரம்பிக்க இருக்கிறது. அப்போது மடத்தின் வாசலில் ஒருவன் வந்திருப்பதாகவும், அவன் இசபெல்லாவைப் பார்க்க விரும்புவதாகவும் தெரிவிக்கப்படுகிறது. இன்னமும் இசபெல்லா கன்னியாஸ்திரியாக ஆகவில்லை என்பதால், அவள் இன்னமும் ஆண்களிடம் பேசலாம் என்று அனுப்புகிறார்கள். வெளியே லூசியோ, இசபெல்லாவிடம் நடந்ததை எல்லாம் தெரிவிக்கிறான்.

தன்னுடைய சகோதரன் அப்படியான காரியத்தைச் செய்திருக்கமாட்டான் என்று இசபெல்லா தெரிவிக்கிறாள். லூசியோ, அவளது தோழி ஜூலியட்தான் கர்ப்பமாக இருப்பது என்றும் தெரிவிக்கிறான். அவர்கள் திருமணம் செய்து கொள்வதற்குள் கைது செய்து விட்டதாகவும், கிளாடியோவைத் தூக்கிலிடுவதன்மூலம் அனைவருக்கும் பாடம் புகட்டமுடியும் என்று ஏஞ்சலோ சொல்வதாகவும் தெரிவிக்கிறான். எனவே, அவனது சகோதரியான இசபெல்லா, ஏஞ்சலோவைச் சந்தித்து, எப்படியாவது தண்டனையை மாற்ற வேண்டும் என்றும் கேட்கிறான். உடனடியாகச் செல்கிறேன் என்கிறாள் இசபெல்லா.

அங்கம் 2 – காட்சி 1

ஏஞ்சலோ பிரபுவும் எஸ்கலேசும் பேசிக் கொண்டிருக்கிறார்கள். 'தன்னுடைய முடிவில் இருந்து எப்போதும் மாறுவதில்லை என்று ஏஞ்சலோ சொல்லிக் கொண்டிருக்கிறார். எஸ்கலஸ், சட்டம் என்பது சற்று நெகிழ்வாக இருக்க வேண்டும் என்றும், மிகவும் கடுமையாக இருக்கக்கூடாது என்றும் சொல்கிறார். ஆனால் ஏஞ்சலோ ஒப்புக்கொள்ளவில்லை. எஸ்கலஸ், கிளாடியோவின் வழக்கை உதாரணம் காட்டி, தன்னுடைய வாழ்வில் ஏஞ்சலோ அது போன்ற தவறைச் செய்ததில்லையா என்று கேட்கிறார்.

ஆசைப்படுவது வேறு, அதை நிறைவேற்றிக்கொள்வது வேறு என்கிறார் ஏஞ்சலோ. சட்டம் இயற்றுபவனே குற்றவாளியாக மாறுவதும், குற்றவாளி சட்டம் இயற்றுபவனாக மாறுவதும் இயற்கைதான் என்றும், ஆனால் சட்டம் மட்டும் மாறக்கூடாது என்றும் தெரிவிக்கிறார். தானும் தவறு செய்வதில் இருந்து விதிவிலக்கல்ல என்றும், அப்போதும் சட்டம் அதே கடுமையோடு

நடந்து கொள்ள வேண்டும் என்றும் சொல்கிறார். மறுநாள் காலை ஒன்பது மணிக்கு கிளாடியோ கொல்லப்படுவது உறுதி என்றும் சொல்கிறார்.

காவல் அதிகாரி எல்போ, கோமாளி பாம்பே மற்றும் பிராது இருவருடனும் உள்ளே நுழைகிறான். ஏஞ்சலோ விசாரிக்கிறார். மாறி மாறி தவறான வார்த்தைகளை உபயோகித்து வேடிக்கையாக விசாரணை செல்கிறது. அவர்கள் இருவரும் திருமதி ஓவர்டனின் பாலியல் விடுதியில் இருந்ததாக எல்போ தெரிவிக்கிறார். அவர்கள் இருவரும் விடுதியில் வேலை செய்வதாக ஒப்பு கொள்கிறார்கள். பாலியல் தொழில் நடத்துவது சட்டவிரோதம் என்று எஸ்கலஸ் தெரிவித்து, அவர்களை எச்சரித்து அனுப்பிவிடுகிறார்.

அங்கம் 2 – காட்சி 2,3

காவல் அதிகாரி ஒருவர் ஏஞ்சலோவிடம் கிளாடியோவிற்காகப் பேசிக் கொண்டிருக்கிறார். ஜூலியட் சீக்கிரமே குழந்தை பெற்றுவிடுவாள் என்று சொல்லிக் கொண்டிருக்கிறார்.

இசபெல்லா, ஏஞ்சலோவைப் பார்க்க வந்திருப்பதாக வேலையாள் வந்து சொல்கிறான். உள்ளே வரும் இசபெல்லா, தானும் கிளாடியோவின் குற்றத்தை கண்டிப்பதாகவும், திருமணத்திற்கு முன் உடலுறவைத் தான் ஆதரிக்கவில்லை என்றும் தெரிவிக்கிறாள். அவனது குற்றத்தைக் கண்டிக்கும் அதே நேரம், அவனை மன்னிக்க வேண்டும் என்றும் வேண்டுகிறாள். ஆனால் ஏஞ்சலோ, குற்றத்தையும், குற்றம் செய்பவனையும் தனித்தனியே பார்க்க முடியாது என்று தெரிவிக்கிறார். இசபெல்லாவுடன் வந்திருக்கும் லூசியோ, அவள் எளிதாக ஒப்புக்கொள்ளக்கூடாது என்றும், ஏஞ்சலோவின் முன் மண்டியிட்டு, இன்னமும் கெஞ்ச வேண்டும் என்றும் தெரிவிக்கிறான்.

இசபெல்லாவும் மண்டியிட்டு கெஞ்சுகிறாள். ஆனால் ஏஞ்சலோ அவளை அங்கிருந்து செல்ல சொல்கிறான். ஏஞ்சலோவைத் தொட்டு பேசி, இன்னமும் கெஞ்சலாகவும், கொஞ்சலாகவும் பேசவேண்டும் என்று லூசியோ சொல்கிறான். இசபெல்லாவும் அப்படியே பேசிக் கொண்டிருக்கிறாள். தன்னுடைய சொந்தம் என்றாலும் அதே தண்டனைதான் என்று ஏஞ்சலோ சொல்கிறார். ஆனாலும் இசபெல்லா பேசுவதைக் கேட்டுக் கொண்டிருக்கிறார். இறுதியில், தான் அதுபற்றி யோசிப்பதாகச் சொல்லி, இசபெல்லாவை மறுநாள் திரும்ப வரச்சொல்கிறார்.

என்ன வேண்டும் என்றாலும் தருகிறேன் என்கிறாள் இசபெல்லா. ஏஞ்சலோ எப்படி என்று கேட்கிறார். அவருக்காகத் தான் பிரார்த்தனை செய்வதாகக் கூறுகிறாள். மறுநாள் காலை வந்து சந்திப்பதாகவும் சொல்கிறாள்.

இசபெல்லா அகன்றவுடன், ஏஞ்சலோ தான் அவளை நோக்கி ஈர்க்கப்படுவதை உணர்கிறார். அவளது சகோதரனை வாழ வைப்பது சரியானதாக இருக்குமா என்றும் யோசிக்கிறார்.

அங்கம் 2 – காட்சி 4

இசபெல்லா மீதான தனது ஆசைக்கும், சட்டத்திற்கும் இடையிலான போராட்டத்தில் ஏஞ்சலோ தனியே போராடிக் கொண்டிருக்கிறார். அப்போது இசபெல்லா உள்ளே வருகிறாள்.

தன்னுடைய முடிவை மாற்றமுடியாது என்று ஏஞ்சலோ தெரிவிக்கிறார். ஆனால் அவரது குரலில் முன்னிருந்த உறுதி இல்லை. 'அவன் மீது படிந்திருக்கும் கறையை நீ ஏற்றுக்கொண்டால் அவனை விடுவிப்பேன் என்றால் என்ன செய்வாய்?'' என்று கேட்கிறான். அதாவது, அவன் விடுதலைக்கு உன் கன்னித் தன்மையைக் கொடுப்பாயா என்று கேட்கிறார்.

தன்னுடைய ஆன்மாவைக் கொடுப்பதைவிடத் தன்னுடைய உடலை கொடுப்பதே மேல் என்று இசபெல்லா சொல்கிறாள். ஏஞ்சலோ இன்னமும் தெளிவாகக் கேள்வியை வைக்கிறார். அவளது சகோதரனை விடுதலை செய்ய, அவள் பாவம் செய்யத் தயாராக இருக்கிறாளா என்று கேட்கிறார்.

ஆனால், சட்டத்தைமீறி விடுதலை செய்வதையே ஏஞ்சலோ பாவம் என்று சொல்கிறார் என்று தவறாகப் புரிந்து கொள்கிறாள். தன்னுடைய வார்த்தைகளை அவள் வேண்டுமென்றே தவறாகப் புரிந்து கொள்வது போல நடிப்பதாக ஏஞ்சலோ தெரிவிக்கிறார். மீண்டும் ஏஞ்சலோ அவளுக்குத் தெளிவாக எடுத்துக் கூறுகிறார். கிளாடியோவைக் காப்பாற்ற அவள் இன்னொருவனுடன் உடலுறவு கொள்ளத் தயாரா என்று சொல்கிறார்.

அதற்குப் பதிலாகத் தான் மரணமடையத் தயாராக இருப்பதாக இசபெல்லா சொல்கிறாள். அப்படியென்றால் அவளது சகோதரன் மரணமடைய வேண்டியதுதான் என்று ஏஞ்சலோ சொல்கிறார். மேலும் பாவம் செய்வதைவிட இருவரும் இறந்துவிடுவது சரிதான் என்று இசபெல்லா சொல்கிறாள்.

தான் அவளைக் காதலிப்பதாக ஏஞ்சலோ தெரிவிக்கிறார். 'என் சகோதரனும் ஜூலியட்டைக் காதலித்தான். அவனைக் கொல்லா தீர்கள்!' என்கிறாள் இசபெல்லா. அவள் ஒப்புக்கொண்டால் அவளது சகோதரன் மரணமடையத் தேவையில்லை என்று ஏஞ்சலோ சொல்கிறார். தான் ஏஞ்சலோவின் நடத்தை பற்றி அனைவரிடமும் சொல்லப்போவதாக இசபெல்லா சொல்கிறாள்.

தன்னுடைய பதவி மற்றும் அதிகாரத்திற்கு எதிராக எவரும் இசபெல்லா சொல்வதை நம்பமாட்டார்கள் என்று ஏஞ்சலோ சொல்கிறார். எனவே தன்னுடைய ஆசைக்கு அவள் இணங்க வேண்டும், இல்லையென்றால் அவளது சகோதரன் மரணமடைவது உறுதி என்றும் சொல்கிறார். மறுநாள் அவள் தனது முடிவைச் சொல்லவேண்டும் என்றும் சொல்கிறார்.

இசபெல்லா தனியே தன்னுடைய நிலையை எண்ணிப் பார்க்கிறாள். தான் சொல்வதை யாரும் நம்பப் போவதில்லை என்று உணர்கிறாள். கிளாடியோவைப் பார்த்து தன்னுடைய நிலையைச் சொன்னால் அவனும் அப்படியே ஒப்புக் கொள்வான் என்று நினைக்கிறாள்.

அங்கம் 3 – காட்சி 1

பாதிரி போன்ற மாறுவேடத்தில் இருக்கும் வின்சென்டியோ பிரபு கிளாடியோவுடன் பேசிக் கொண்டிருக்கிறார். தான் மரணத்திற்குத் தயாராக இருப்பதாக கிளாடியோ சொல்கிறான். பிரபுவும் சாவதைவிட வாழ்வது கடினமானது என்று சொல்கிறார். அவரது ஆறுதலான வார்த்தைகளுக்குத் தனது நன்றியைத் தெரிவிக்கிறான்.

தன்னுடைய சகோதரனுடன் பேசுவதற்கு இசபெல்லா அங்கே வருகிறாள். பாதிரி வேடத்தில் இருக்கும் வின்சென்டியோ பிரபு அவர்கள் பேசுவதைக் கேட்பதற்காக மறைவாக நின்று கொள்கிறார். தன்மீதான தீர்ப்பை மாற்றுவதற்கு எதாவது வழியிருக்கிறதா என்று கிளாடியோ கேட்கிறான். அதைக் கேட்டால் அவனது மனம் உடைந்துவிடும் என்று இசபெல்லா தெரிவிக்கிறாள். ஏஞ்சலோ அவனது தண்டனையை வாழ்நாள் சிறைத்தண்டனையாக மாற்றி விட்டார் என்றும், ஆனால் அவன் சிறைக்கு வெளியில் தண்டனையை அனுபவிக்க வேண்டும் என்றும் இசபெல்லா சொல்கிறாள். புரியாமல் ஏஞ்சலோ அவளிடம் விளக்கமாகச் சொல்லும்படியாகக் கேட்கிறான்.

அதனால் அவனது மானமே போய்விடும் என்று இசபெல்லா சொன்னவுடன், கிளாடியோ இன்னமும் தெளிவாகச்

சொல்லும்படியாக வற்புறுத்துகிறான். அவன் மரணத்தில் இருந்து தப்பிக்க விரும்புவான் என்று தான் பயப்படுவதாக இசபெல்லா தெரிவிக்கிறாள். மரணத்தை ஏற்றுக் கொள்ளத் தான் தயாராக இருப்பதாகத் தெரிவிக்கிறான் கிளாடியோ. சிறிது நம்பிக்கையுடன் இசபெல்லா, தங்களுடைய மறைந்த தந்தையைப் போலப் பேசினான் என்று சொல்லி, ஏஞ்சலோவின் கேவலமான ஆசையை அவனிடம் சொல்கிறாள்.

கிளாடியோ ஏஞ்சலோவைக் கடுமையாகப் பேசுகிறான். அவனுக்காகத் தன்னுடைய உயிரைக் கொடுக்கவும் தான் தயாராக இருப்பதாகவும், ஆனால் தன்னுடைய கன்னித்தன்மையை இழக்க முடியாது என்றும் இசபெல்லா கூறுகிறாள். கிளாடியோ மறுநாளே தான் மரணமடையத் தயாராக இருப்பதாகத் தெரிவிக்கிறான்.

கிளாடியோ ஏஞ்சலோவைப் பற்றி யோசிக்கிறான். தானே அப்படியான ஆசையை வைத்துக் கொண்டு, அவன் எப்படித் தன்னைத் தண்டிக்க முடியும் என்று யோசிக்கும் அவன், மரணம் பயங்கரமானது என்று சொல்கிறான். ஏழு பெரிய பாவங்களில் சிற்றின்பம் சாதாரணமானது என்றும் சொல்கிறான். மரணத்தைப் பற்றித் தொடர்ந்து பேசுகிறான்.

அந்தப் பயத்திலேயே இசபெல்லாவை, ஏஞ்சலோவின் ஆசைக்கு இணங்கச் சொல்கிறான். ஓர் உயிரைக் காப்பாற்ற பாவம் செய்யலாம் என்றும் சொல்கிறான். இசபெல்லா கோபமடைகிறாள். அவனைக் கோழை என்றழைத்து, தன் சகோதரியின் அவமானத்தில் இருந்து அவனது உயிரை காப்பாற்றிக் கொள்வது தகாத உறவுக்குச் சமம் என்று சொல்கிறாள். அவன் ஜூலியட்டுடன் உறவு கொண்டது விபத்து அல்ல என்றும் அவனது கெட்ட குணத்தின் பிரதிபலிப்பு என்றும் கடுமையாகப் பேசுகிறாள்.

மறைந்திருந்து அனைத்தையும் கேட்டுக் கொண்டிருந்த பிரபு, வெளியே வந்து தான் அவர்களிடம் தனித்தனியே பேச வேண்டும் என்று கேட்டுக் கொள்கிறார். காவல் அதிகாரி அதற்கு ஒப்புக் கொண்டவுடன், முதலில் கிளாடியோவுடன் பேசுகிறார். ஏஞ்சலோ இசபெல்லாவின் தூய்மையைச் சோதிக்கவே அப்படிப் பேசியிருக்க வேண்டும் என்றும், மறுநாள் அவனை விடுதலை செய்து விடுவார் என்றும் சொல்கிறார். எனவே கிளாடியோ தைரியமாக இருக்க வேண்டும் என்றும் தெரிவிக்கிறார்.

அடுத்து இசபெல்லாவுடன் பேசும் அவர், அவள் என்ன திட்டம் வைத்திருக்கிறாள் என்று கேட்கிறான். இசபெல்லா ஏஞ்சலோவின்

ஆசைக்கு இணங்குவதைவிட, தன்னுடைய சகோதரன் மரணமடை வதையே தான் விரும்புவதாக இசபெல்லா சொல்கிறாள்.

வின்சென்டியோ பிரபு இப்போது அவளிடம் மரியானாவைத் தெரியுமா என்று கேட்கிறார். முன்பு ஏஞ்சலோ மரியானாவைத் திருமணம் செய்து கொள்வதாக இருந்தது என்றும், அவளது செல்வம் முழுவதும் கடலில் மூழ்கியதால், ஏஞ்சலோ அவளைத் திருமணம் செய்து கொள்ள மறுத்துவிட்டார். எனவே, இப்போது இசபெல்லா ஏஞ்சலோவின் ஆசைக்கு இணங்குவது போல நடிக்க வேண்டும். இரவில் வின்சென்டியோ பிரபு இசபெல்லாவிற்குப் பதிலாக மரியானாவை அனுப்பிவிடுவார். இசபெல்லாவின் மானத்திற்கு ஆபத்தில்லாமல், அவளது சகோதரனைக் காப்பாற்றிவிடலாம் என்று தெரிவிக்கிறார்.

அங்கம் 3 – காட்சி 2

சிறைக்கு வெளியில் இருக்கும் தெருவில் மாறுவேடத்தில் இருக்கும் வின்சென்டியோ பிரபு, காவல் அதிகாரி எல்போ, கோமாளி பாம்பேவை அழைத்து வருவதைப் பார்க்கிறார். அவன் என்ன குற்றம் செய்தான் என்று வின்சென்டியோ பிரபு கேட்கிறார். அவன் சிறு திருட்டுகள் செய்பவன் என்று எல்போ கூறுகிறான். அப்படியென்றால் அவன் சிறைக்குச் செல்வது சரிதான் என்று வின்சென்டியோ பிரபு சொல்கிறார். அப்போது லூசியோ வருகிறான்.

லூசியோவும் என்னவென்று கேட்கிறான். பாம்பே சிறைக்குச் செல்வதாகச் சொல்கிறான் எல்போ. தன்னுடைய பிணையைக் கட்ட லூசியோவை பாம்பே கேட்கிறான். லூசியோ மறுத்துவிடுகிறான்.

பாதிரி மாறுவேடத்தில் இருக்கும் பிரபுவிடம், லூசியோ வின்சென்டியோ பிரபு எங்கே இருக்கிறார் என்று கேட்கிறான். வின்சென்டியோ பிரபு தனக்குத் தெரியாது என்று சொல்கிறார். பிரபு இல்லாமல் ஏஞ்சலோ இன்னமும் கடுமையாகச் சட்டங்களை அமுல்படுத்துவதாக லூசியோ தெரிவிக்கிறான். பிரபு அதுதான் சரி என்று வாதிடுகிறார். பதிலுக்கு லூசியோ, ஏஞ்சலோ உடலுறவின் மூலமாகப் பிறந்திருக்க வாய்ப்பில்லை என்றும், பிரபு பெண்கள் இன்பத்தை அனுபவிப்பவர் என்பதால் அவர் மிகவும் கடுமையாகச் சட்டத்தை அமுல்படுத்தவில்லை என்று பேசுகிறான். இருவரும் கடுமையாக வாதிடுகிறார்கள். மாறுவேடத்தில் இருக்கும் பிரபு, தான் லூசியோவை பிரபுவிடம் காட்டி கொடுக்கப்போவதாகத்

தெரிவிக்கிறார். ஆனால் லூசியோ தனக்குப் பயமில்லை என்று சொல்கிறான். சிறிது நேரம் பேசிவிட்டு லூசியோ சென்று விடுகிறான்.

எஸ்கலஸ் அப்போது திருமதி ஓவர்டன் மற்றும் காவல் அதிகாரியுடன் வருகிறார். திருமதி ஓவர்டன் பாலியல் விடுதி நடத்துவதால் அவளைக் கைது செய்யவேண்டும் என்று எஸ்கலஸ் தெரிவிக்கிறார். திருமதி ஓவர்டன், முதலில் லூசியோவைக் கைது செய்யவேண்டும் என்றும் அவன்தான் விடுதியில் கும்மாளமிட்டு விட்டு, தன்னைக் காட்டிக் கொடுத்தது என்றும் கூறுகிறாள்.

மாறுவேடத்தில் இருக்கும் பிரபு, எஸ்கலசிடம் ஏஞ்சலோ பற்றி விசாரிக்கிறார். தான் வெளியூர்காரன் என்றும் சொல்கிறார். ஏஞ்சலோ மிகவும் நேர்மையான, கடுமையானவர் என்றும் கூறுகிறார். தான் அதை நேரில் பார்க்க விரும்புவதாக வின்சென்டியோ பிரபு தெரிவிக்கிறார். எஸ்கலஸ் சென்றவுடன், தான் ஏஞ்சலோவை முட்டாளாக்கப் போவது குறித்துத் தனியே பேசுகிறார்.

அங்கம் 4 – காட்சி 1, 2

வின்சென்டியோ பிரபு மாறுவேடத்தில் மரியானாவைச் சந்திக்கிறார். அப்போது இசபெல்லா வருகிறாள். ஏஞ்சலோ தனக்கு இரண்டு சாவிகளைக் கொடுத்து, இரவில் தோட்டத்திற்கு வரச் சொல்லி இருப்பதாகத் தெரிவிக்கிறாள். அங்கிருந்து அறைக்கு வழி சொல்லியிருப்பதாகவும் தெரிவித்தாள். தான் தன்னுடைய வேலையாளுடன் வருவதாகச் சொல்லியிருப்பதாகத் தெரிவிக்கிறாள்.

வின்சென்டியோ பிரபு இருவரையும் அறிமுகப்படுத்தி வைக்கிறார். அவர்களது திட்டங்களை அவர்களே பேசிக் கொள்ளலாம் என்று வின்சென்டியோ பிரபு சொல்கிறார். இருவரும் தோட்டத்திற்குச் சென்று தனியாகப் பேசிக் கொண்டிருக்கிறார்கள். ஏஞ்சலோவின் அறையில் இருந்து வெளியே வரும் போது ‘என்னுடைய சகோதரனை நினைவில் கொள்ளுங்கள்’ என்று சொல்லுமாறு இசபெல்லா தெரிவிக்கிறாள். வின்சென்டியோ பிரபு மரியானாவிடம், அவளும் ஏஞ்சலோவும் திருமணம் செய்ய நிச்சயமாகி இருப்பதால், அவள் எந்தப் பாவமும் செய்யவில்லை என்று தெரிவிக்கிறார்.

வின்சென்டியோ பிரபு மா திகாரி கிளாடியோ காப்பாற்றப் படுவதற்கு எதாவது வாய்ப்பிருக்கிறதா என்று கேட்கிறார். கிளாடியோவிற்கு மன்னிப்பு சிறிது நேரத்தில் வழங்கப்படும் என்று தெரிவிக்கிறார். அப்போது வரும் வேலையாள் ஒருவர், நான்கு

மணிக்கு கிளாடியோவின் மரண தண்டனையையும், மதியம் பர்னாடினின் மரண தண்டனையையும் நிறைவேற்ற ஏஞ்சலோ உத்தரவிட்டிருப்பதாகத் தெரிவிக்கிறான்.

வின்சென்டியோ பிரபு பர்னாடின் யார் என்று கேட்கிறார். அவன் ஒன்பது மாதங்களாகச் சிறையில் இருப்பதாகவும், இப்போதுதான் அவனது தண்டனை உறுதி ஆகியிருப்பதாகவும் தெரிவிக்கிறார். கிளாடியோவின் தண்டனையை நான்கு நாட்கள் தள்ளி வைக்கும் படியாக வின்சென்டியோ பிரபு கேட்கிறார். ஆனால், ஏஞ்சலோவின் கட்டளை தெளிவாக இருப்பதால் தன்னால் மீற முடியாது என்று அதிகாரி தெரிவிக்கிறான். கிளாடியோவிற்குப் பதிலாகப் பர்னாடினின் தண்டனையை நிறைவேற்றிவிட்டு, அவனது தலையை ஏஞ்சலோவிற்கு அனுப்பச் சொல்கிறார் பிரபு.

அங்கம் 4 – காட்சி 3,4

திருமதி ஓவர்டனின் பாலியல் விடுதிக்கு வருபவர்களில் பலரும் சிறைக்கும் வருகிறார்கள் என்று பாம்பே சொல்லிக் கொண்டிருக்கிறான்.

சிறை அதிகாரி, பர்னாடினை மரண தண்டனையை நிறைவேற்ற அழைத்து வருமாறு பாம்பேயிடம் சொல்கிறார். முந்தைய இரவு முழுவதும் தான் குடித்துக் கொண்டிருந்ததால், அன்று மரணமடைய தனக்கு விருப்பமில்லை என்று பர்னாடின் சொல்கிறான்.

அப்போது இறுதி பிரார்த்தனை செய்ய பாதிரி வேடத்தில் இருக்கும் வின்சென்டியோ பிரபு அங்கே வருகிறார். அவரிடமும் பர்னாடின் தனக்கு அன்று இறக்க விருப்பமில்லை என்று சொல்கிறான்.

அப்போது அதிகாரி, சிறையில் வெகுகாலம் இருந்த கொள்ளையன் ஒருவன் முந்தைய தினம் இறந்துவிட்டதாகத் தெரிவிக்கிறார். ‘அது கடவுளே கொடுத்திருக்கும் விபத்து’ என்று சொல்லும் பிரபு, அவனது தலையை வெட்டி ஏஞ்சலோவிற்கு அனுப்பச் சொல்கிறார். அப்படியே கிளாடியோவின் தலை என்று அந்தக் கொள்ளையனின் தலை அனுப்பப்படுகிறது.

இசபெல்லா வருகிறாள். கிளாடியோ கொல்லப்பட்டுவிட்டதாக வின்சென்டியோ பிரபு சொல்கிறார். இசபெல்லா ஏஞ்சலோவைப் பார்க்க கிளம்புகிறாள். அவளைத் தடுக்கும் பிரபு, ஏஞ்சலோ அவளைப் பார்க்கமாட்டார் என்றும், அவள் வின்சென்டியோ பிரபு வரும்வரை காத்திருந்து, அவரிடம் நடந்ததைச் சொல்லவேண்டும்

என்றும் தெரிவிக்கிறார். அவள் சென்று பீட்டர் பாதிரியை காணுமாறு, அவளுக்கு ஒரு கடிதம் கொடுக்கிறார்.

கிளாடியோவின் மரணத்திற்குத் தான் வருத்தத்தில் இருப்பதாகச் சொல்லிக் கொண்டே லூசியோ அங்கே வருகிறான். வின்செண்டியோ பிரபு வியன்னாவில் இருந்தால் கிளாடியோ இறந்திருக்க மாட்டான் என்று லூசியோ சொல்கிறான். இசபெல்லா சென்றவுடன், மீண்டும் அவன் வின்செண்டியோ பிரபு பல பெண்களிடம் இருந்த கதைகளை மாறுவேடத்தில் இருக்கும் பிரபுவிடம் சொல்லிக் கொண்டிருக்கிறான். வின்செண்டியோ பிரபு தனக்கு அதைக் கேட்பதில் விருப்பமில்லை என்று சொல்கிறார்.

அங்கம் 5 – காட்சி 1

நகருக்குத் திரும்பும் வியன்னா பிரபுவை வரவேற்க ஏஞ்சலோவும் எஸ்கலசும் நகர வாயிலில் காத்திருக்கிறார்கள். வருகை தரும் வின்செண்டியோ பிரபு அவர்களுக்கு வணக்கம் தெரிவிக்கிறார். பீட்டர் பாதிரியுடன் அங்கே இசபெல்லா வருகிறாள். பிரபுவிடம் பேசவேண்டும் என்று சொல்லும் அவள், அவரிடம் நீதி கேட்கிறாள். அவர் ஏஞ்சலோவிடம் குறைகளைச் சொல்லும்படியாகக் கூறுகிறார். ஏஞ்சலோ நடந்ததைச் சொல்வதற்கு முயல்கிறார். இசபெல்லா அவரைக் கொலைகாரன், ஏமாற்றுக்காரன், திருடன், பெண்களின் கற்பைச் சூறையாடுபவன் என்றல்லாம் பேசுகிறாள். அவளுக்குப் பைத்தியம் என்று வின்செண்டியோ பிரபு அவளை அங்கிருந்து செல்ல சொல்கிறார்.

ஏஞ்சலோ போன்று நல்லவர்களைப் போல இருப்பவர்களும் தீயவர்களாக இருக்கலாம் என்று இசபெல்லா சொல்கிறாள். வின்செண்டியோ பிரபு அவளது கதையைச் சொல்லச் சொல்கிறார். தன்னுடைய சகோதரனுக்கு மரண தண்டனை விதிக்கப்பட்டதால், லூசியோ தன்னை ஏஞ்சலோவைப் பார்க்கச் சொன்னதாகச் சொல்கிறாள். லூசியோ ஆமோதிக்கிறான். ஏஞ்சலோ அவளது சகோதரனை விடுவிக்க, அவருடன் உடலுறவு கொள்ளச் சொன்னதையும், தான் அவ்வாறு செய்த பின்னரும் அவர் தன்னுடைய சகோதரனைக் கொன்றுவிட்டதாகவும் தெரிவிக்கிறாள். ஏஞ்சலோ அவ்வாறு நடந்து கொள்வது நம்ப முடியாததாக இருக்கிறது என்றும், அவளுக்கு வேறு சாட்சிகள் இருக்கிறார்களா என்றும் கேட்கிறார்.

இசபெல்லா தனக்கு நீதி கிடைக்க வேண்டும் என்று கடவுளிடம் வேண்டுகிறாள். வின்சென்டியோ பிரபு அவளை அங்கே அனுப்பியது யார் என்று கேட்கிறார். தன்னை லோடோவிக் பாதிரி (மாறுவேடத்தில் இருந்த பிரபு) அனுப்பியதாகச் சொல்கிறாள். வின்சென்டியோ பிரபு தான் அவரைப் பார்க்க வேண்டும் என்கிறார். லூசியோ அந்தப் பாதிரி ஒரு போக்கிரி என்றும், அவர் பிரபுவைப் பற்றி மோசமாகப் பேசினார் என்றும் கூறுகிறார். பீட்டர் பாதிரி, அவர் நல்லவர் என்று சொல்கிறார். ஆனால் அவருக்கு உடல் நிலை சரியில்லை என்று சொல்லுகிறார். வின்சென்டியோ பிரபு இசபெல்லாவைச் சிறைக்கு அனுப்பிவிடுகிறார்.

மரியானா முகத்தை மூடிக் கொண்டு நுழைகிறாள். வின்சென்டியோ பிரபு அவளது முகத்தைக் காட்டச் சொல்கிறார். தன்னுடைய கணவர் சொன்னால் மட்டுமே முகத்தைக் காட்டுவேன் என்கிறாள். அவளுக்குத் திருமணமாகிவிட்டதா என்று வின்சென்டியோ பிரபு கேட்கிறார். இல்லை என்கிறாள். அவளுக்கு ஒன்று பைத்தியமாக இருக்க வேண்டும் அல்லது அவள் கைம்பெண்ணாக இருக்க வேண்டும் என்று வின்சென்டியோ பிரபு சொல்கிறார். இரண்டுமில்லை என்கிறாள். அவளிடம் விளக்கம் கேட்கிறார். தனக்குத் திருமணமாகவில்லை என்றாலும், தனக்கு நிச்சயம் செய்த மனிதருடன் உடலுறவு கொண்டதால் தான் அப்படிச் சொன்னதாகத் தெரிவிக்கிறாள். ஏஞ்சலோ மீதான வழக்கில் அவள் சாட்சியாக இருக்கமுடியாது என்கிறார் பிரபு. அவளோ ஏஞ்சலோதான் தன்னுடைய கணவன் என்கிறாள்.

துணியை விலக்கி முகத்தைக் காட்டுகிறாள். ஏஞ்சலோ தனக்கும் அவளுக்கும் ஐந்து வருடங்களுக்கு முன் நிச்சயம் நடைபெற்ற தாகவும், ஆனால் அதற்குப் பின் தான் அவளைப் பார்த்ததே இல்லை என்றும் சொல்கிறார். மரியானா இரண்டு நாட்களுக்கு முன்புதான் அவருடன் உறவு கொண்டதாகத் தெரிவிக்கிறாள். ஏஞ்சலோ மறுக்கிறார். இரண்டு பெண்களுக்கும் பைத்தியம் பிடித்திருக்கிறது என்கிறார். இதைத் தீர்க்க லோடோவிக் பாதிரி (மாறுவேடத்தில் இருக்கும் பிரபு) வர வேண்டும் என்று அவரை அழைத்துவர ஆட்களை அனுப்புகிறார். எஸ்கலஸ் விசாரணையைத் தொடர வேண்டும் என்று சொல்லிவிட்டு, வின்சென்டியோ பிரபு அங்கிருந்து செல்கிறார்.

எஸ்கலஸ் இசபெல்லாவை தனியே விசாரிக்க ஆரம்பிக்கிறார். அவளிடம் எப்படியாவது உண்மையைப் பெற முயல்கிறார். இப்போது பாதிரியாக மாறுவேடமிட்ட வின்சென்டியோ பிரபு

நுழைகிறார். ஏஞ்சலோவின் பெயரைக் கெடுக்க இசபெல்லாவையும் மரியானாவையும் அவருடன் அனுப்பினாரா என்று கேட்கிறார். மாறுவேடத்தில் இருக்கும் வின்சென்டியோ பிரபு மறுக்கிறார். எஸ்கலஸ் பாதிரி பிரபுவைச் சித்திரவதை செய்யப்போவதாக மிரட்டுகிறார். ஏஞ்சலோ லூசியோவைப் பேச சொல்கிறார். அவனும் மாறுவேடமிட்ட பிரபு, வியன்னா பிரபுவைப் பற்றி மோசமாகப் பேசியதாகச் சொல்கிறான். வின்சென்டியோ பிரபு மறுக்கிறார். எஸ்கலஸ் அவரைச் சிறைக்கு அனுப்பப் போவதாகத் தெரிவிக்கிறார். வின்சென்டியோ பிரபு காவல் அதிகாரியைத் தடுக்கிறார். இந்தக் குழப்பத்தில் லூசியோ, மறுவேடமிட்ட பிரபுவின் முகத்தை மறைத்திருந்த துணியைப் பிடித்திழுக்கிறான். அனைவரும் அங்கே வின்சென்டியோ பிரபு நிற்பதைப் பார்க்கிறார்கள்.

ஏஞ்சலோ தன்னுடைய தவறுகளை ஒப்புக்கொண்டு, தனக்கு மரணத் தண்டனை விதிக்கச் சொல்கிறார். வின்சென்டியோ பிரபு அவரை மரியானாவைத் திருமணம் செய்ய வேண்டும் என்று சொல்கிறார். இசபெல்லா அவரிடம் மன்னிப்புக் கேட்டுக்கொண்டு, அவர் சிறிது முன்பே தன்னை யார் என்று சொல்லியிருந்தால் கிளாடியோ உயிருடன் இருந்திருப்பான் என்கிறாள். அவர் தான் எதிர்பார்த்ததற்கு முன்பே அவன் கொலை செய்யப்பட்டுவிட்டான் என்கிறார். இசபெல்லாவின் வேண்டுகோளின்படி, அவர் ஏஞ்சலோவிற்கு மரண தண்டனை விதிக்கிறார்.

மரியானா தன்னைத் திருமணம் செய்து கொள்ளச் செய்து, உடனே கைம்பெண்ணாக்குவது சரியா என்று கேட்கிறாள். வின்சென்டியோ பிரபு மறுக்கிறார். மரியானா இசபெல்லாவின் உதவியைக் கேட்கிறாள். இசபெல்லாவும் ஏஞ்சலோவை மன்னிக்கும்படியாக பிரபுவை வேண்டுகிறாள்.

அதற்குள் பிரபு, கிளாடியோவை அவசரப்பட்டுக் கொன்று விட்டதாக அங்கிருக்கும் காவல் அதிகாரியை அவரது வேலையில் இருந்து நீக்குகிறார். ஆனால் அவன் தான் வேறொரு குற்றவாளியை அழைத்து வருவதாகக் கூறி, கிளாடியோவை அழைத்து வருகிறான். பிரபு கிளாடியோவை மன்னித்து, அவன் ஜூலியட்டைத் திருமணம் செய்து கொள்ள வேண்டும் என்று சொல்கிறார். இசபெல்லா தன்னைத் திருமணம் செய்து கொள்ள வேண்டும் என்று கேட்கிறார். முடிவாக, அனைவரும் மகிழ்ச்சியுடன் இருக்க வேண்டும் என்று சொல்லி முடிக்கிறார்.

நியாயத் தராசு – அலசல்

எங்கிருந்து ஆரம்பிப்பது? முடிவில் இருந்து ஆரம்பிப்போம். ஷேக்ஸ்பியரின் நகைச்சுவை நாடகங்கள் பெரும்பாலும் திருமணத்துடன் முடிகின்றன. இங்கும் ஒன்றுக்கு மூன்று திருமணங்கள் திட்டமிடப்படுகின்றன. இசபெல்லா கன்னியாஸ்திரி ஆனாளா அல்லது பிரபுவைத் திருமணம் செய்து கொண்டாளா என்பது தெளிவாக இல்லை.

ஷேக்ஸ்பியரின் நாடகங்கள் பெரிதும் இன்றைய பெண்ணிய விழுமியங்களுடன் ஒத்துப்போவதில்லை. இவற்றைப் பெண்ணிய நோக்கில் மறுவாசிப்புச் செய்து நாடகங்களாக நடத்தப்படுவது கடந்த நூறாண்டுகளில் சாதாரணமாக இருந்தாலும், இந்த நாடகத்தில் முடிவு மட்டுமே பிரச்சினை அல்ல. சகோதரனுக்காக ஏஞ்சலோவுடன் இணங்க இசபெல்லா ஒப்புக்கொள்ளவில்லை என்றாலும், கிளாடியோ அவளை வற்புறுத்துவது, மரியானா அப்படியே உறவு கொள்வது போன்றவற்றை எப்படியாக எடுத்துக் கொள்வது என்று புரியாமல் இருக்கிறது. ஒருபக்கம் கன்னித்தன்மை பற்றிப் பெரும் மதிப்புடன் பேசப்படும் இடத்தில், இது போன்ற தகாத, அதிகாரத்தில் இருக்கும் ஆண்களின் விருப்பம் எப்படியாகப் பார்க்கப்பட வேண்டும் என்றும் விவாதங்கள் நடைபெறுகின்றன.

உதாரணமாக, ஒருவிதத்தில் ஷேக்ஸ்பியர் இதில் கன்னித்தன்மை போன்ற விஷயங்களைக் கேலி செய்வதாகவும் பார்க்கலாம். கதையில் ஜூலியட், மரியானா என இருவரும் திருமணத்திற்கு முன்பே உடலுறவு கொள்கிறார்கள். கன்னியாஸ்திரியாகப் போவதாக இருக்கும் இசபெல்லா, திருமணம் செய்துகெள்கிறாள். உயிரைக் காப்பாற்ற கன்னித்தன்மையை இழக்கலாம் என்றும் கிளாடியோ ஓரிடத்தில் சொல்கிறான்.

இதில் ஷேக்ஸ்பியர் எங்கும் இது சரி, தவறு எங்கும் விவாதங்களில் நுழைவதில்லை. அவர் ஒரு நாடக ஆசிரியராக நிகழ்வுகளைச் சொல்லிக் கொண்டே செல்கிறார், அவ்வளவே. எனவே நம்மால் இந்த நிகழ்வுகளில் ஷேக்ஸ்பியரின் தெளிவான நிலைப்பாடு என்ன என்று புரிந்து கொள்ள இயலவில்லை. வாசகன் தனக்கு என்ன முடிவு விருப்பம் என்று நினைக்கிறானோ, அப்படியே எடுத்துக் கொள்ள வேண்டியதுதான். சாமுவேல் ஜான்சன் எழுதியதை போல 'ஷேக்ஸ்பியர் எந்த ஒழுக்கக் காரணங்களும் இல்லாமல் எழுதினார்; அவரது எழுத்து மகிழ்விக்கவே அல்லாது, போதிக்க அல்ல' என்பதைத்தான் விளக்கமாகக் கொடுக்கவேண்டும்.

நாடகத்தின் தலைப்பு வேதாகமத்தில் இருந்து எடுக்கப்பட்டு இருப்பது போலவே, கதையும் வேதாகம ஒழுக்கங்களை வலியுறுத்துவதாக இருப்பதாகவும் சொல்லப்படுகிறது. நாடகத்தின் முதலில் இருந்து அனைத்து நிகழ்வுகளையும் பிரபு தன்னுடைய கட்டுப்பாட்டில் வைத்திருக்கிறார். அனைத்துப் பாத்திரங்களின் நடத்தையையும் தானே நடத்துகிறார். இவரை ஒரு 'தீர்க்கதரிசி' பாத்திரமாகப் பார்க்கலாம். அதே நேரத்தில் கதையைத் தானாக நகற்ற முயலாமல், ஒரு 'deu ex machina' பாத்திரமாக ஷேக்ஸ்பியர் இவரை உண்டாகியிருக்கலாம் என்றும் சொல்லப்படுகிறது.

அதே போல கிளாடியோவைக் காப்பாற்ற இன்னொரு குற்றவாளி, அவனுக்கு விதிக்கப்பட்ட நாளுக்கு முன்னரே கொலை செய்யப்படுகிறான். இது எந்த விதத்தில் வின்சென்டியோ பிரபுவின் நியாயத்தின்கீழ் வரும் என்பதும் தெரியவில்லை. கதையை நகர்த்த வேண்டி, ஷேக்ஸ்பியர் செய்து கொண்ட சமரசங்களாக இதைப் பார்க்க வேண்டி இருக்கிறது.

நகைச்சுவை நாடகம் 5

வேடிக்கையான தவறுகள்

(The Comedy of Errors)

மேற்கத்தியக் கலாசாரத்தில் கிரேக்கக் கலாச்சாரத்தின் பாதிப்பு இல்லாத இடங்களே இல்லை எனலாம். நாடக உலகமும் இதற்கு விதிவிலக்கல்ல. கிரேக்க நாகரீகத்தில் நாடகங்களுக்கு என்று மிகப்பெரிய வரலாறும் பாரம்பரியமும் உண்டு. பல்வேறு கிரேக்க நகர அகழாய்வுகளில் 2500 வருடப் பழமையான நாடகமேடைகள் நமக்குக் கிடைத்திருக்கின்றன. அங்கே மேடையேற்றப்பட்ட கிரேக்க நாடகங்களும் ஓரளவிற்கு முழுமையாகவே நமக்குக் கிடைத்திருக்கின்றன. அந்த நாடகங்கள் எந்த மாற்றமும் இல்லாமல் இன்றுவரை மேற்கில் மேடையேற்றப்படுகின்றன. கிரேக்க நாடக வடிவமும், அதன்மூலம் அறிமுகமான நாடக மேடைவிதிகளும் இன்றும் வெவ்வேறு விதங்களில் மேற்குலகில் பின்பற்றப் படுகிறது.

கிரேக்கர்கள் நாடகங்களை நகைச்சுவை, சோகம் மற்றும் நையாண்டி என்று மூன்று விதங்களாகப் பிரித்திருந்தார்கள். அதில் நகைச்சுவை நாடகங்களும் அவற்றை எழுதிய பெரும் புகழ்பெற்ற நாடகாசிரியர்களும் இன்றும் நமக்குப் பரிச்சியமாக இருக்கிறார்கள். அவர்கள் உருவாக்கிய பல கதாபாத்திரங்களும், கதை வடிவங்களும் பின் வந்த நாட்களில் பல விதங்களில் சிறிய மாறுதல்களோடு திரும்ப, திரும்ப எழுதப்பட்டிருக்கின்றன.

நகைச்சுவை நாடகங்களில் நாம் காணும் கடுமையான தந்தை, இளம் காதல் ஜோடிகள், புத்திசாலி வேலையாள் (அல்லது

அடிமை), நல்ல மனதுடைய விபச்சாரிகள், தந்தை-மகன் உறவு, முன்னுரைகள், காமம் நிறைந்த கிழவர்கள், முதுகில் குத்தும் நண்பர்கள் போன்ற பொதுவான அம்சம் கொண்ட பாத்திரங்கள், கிரேக்க நகைச்சுவை நாடகங்களிலேயே முதலில் அறிமுகம் செய்யப்படுகின்றன. இன்றளவும் இவை மேற்கத்திய நகைச்சுவை நாடகங்களில் தொடருகின்றன.

கிரேக்க நாகரீகத்தின் இறுதி நாட்களில் எழுதப்பட்ட நாடகங்கள் புதிய நகைச்சுவை நாடகங்கள் எனப்படுகின்றன. கிரேக்கர்களின் கலாசாரத்தின் தொடர்ச்சியாகத் தங்களைக் கருதிக்கொண்ட ரோமானியர்களும் நாடகங்களைத் தங்களுடையதாக வரித்துக் கொண்டனர்.

அப்படியாகக் கிரேக்கப் புதிய நகைச்சுவை இயக்கத்தின் பிற்கால நாடகாசிரியர்களில் ஒருவர்தான் பிளாட்டஸ். கி.மு மூன்றாம் நூற்றாண்டைச் சேர்ந்த அவரது நாடகங்கள் பலவும் நமக்கு முழுமையாகக் கிடைத்திருக்கின்றன. மேலே சொன்ன பல அம்சங்களும் நிறைந்த கிரேக்க நாடகங்களை அவர் ரோமானியப் பார்வையாளர்களுக்காக லத்தீன் மொழியில் மீண்டும் எழுதினார். அவரது பெரும்பாலான நாடகங்கள் கிரேக்க நாடகங்களை அடிப்படையாகக் கொண்டு எழுதப்பட்டவையே. லத்தீன் மொழியில் நமக்குக் கிடைக்கும் பழமையான இலக்கியப் பிரதிகள் இவையே.

மேற்குலகில் ரோமானியர்களுக்குப் பின்னரான கலாசாரத் தொடர்ச்சியின் முன்னிற்பவர்களாகப் பல நாடுகளும் மக்களும் தங்களை நினைத்துக் கொண்டார்கள். அவர்களில் பதினாறாம் நூற்றாண்டின் இங்கிலாந்து முக்கியமானது. ஆங்கிலம் தாய்மொழியாக இருந்தாலும், கடந்த நூற்றாண்டுவரை அங்கு பரவலாக லத்தீனும் சொல்லித் தரப்பட்டது. லத்தீன் இலக்கியப் பரிச்சியம் அனைவருக்கும், குறிப்பாக இலக்கியவாதிகளுக்குத் தேவையானதாகக் கருதப்பட்டது.

ஷேக்ஸ்பியர் தன்னையும் இத்தகைய பாரம்பரியத்தின் தொடர்ச்சியாக எண்ணியிருந்தால் அதில் எந்தத் தவறும் இல்லை. எப்படியாகினும், அவரது நாடகங்கள் உறுதியாக இந்தக் கலாசாரக் கண்ணியில் முக்கியமான தொடர்ச்சிதான் என்பதில் சந்தேகமில்லை.

பிளாட்டசின் கிரேக்கத்தில் இருந்து லத்தீன் மொழிக்கு மாற்றப்பட்ட நாடகங்களில் ஒன்று ‘மெனக்மஸ் சகோதரர்கள்’

ஆகும். அவரது சிறந்த நாடகங்களில் ஒன்றாக இது கருதப்படுகிறது. இரட்டையர்களான சகோதரர்களைப் பற்றியும், அவர்களைத் தவறாக அடையாளம் கண்டுகொள்வதால் ஏற்படும் குழப்பமே நாடகத்தின் மையம். அதனால் ஏற்படும் நிகழ்வுகள் நகைச்சுவை யாகச் சொல்லப்பட்டிருக்கும்.

ஷேக்ஸ்பியர் தன்னுடைய 'வேடிக்கையான தவறுகள்' நாடகத்தை பிளாட்டசின் நாடகத்தை அடிப்படையாகக் கொண்டே எழுதியிருக்கிறார். ஆனால், ஷேக்ஸ்பியர் இந்தக் கதையில் வெகுவாக மாற்றம்செய்து, நிகழ்வுகளை இன்னமும் நகைச் சுவையாக எடுத்துச் செல்கிறார்.

ஷேக்ஸ்பியரின் சிறந்த நாடகங்களில் ஒன்றாக இது கருதப் படுகிறது. இதில் நாம் நாடக நிகழ்வுகளை வேகமாக நகர்த்துவது, பாத்திரங்களின் வடிவமைப்பு, நாடக மேடையை முழுவதுமாகத் தன்னுடைய கட்டுப்பாட்டில் எடுத்துக் கொள்வது என எல்லா விதங்களிலும் ஷேக்ஸ்பியரின் மேதைமையைக் காண்கிறோம். கதையின் கரு பிளாட்டசுடையதாக இருந்தாலும், நாடகத்தின் வடிவம், எழுத்து என எல்லா விதங்களிலும் ஷேக்ஸ்பியர் மூலத்தை விடப் பல மடங்கு அருமையாக மாற்றிவிடுகிறார்.

நாடகத்தைப் பற்றி நாம் மேலும் பேசுவதற்கு முன், நாடகத்தின் கதைச் சுருக்கத்தைப் பார்த்துவிடுவோம்.

அங்கம் 1 – காட்சி 1

எபேசஸ் நகரத்தின் தெரு ஒன்றில் நகரப் பிரபுவான சொலினஸ், ஏகியன் என்ற வணிகனை இழுத்துச் சென்றுகொண்டிருக்கிறார். ஏகியன் சிரகூஸ் நகரைச் சேர்ந்தவன். எபேசஸ் நகரத்திற்கும், சிரகூஸிற்கும் இடையில் வணிகத்தின்பொருட்டுப் பெரும் பகை நிலவி வந்தது. எனவே, எபேசஸிற்கு வரும் சிரகூஸ் நகர வணிகர் எவருக்கும் மரண தண்டனை வழங்கப்பட்டு வந்தது. அதற்காகவே சொலினஸ், ஏகியனை அழைத்துச் சென்று கொண்டிருந்தார்.

மரணத்தில் இருந்து தப்பிக்க வேண்டுமென்றால், ஆயிரம் மார்க் பணம் அபராதம் கட்டவேண்டும். அதுவும் ஏகியனிடம் இல்லை. எனவே அவன் தன்னுடைய விதியை ஏற்றுக்கொண்டதுபோல இருந்தான். இறந்துவிடுவது தன்னுடைய துயரங்களில் இருந்து தனக்கு விடுதலை அளித்து விடும் என்று சொல்லிக்

கொண்டிருந்தான். துயரம் என்ற வார்த்தையைக் கேட்ட சொலினஸ் பிரபு அவனிடம் விசாரிக்க ஆரம்பிக்கிறார். அவனும் தன்னுடைய கதையைக் கூறுகிறான்.

சிரகூஸில் பிறந்த ஏகியன், அருகில் இருந்த ஏபிடாம்நியம் நகருடன் வணிகம் செய்து மிகுந்த செல்வத்துடன் இருந்தான். அவனுடைய மனைவி கர்ப்பமாக இருந்தபொழுது, ஏபிடாம்நியமில் இருந்த அவனது வணிகப் பிரதிநிதி இறந்துவிடவே, மனைவியையும் அழைத்துக்கொண்டு அவன் ஏபிடாம்நியம் நகருக்குச் சென்றான். அங்கே தங்கியிருந்த நாட்களில் அவனது மனைவி இரட்டைக் குழந்தைகளைப் பெற்றெடுத்தாள். அதேநேரத்தில், அவர்கள் தங்கியிருந்த அதே விடுதியில் இருந்த ஏழை வேலைக்காரப் பெண்ணிற்கும் இரட்டைக் குழந்தைகள் பிறந்தன. தன்னுடைய பிள்ளைகளுக்கு அடிமை சேவகம் பார்க்க வேண்டி அந்தக் குழந்தைகளையும் ஏகியன் விலை கொடுத்து வாங்கினான்.

அவர்கள் மீண்டும் எபேசஸ் நகருக்குத் திரும்பும்பொழுது அந்தக் கப்பல் சூறாவளியில் சிக்கி உடைகிறது. வணிகன் தன்னுடைய குழந்தை ஒன்றையும், வேலைக்காரியின் குழந்தை ஒன்றையும் எடுத்துக் கொள்ளவே, அவனது மனைவியும் அதுபோலவே இரு குழந்தைகளை எடுத்துக்கொண்டாள். இந்தச் சமயத்தில் கப்பல் பாறையில் மோதி இரண்டாகப் பிளக்க, இருவரும் அவரவர் பகுதியில் பிரிந்துவிடுகிறார்கள்.

புயல் அடித்து ஓய்ந்த பின்னர், அந்த வழியே வந்த கொரிந்தியக் கப்பல் ஒன்று ஏகியனையும், அவனுடன் இருந்த இரண்டு குழந்தைகளையும் காப்பாற்றியது. அவனது மனைவியும், அவளிடம் இருந்த இரண்டு குழந்தைகள் அந்த வழியே சென்ற மற்றொரு கப்பலால் காப்பாற்றப்பட்டனர் எனத் தெரியவந்தது. ஆனால் அந்தக் கப்பலை ஏகியனால் கண்டறிய முடியவில்லை.

ஏகியனிடம் வளர்ந்த மகன் பெரியவனானவுடன், தன்னுடைய அடிமையை அழைத்துக்கொண்டு தன்னுடைய சகோதரனையும் தாயையும் தேடிக் கிளம்பினான். ஏகியனும் அவனைப் பின்தொடர்ந்து செல்ல ஆரம்பித்தான். இப்படியே அவன் எபேசஸ் நகருக்கு வந்து சேர்ந்தான். தான் கைது செய்யப்படுவோம் என்று தெரிந்தாலும், தன்னுடைய குடும்பத்தைக் கண்டுபிடிக்கும் ஆவலில் அவன் அங்கு வந்து சேர்ந்தான்.

இந்தக் கதையைக் கேட்ட சொலினஸ் பிரபு, ஏகியன் மீதான பரிதாபத்தால், அவனது அபராதத்தைக் கட்ட இன்னும் ஒருநாள்

அவகாசம் கொடுத்தார். ஏகியனுக்குத் தனக்கு அந்நியமான அந்த நகரில் பணத்தைப் புரட்ட முடியாது என்று தெரிந்தாலும், உதவியைத் தேடி நகருக்குள் அலைய ஆரம்பித்தான்.

அங்கம் 1 – காட்சி 2

இந்த நேரத்தில் ஏகியனின் மகனான ஆண்டிபோலஸ் (இனி ஆண்டிபோலஸ்-சி என்று அழைப்போம்) எபேசஸ் நகருக்கு வந்து சேர்ந்தான். அவன் தன்னுடைய தாயையும் சகோதரனையும் தேடி அங்கு வந்திருந்தான். அவனுக்குத் தனது தந்தை அங்கே இருப்பது தெரியாது. ஆண்டிபோலஸ்-சியுடன் அவனது அடிமையான டிரோமியோவும் (இனி டிரோமியோ-சி) இருந்தான்.

ஆண்டிபோலஸ்-சியின் நண்பனான வணிகன் ஒருவன் நீ சிரகூஸ் நகரைச் சேர்ந்தவன் என்பதை வெளியே சொல்லாதே என அவனிடம் சொல்லி இருந்தான். எனவே ஆண்டிபோலஸ்-சியும் அப்படியே நடந்துகொள்வதாகத் தெரிவித்துவிட்டு, தன்னுடைய பணம் ஆயிரம் மார்க்கையும், பெட்டி படுக்கைகளையும் அடிமை டிரோமியோ-சியிடம் கொடுத்து, தான் தங்கப்போகும் செண்டார் விடுதிக்கு அனுப்பினான். தனிமையிலேயே அவன் தன்னுடைய தாயையும் சகோதரனையும் தேடி அலைந்துகொண்டிருந்தான். அவர்களைக் கண்டுபிடிக்க முடியவில்லையே என்று வருந்திக் கொண்டிருந்தான்.

ஆனால், தொலைந்துபோன அவனுடைய சகோதரனான ஆண்டிபோலஸ்-இ, எபேசஸ் நகரில் மிகவும் வசதியுடன் வாழ்ந்து வந்தான். அவனுடைய அடிமையாக டிரோமியோ-இயும் உடன் இருந்தான். ஆண்டிபோலஸ்-இக்கு அட்ரியானா என்ற பெண்ணுடன் திருமணம் ஆகியிருந்தது. அத்துடன் அவன் சொலினஸ் பிரபுவிற்கு நெருக்கமானவனாகவும் இருந்தான்.

ஆண்டிபோலஸ்-சி யோசித்துக் கொண்டிருந்தபொழுது, டிரோமியோ-இ அங்கே வந்தான். ஆண்டிபோலஸ்-சியைத் தன்னுடைய முதலாளி என்று நினைத்த அவன், அவனிடம் சென்று மனைவி அட்ரினா காத்திருப்பதாகவும், உடனே வரச்சொன்ன தாகவும் தெரிவித்தான். டிரோமியோ-இயை தன்னுடைய அடிமை என்று நினைத்த ஆண்டிபோலஸ்-சி, அவன் சொல்வது புரியாமல், அவனுடன் வாதம் செய்ய ஆரம்பித்தான். இறுதியில், கோபத்தின் உச்சத்திற்கே சென்ற அவன், டிரோமியோ-இயை அடித்து விட்டான். உடனே டிரோமியோ-இ அங்கிருந்து ஓடினான்.

ஆண்டிபோலஸ்-சி தன்னுடைய அடிமையை எபேசஸ் நகர் பைத்தியமாக்கிவிட்டது நினைத்துக் கொண்டான். அத்தோடு தன்னுடைய பணமும், பெட்டி, படுக்கைகளும் என்ன ஆனதோ என்ற பயத்தில் விடுதியை நோக்கி சென்றான்.

அங்கம் 2 – காட்சி 1

ஆண்டிபோலஸ்-இயின் வீடு. அவனது மனைவி அட்ரியானாவும், அவளது சகோதரி லூசியானாவும் பேசிக்கொண்டிருக்கிறார்கள். தன்னுடைய கணவன் வருவதற்குத் தாமதமாகிறது என்று அட்ரியானா சொல்லிக்கொண்டிருக்கிறாள். அட்ரியானா தேவையில்லாமல் கவலைப்படுகிறாள் என்று லூசியானா சொல்கிறாள். அவர்கள் பேசிக்கொண்டிருக்கும்பொழுதே டிரோமியோ-இ அங்கே வருகிறான். தன்னுடைய முதலாளிக்குப் பைத்தியம் பிடித்து விட்டது என்றும், தான் வீட்டிற்கு அழைத்தாலும், அவர் பணத்தைப் பற்றியே பேசிக்கொண்டிருந்ததாகவும் தெரிவிக்கிறான்.

தன் கணவனைப் பற்றித் தவறாகப் பேசியதால் அட்ரியானா கோபத்தில் அவனது கன்னத்தில் அறைகிறாள். அவனும் எதுவும் புரியாமல் அங்கிருந்து சென்று விடுகிறான். தன்னுடைய கணவனிற்கு வேறொரு பெண்ணுடன் தொடர்பிருக்க வேண்டும் என்றும், அதனாலேயே அவன் வரத் தாமதமாகிறது என்று அட்ரியானா நினைக்கிறாள்.

அங்கம் 2 – காட்சி 2

ஆண்டிபோலஸ்-சி தன்னுடைய விடுதிக்குச் சென்று பார்க்கிறான். அங்கே தன்னுடைய பணமும், பெட்டி படுக்கைகளும் பத்திரமாக இருப்பதைக் கண்டு குழப்பமடைகிறான். அப்படியே அங்கிருந்து நகருக்குள் சென்று, அலைந்து கொண்டிருக்கிறான். அப்போது அவனது அடிமையான டிரோமியோ-சியைக் காண்கிறான். ஆனால் டிரோமியோ-சிக்கு அங்கே நடந்தது எதுவும் தெரியாது. இதனால் அவன் தான் வீட்டைப் பற்றியும், மனைவியைப் பற்றியும் எதுவும் கூறவில்லை என தெரிவிக்கிறான். ஆண்டிபோலஸ்-சிக்கு அவன் பொய் சொல்வதாகக் கோபம் வருகிறது. ஆனால் டிரோமியோ-சி வேடிக்கையாகப் பேசி அவனைச் சரி செய்து விடுகிறான்.

அவர்கள் பேசிக்கொண்டிருக்கும்பொழுது, அங்கே அட்ரியானாவும், லூசியானாவும் வருகிறார்கள். ஆண்டிபோலஸ்-சியைத் தன்னுடைய கணவன் என்று நினைக்கும் அட்ரியானா, அவன்

தன்னை ஏமாற்றுவதாகவும், தன்னுடைய காதலை மறந்து விட்டதாகவும், அவர்களது திருமணத்தை மதிப்பதில்லை என்றும் குற்றம்சாட்டுகிறாள். ஆண்டிபோலஸ்-சி இன்னமும் குழம்பிப் போகிறான். தான் அவளைச் சந்தித்ததே இல்லை என்று சொல்கிறான். இதைக் கேட்டு அட்ரியானாவின் கோபம் இன்னமும் அதிகரிக்கிறது. அவனையும், அவனது அடிமையையும் வீட்டிற்குத் தரதரவென்று இழுத்துச் செல்லப்போவதாகக் கூறுகிறாள். குழப்பத்தில் இருந்தாலும், தெருவில் மேலும் சண்டையிட விரும்பாமல், ஆண்டிபோலஸ்-சி அவளுடன் ஆண்டிபோலஸ்-இயின் வீட்டிற்குக் கிளம்புகிறான். டிரோமியோ-சி கதவிற்கு அருகே காவல் இருக்கிறான்.

அங்கம் 3 – காட்சி 1

ஆண்டிபோலஸ்-சி உள்ளே சாப்பிட்டுக் கொண்டிருக்கும்பொழுது, ஆண்டிபோலஸ்-இ தன்னுடைய அடிமை டிரோமியோ-இயுடன் வீட்டிற்கு வந்துகொண்டிருக்கிறான். அவர்களுடன் தங்க ஆசாரியான ஏஞ்சலோவும், வணிகனான பல்தசாரும் வருகிறார்கள். இருவருடனும் பேசிக் கொண்டிருந்ததால் நேரமாகிவிட்டதை அவர்கள் தன்னுடைய மனைவிக்குத் தெரிவிக்கவேண்டும் என்று ஆண்டிபோலஸ்-இ சொல்லிக்கொண்டிருக்கிறான்.

வீட்டின் கதவைத் தட்டியவுடன், டிரோமியோ-சி கதவைத் திறக்க மறுக்கிறான். கோபமடைந்த ஆண்டிபோலஸ்-இ இன்னமும் வேகமாகக் கதவைத் தட்டவே, முதலில் வேலைக்காரி லூசியும், அடுத்து அட்ரியானாவும் வருகிறார்கள். ஆனால் ஆண்டிபோலஸ் உள்ளே உணவருந்திக்கொண்டிருப்பதால், வெளியே ஆண்டிபோலஸ் என்று சொல்பவன் எவனோ போக்கிரி என்று நினைத்து அவர்களும் கதவைத் திறக்க மறுத்து விடுகிறார்கள்.

கோபத்தில் ஆண்டிபோலஸ்-இ கதவை உடைக்க முயலுகிறான். அப்போது பல்தசார் அவனைத் தடுத்து, இதனால் அவர்களது குடும்பத்திற்குத்தான் அவமானம் என்றும், அவள் கதவைத் திறக்க மறுப்பதற்குச் சரியான காரணம் இருக்க வேண்டும் என்றும் சொல்கிறான். எனவே ஆண்டிபோலஸ்-இ அங்கிருந்து தனது நண்பர்களுடன் கோபமாகச் செல்கிறான். அன்றைய இரவு உணவை நடனக்காரியுடன் எடுத்துக் கொள்ளப்போவதாகத் தெரிவிக்கும் அவன், தன்னுடைய மனைவிக்காக ஏஞ்சலோவிடம் செய்யக் கொடுத்திருந்த தங்கச்சங்கிலியையும் கொண்டுவரச் சொல்கிறான். அதையும் நடனக்காரிக்கே கொடுக்கப்போவதாகத் தெரிவிக்கிறான்.

அங்கம் 3 – காட்சி 2

வீட்டிற்குள் லூசியானாவும், ஆண்டிபோலஸ்-சியும் தனியே இருக்கிறார்கள். தன்னுடைய சகோதரியின் கணவன் என்று எண்ணியபடி, லூசியானா அவனைத் திட்டிக்கொண்டிருக்கிறாள். தன்னுடைய சகோதரிக்குத் துரோகம் செய்வது என்று முடிவு செய்துவிட்டால், அதை மறைவாகவாவது அவன் செய்யலாம் என்று சொல்கிறாள். ஆனால், தான் அட்ரியானாவின் கணவன் இல்லை என்று சாதிக்கும் ஆண்டிபோலஸ்-சி, தான் லூசியானாவை விரும்புவதாகத் தெரிவிக்கிறான். இன்னமும் கோபம் கொள்ளும் அவள் தன்னுடைய சகோதரியைத் தேடிச் செல்கிறாள்.

அப்போது அடிமையான டிரோமியோ-சி, அவனது முதலாளியை வந்து சந்திக்கிறான். அவன் அவனிடம், அடுப்படியில் இருக்கும் சமையல்காரி நெல் தன்னை அவளது கணவன் என்று சொல்வதாகத் தெரிவிக்கிறான். அவள் பருமனாகவும் அவலட்சணமாகவும் பயங்கரமாகவும் இருப்பதாகச் சொல்லி, இருவரும் சிரிக்கிறார்கள். ஆண்டிபோலஸ்-சி அவர்கள் அந்த நகரில் இருந்து உடனே கிளம்ப வேண்டும் என்று சொல்லி, அவனை அடுத்த கப்பலில் இடம் இருக்கிறதா என்று விசாரிக்குமாறு துறைமுகத்திற்கு அனுப்புகிறான்.

தனிமையில், தான் லூசியானாவை விரும்பினாலும், இந்த மந்திரமும் மாயமும் நிறைந்த நகரில் இருக்க விரும்பவில்லை என்றும், அங்கே சூனியக்காரிகள்தான் இருக்கிறார்கள் என்றும் சொல்லிக் கொள்கிறான். அப்போது அங்கே வரும் ஏஞ்சலோ, ஆண்டிபோலஸ்-சியை மீண்டும் தவறாகப் புரிந்துகொண்டு, (ஆண்டிபோலஸ்-இ வாங்கி வரச்சொன்ன) தங்கச்சங்கிலியை அவனிடம் கொடுத்து விடுகிறான். பணத்தைப் பின்னர் வாங்கிக் கொள்வதாகவும் தெரிவிக்கிறான்.

அங்கம் 4 – காட்சி 1, 2

தங்கச்சங்கிலியைச் செய்வதற்கு ஏஞ்சலோ இன்னொரு வணிகனிடம் கடன் வாங்கி இருந்தான். ஆண்டிபோலஸ்-இயிடம் பணத்தை வாங்கித் தருவதாகக் கூறி இருந்தான். அப்போது அந்த வழியே வரும் ஆண்டிபோலஸ்-இயையும், டிரோமியோ-இயையும் காணும் அவன், அவர்களை நோக்கி வருகிறான்.

ஆண்டிபோலஸ்-இ தன்னுடைய அடிமையைக் கயிறு வாங்கி வரச்சொல்லி அனுப்புகிறான். அதைக்கொண்டு தன்னை

வீட்டிற்குள் வரவிடாத தன்னுடைய மனைவியையும் வேலையாட்களையும் அடிக்கப்போவதாகச் சொல்கிறான். அங்கே வரும் ஏஞ்சலோ தன்னுடைய பணத்தைத் திரும்பக் கேட்கிறான். ஆண்டிபோலஸ்-இ தான் இன்னமும் சங்கிலியைப் பெறவில்லை என்பதால் பணம் தர முடியாது என்று வாதாடுகிறான். எனவே ஏஞ்சலோ அவனைக் கைது செய்ய வைக்கிறான். அப்போது அங்கே வரும் டிரோமியோ-சி, புறப்படத் தயாராக இருக்கும் கப்பல்கள் பற்றிச் சொல்கிறான். கோபப்படும் ஆண்டிபோலஸ்-இ, அவனை வீட்டிற்குச் சென்று அட்ரியானாவிடம் தன்னுடைய பிணைத் தொகையைப் பெற்று வரும்படி உத்தரவிடுகிறான்.

அட்ரியானாவின் 'கணவன்' தன்னிடம் அவன் காதலைத் தெரிவித்ததாக லூசியானா சொல்கிறாள். ஆனால் தான் அவனிடம் தவறாக நடந்துகொள்ளவில்லை என்றும் உறுதியளிக்கிறாள். இதனால் கோபமான அட்ரியானா தனது கணவனைத் திட்டுகிறாள். ஆனாலும் அவனை இன்னமும் சிறிது விரும்புவதாகச் சொல்கிறாள். அப்போது அங்கே வரும் டிரோமியோ-சி, ஆண்டிபோலஸ் கைது செய்யப்பட்டுவிட்டதாகவும், பிணைத்தொகையைக் கொண்டுவரச் சொன்னதாகவும் சொல்கிறான். லூசியானாவைப் பணத்தை எடுத்துவரச் சொல்லும் அட்ரியானா, பணத்தை டிரோமியோ-சியிடம் கொடுத்து, உடனே தனது கணவனைக் கூட்டிவரச் சொல்கிறாள்.

அங்கம் 4 – காட்சி 3,4

நகரில் சுற்றிக்கொண்டிருக்கும் ஆண்டிபோலஸ்-சி, தான் இதுவரை பார்த்தேயிராதவர்கள் எல்லாம் தனக்கு வணக்கம் தெரிவிப்பதும், தனக்கு நன்றி தெரிவிப்பதும், அவன் கேட்டதாகப் பொருட்களைக் கொடுப்பதுமாக இருப்பதையும் எண்ணி ஆச்சரியப்படுகிறான். அப்போது அங்கே வரும் டிராமியோ-சி, ஆண்டிபோலஸ்-இயை சிறையில் இருந்து மீட்க அட்ரியானா கொடுத்தனுப்பிய பணத்தை அவனிடம் தருகிறான். ஆண்டிபோலஸ்-சிக்கு அவன் எதற்காகப் பணம் தருகிறான் என்றே தெரியவில்லை. துறைமுகத்தில் அடுத்துக் கிளம்பும் கப்பல்கள் எவை என்று அவனிடம் கேட்டான்.

அவர்கள் பேசிக்கொண்டிருக்கும்பொழுது, அங்கு வரும் ஆண்டிபோலஸ்-இயுடன் உணவருந்திய நடனக்காரி, முந்தைய இரவில் தன்னிடம் கடன் வாங்கிய மோதிரத்தைத் திருப்பிக் கேட்கிறாள். அவளைச் சூனியக்காரி என்று எண்ணும்

ஆண்டிபோலஸ்-சியும், டிரோமியோ-சியும் அங்கிருந்து ஓடுகிறார்கள். அவர்களுக்குப் பைத்தியம் என்று நினைக்கும் நடனக்காரி, அட்ரியானாவிடம் நேராகச் சென்று, தன்னுடைய மோதிரத்தை அவளது கணவன் திருடிவிட்டான் என்று சொல்லி, அதற்கான பணத்தைப் பெற்றுக்கொள்ளவேண்டும் என்று முடிவு செய்கிறாள்.

கைது செய்யப்பட்டிருக்கும் ஆண்டிபோலஸ்-இயை டிராமியோ-இ பார்க்கிறான். தன்னைச் சிறையில் இருந்து வெளியே எடுக்க வேண்டிய பிணைத்தொகை எங்கே என்று ஆண்டிபோலஸ்-இ கேட்கிறான். டிராமியோ-இக்கு என்னவென்றே புரியவில்லை. அவன் கேட்டதைப்போலவே தான் கயிறு வாங்கி வந்திருப்பதாகத் தெரிவிக்கிறான். கோபத்தில் ஆண்டிபோலஸ்-இ அவனை அடிக்கிறான். அப்போது, அங்கே அட்ரியானா, லூசியானா, நடனக்காரி ஆகியோரும், ஆண்டிபோலசிற்குப் பைத்தியம் பிடித்திருப்பதால் அதை ஓட்டுவதற்கு ஒரு மந்திரவாதி வைத்தியன் பின்சும் வருகிறார்கள். ஆண்டிபோலஸ்-இ தனக்குப் பைத்தியம் இல்லை என்று வாதிடுகிறான். அட்ரியானா அவன் தன்னுடன் இரவு உணவை அருந்தியதாகச் சொல்கிறாள். அவனோ தானும், டிரோமியோவும் அவளுடன் உணவருந்தவில்லை என்கிறான். பின்ச் ஆண்டிபோலஸ்-இயையும், டிரோமியோ-இயையும் பைத்தியங்கள் என்று சொல்ல, இருவரையும் கட்டி வீட்டிற்குத் தூக்கிச் செல்கிறார்கள்.

காவல் அதிகாரிக்குக் கொடுக்க வேண்டிய பணத்தைக் கொடுத்து விடுவதாக அட்ரியானா தெரிவிக்கிறாள். ஆண்டிபோலஸ்-இ, தங்க ஆசாரியான ஏஞ்சலோவிற்கும் பணம் தர வேண்டும் என்று அதிகாரி தெரிவிக்கிறார். நடனக்காரி சங்கிலியுடன் அவனைப் பார்த்ததாகத் தெரிவிக்கிறாள். ஆனால் அட்ரியானா அதைப் பார்க்கவேயில்லை. அவர்கள் பேசிக்கொண்டிருக்கும்பொழுதே, ஆண்டிபோலஸ்-சியும், டிரோமியோ-சியும் அங்கே உருவிய வாட்களுடன் வருகிறார்கள். அவர்கள் மருத்துவரிடம் இருந்து தப்பித்து வந்துவிட்ட ஆண்டிபோலஸ்-இ என்று எண்ணும் அவர்கள், அங்கிருந்து ஓடிவிடுகிறார்கள். சூனியக்காரிகளும் மந்திரவாதிகளும் வாளுக்குப் பயப்படுகிறார்கள் என்று சொல்லும் ஆண்டிபோலஸ்-சி, தன்னுடைய பெட்டி, படுக்கைகளைக் கப்பலுக்குக் கொண்டுவரும்படியாக டிரோமியோ-சியை அனுப்புகிறான்.

அங்கம் 5 – காட்சி 1

ஏஞ்சலோ, மற்றொரு வணிகனிடம் ஆண்டிபோலஸ்-இ தன்னிடம் தங்கச்சங்கிலியை வாங்கிக்கொண்டு இல்லை என்று சாதித்ததைச் சொல்லிக்கொண்டிருக்கிறான். அப்போது அவர்கள் ஆண்டிபோலஸ்-சியையும், டிரோமியோ-சியையும் பார்க்கிறார்கள். ஆண்டிபோலஸ்-சியின் கழுத்தில் தொங்கும் தங்கச் சங்கிலியையும் அவர்கள் பார்கிறார்கள். இதையடுத்து அவர் களுக்குள் வாக்குவாதம் ஆரம்பிக்க, இருவரும் வாளை உருவு கிறார்கள். அப்போது அங்கே அட்ரியானா, லூசியானா மற்றும் நடனக்காரி ஆகியோரும் வருகிறார்கள்.

அவர்களைக் கண்டவுடன், ஆண்டிபோலஸ்-சியும், டிரோமியோ-சியும் அருகில் இருந்த மடத்திற்குள் சென்று மறைந்துகொள்கிறார்கள். மடத்தின் தலைமை கன்னியாஸ்திரி வெளியே வருகிறாள். அட்ரியானா தன்னுடைய கணவனின் பைத்தியத்தை விளக்கிச்சொல்லி, அவனை வெளியே அனுப்பும் படியாகக் கேட்கிறாள். அவளது கதையைக் கேட்கும் கன்னியாஸ்திரி, அட்ரியானாவின் மீதுதான் தவறு என்று சொல்லி, தானே அவனைத் தெளியவைப்பதாகத் தெரிவித்தாள்.

இப்போது மணி ஐந்து. சொலினஸ் பிரபு, ஏகியனிற்குக் கொடுத்த ஒரு நாள் அவகாசம் முடிகிறது. அவனுக்குத் தண்டனை அளிக்க அழைத்துச் செல்கிறார்கள். சொலினஸ் பிரபுவைப் பார்த்த, அட்ரியானா, தன்னுடைய கணவனை மடத்தில் இருந்து வெளியே கொண்டுவரும்படிக் கேட்டுக்கொண்டாள். அவர்களுக்குச் சொலினஸ் பிரபுதான் திருமணம் செய்துவைத்தவர் என்பதால், தானே அவர்களைச் சேர்த்துவைப்பதாகத் தெரிவிக்கிறார்.

அப்போது அங்கே வரும் ஒருவன், ஆண்டிபோலஸ்-இயும், டிரோமியோ-இயும் மருத்துவர் பின்ச்சிடம் இருந்து தப்பித்து விட்டதாகத் தெரிவிக்கிறான். அட்ரியானா அவன் சொல்வது பொய் என்று சொல்லி, தன்னுடைய கணவன் மடத்தின் உள்ளே இருப்பதாகத் தெரிவிக்கிறாள். அப்போது அங்கே வரும் ஆண்டிபோலஸ்-இயும், டிரோமியோ-இயும், தன்னுடைய மனைவியின் நடத்தையைச் சரி செய்துதரும்படி சொலினஸ் பிரபுவிடம் கேட்கிறாள். ஆண்டிபோலஸ்-இயும், அட்ரியானாவும் ஒருவர் மீது ஒருவர் மாறி குற்றம்சாட்டுகிறார்கள். இதைத் தீர்த்துவைக்கச் சொலினஸ் பிரபு, கன்னியாஸ்திரியை அழைக்கிறார்.

அப்போது ஏகியன், ஆண்டிபோலஸ்-இயை தன்னுடைய மகன் என்று நினைத்துக்கொண்டு, அவனிடம் சென்று பேசுகிறான். அவனோ தான் தன்னுடைய தந்தையைப் பார்த்ததே இல்லை என்றும், தான் எபேசஸ் நகரைவிட்டு எங்கும் சென்றதில்லை என்றும் தெரிவிக்கிறான். அப்போது அங்கே வரும் கன்னியாஸ்திரி, ஆண்டிபோலஸ்-சி மற்றும் டிரோமியோ-சியுடன் வருகிறாள். அங்கே இருந்த அனைவரும் திகைப்படைகிறார்கள்.

ஏகியனைப் பார்த்த கன்னியாஸ்திரி, தான் அவனிடம் இருந்து பிரிந்து வாழும் அவளது மனைவி எமிலியா என்றும், இரண்டு ஆண்டிபோலஸ்களும் அவனது இரட்டை மகன்கள் என்றும் தெரிவிக்கிறாள். மற்றவை அனைத்தும் இப்போது விளக்கப் படுகிறது. நடனக்காரியின் மோதிரம் திருப்பிக் கொடுக்கப் படுகிறது. தங்கச் சங்கிலிக்குப் பணம் கொடுக்கப்படுகிறது. ஏகியனின் பிணைத்தொகையைச் சொலினஸ் பிரபு மறுத்து, அவரை மன்னித்துவிடுகிறார். அனைவரும் ஒன்றிணைந்ததைக் கொண்டாட மடத்திற்குள் விருந்து ஏற்பாடு செய்யபடுகிறது. அனைவரும் ஒன்றாகச் செல்கிறார்கள்.

வேடிக்கையான தவறுகள் – அலசல்

ஆங்கிலத்தில் ‘farce’ என்றொரு வகைமை உண்டு. கிட்டத்தட்ட நடக்க முடியாத சம்பவத்தை, அபத்தமும் நகைச்சுவையும் சேர்த்துக் கொடுப்பது. அபத்த நாடகம் என்று சொல்லலாம். இதனுடன் ‘slapstick’ என்னும் வன்முறை கலந்த நகைச்சுவையையும் சேர்த்தால் அதுவே ‘வேடிக்கையான தவறுகள்’ நாடகம். ஷேக்ஸ்பியர் இவற்றைக் கலந்து தன்னுடைய நாடகத்தில் கொண்டுவந்தாலும், வேடிக்கையான தவறுகள் உண்மையில் ஒரு நகைச்சுவை நாடகமா?

ஷேக்ஸ்பியரின் நாடகங்கள் அனைத்திலும் நாம் எல்லாவிதமான சூழல்களையும் பார்க்கிறோம். நகைச்சுவை நாடகங்கள் நகைச்சுவையாக மட்டுமே இருப்பதில்லை. உதாரணமாக, இங்கே நாம் ஏகியன் நாடகம் முழுவதும் தன் மீது விதிக்கப்பட்ட மரணத் தண்டனையுடன் அவன் அலைந்துகொண்டிருக்கிறான். அவனது கதையோ, மனைவியையும் மகன்களையும் இழந்து துயரத்தில் உழலுவதாக இருக்கிறது. உண்மையில், முதல் அங்கத்தில் இது ஒரு நகைச்சுவை நாடகமாக மாறுவதற்கான சாத்தியமே தெரியவில்லை.

ஆனாலும், ஷேக்ஸ்பியர் இரண்டு இரட்டையர்களைக் கொண்டு, இதை முழுமையான farceஆக நடத்துகிறார். மேலே கொடுக்கப்பட்டிருக்கும் சுருக்கத்தில், நான் சி என்றும், இ என்றும் இரட்டையர்களைப் பிரித்து, வாசிக்க ஏதுவாக மாற்றியிருந்தேன். ஆனால் நாடக மேடையில் இத்தகைய வித்தியாசங்கள் இருப்ப தில்லை. அவர்களது உடையும் கூட, பெயரைப்போலவே ஒன்றாகவே இருக்கும். நாடகப் பாத்திரங்கள் மட்டுமல்ல, பார்வையாளர்களும் நாடகத்தின் இறுதிக் காட்சி வரை மேடையில் நிகழும் அபத்தங்களில் குழம்பி, தங்களையும் நாடகத்தின் அங்கமாகவே பார்க்க ஆரம்பித்துவிடுகிறார்கள்.

'வேடிக்கையான தவறுகள்' ஷேக்ஸ்பியர் முதலில் எழுதிய நாடகங்களில் ஒன்று. முதல் நாடகம் என்றுகூட ஒரு கருத்து இருக்கிறது. 1594இல் எழுதப்பட்ட இந்த நாடகம் அவரது காலத்தில் பல முறை மேடையேற்றப்பட்டாலும், அவரது காலத்திற்குப் பின்னர் இன்னமும்கூட அதிகமாக மேடையேற்றப்பட்டது. ஒவ்வொரு முறையும் நாடகத்தின் புகழ் அதிகரித்தது. இதுபோன்ற நாடகத்தை மேடையேற்றுவதில் இருக்கும் சாத்தியங்கள், இன்றுவரை ஷேக்ஸ்பியரின் நாடகங்களில் இதைப் புகழ்ப் பெற்றதாகவே வைத்திருக்கிறது.

நாடகம் முழுவதும் வன்முறை நிகழ்ந்துகொண்டே இருக்கிறது. இரட்டையர்கள் தங்களது அடிமைகளை அடிக்கிறார்கள். மனைவியை அடிக்கத் திட்டமிடுகிறார்கள். வாட்கள் உருவப் படுகின்றன. கோபமாகப் பேசிக்கொள்கிறார்கள். ஆனாலும் எல்லாம் அபத்த நகைச்சுவையாகவே கடந்து செல்லப்படுகிறது. இத்தகைய வன்முறை கலந்த நகைச்சுவை, உடலை முன்னிறுத்திய நகைச்சுவை 'slapstick' என்று அழைக்கப்படுகிறது. ஒருவிதத்தில் நமது கவுண்டமணி-செந்தில் நகைச்சுவையைப்போல. நாமும் அதில் இருக்கும் வன்முறையைக் கடந்து, நகைச்சுவையை மட்டுமே பார்க்கிறோம்.

ஆண்டிபோலஸ்-சி, தன்னுடைய சகோதரனைவிட மிகவும் சிந்தனை செய்பவனாகவே இருக்கிறான். வேதாகமத்தில் புனித பால், எபேசஸ் நகரை 'வினோதமான கலைகள்' நிறைந்த நகரமாகக் காட்டுகிறார். ஆண்டிபோலஸ்-சியும் அந்த நகரைச் சூனியக்காரி களும் மந்திரவாதிகளும் நிறைந்ததாகவே பார்க்கிறான். அங்கே என்ன வேண்டுமென்றாலும் நடக்கலாம். தன்னுடைய குடும்பத்தைத் தேடி அலைந்துகொண்டிருக்கும் ஆண்டிபோலஸ்-சி,

அந்த மாய நகரில் கிட்டத்தட்ட தன் சுயத்தை இழந்து, தான் யார் என்பதையும் தேடி அலைய வேண்டி வந்துவிடுகிறது.

புகழ்பெற்ற ஷேக்ஸ்பியரிய அறிஞரான ஹரால்டு ப்ளூம், தன்னுடைய புத்தகமான 'Shakespeare – The Invention of Human'இல், இந்த நாடகத்திலேயே ஷேக்ஸ்பியர் மனிதனை மீண்டும் கண்டறிய ஆரம்பிக்கிறார் என்கிறார். சுயத்தை உணர்ந்து, அதைத் தனக்குத் தானே ஆராய்வதன் மூலமே மனிதன் மாறுகிறான். அதைத் தன்னுடைய நாடகங்களில் மீண்டும் மீண்டும் கொண்டு வருவதன் மூலம் ஷேக்ஸ்பியர், மனிதனின் சுயத்தை உணர்த்தி, அவனை மீண்டும் கண்டறியச் செய்கிறார் என்பது அவரது கருத்து.

ஆண்டிபோலஸ்-சி தன்னைப் பற்றிய அறிதலைப் பேசுவதன் மூலமாக, இந்த நாடகத்திலேயே அதைத் தொடங்குகிறார் என்றும் அவர் கூறுகிறார். நவீன மேற்கத்திய நாகரீக – தன்னைத் தானே சுயபரிசோதனை செய்து அறிந்துகொள்ளும் – மனிதனைத் தன்னுடைய நாடகங்களின் மூலமாக ஷேக்ஸ்பியரே அறிமுகப் படுத்துகிறார் என்றும் எழுதுகிறார். இத்தகைய சுய பரிசோதனையின் உச்சத்தை நாம் அவரது சோக நாடகங்களில் இன்னமும் ஆழமாகப் பார்க்கப்போகிறோம்.

நகைச்சுவை நாடகம் 6

வெற்று ஆரவாரம்

(Much Ado About Nothing)

மேற்குலகின் மறுமலர்ச்சிக் காலம் என்பது 15 அல்லது 16ஆம் நூற்றாண்டில் இருந்து 18ஆம் நூற்றாண்டு வரையிலான காலம் என்று சொல்லப்படுகிறது. இது குறித்த அறிமுகம் ஷேக்ஸ்பியரை இன்னமும் சிறிது அருகே சென்று பார்க்க உதவும்.

கிபி 6ஆம் நூற்றாண்டில் மேற்கு ரோமானிய அரசு வீழ்ந்த பின்னரான காலம் இருண்ட காலம் என்று கருதப்படுகிறது. மேற்கத்திய உலகம் அதுவரை பெருமிதம் கொண்டிருந்த கலாசார, அறிவியல், சமூக முன்னேற்றங்கள் மறக்கப்பட்டு, மீண்டும் நாகரிகம் பின்னோக்கிச் சென்றிருந்தது. அரசும் அரசாங்கமும் இல்லாத நிலையில் பல்வேறு குழுக்களாகப் பிரிந்து, சண்டையிட்டு கொண்டும் பெண்களையும் உழைக்கும் வர்க்கத்தையும் அடிமைகளாக்கிக்கொண்டும் பிரபுத்துவ வர்க்கத்தினர் கொழுத்துக்கொண்டிருந்தனர். கலை, மொழி, பொருளாதாரம் எனப் பல வகைகளிலும் மேற்கத்திய உலகம் பின்தங்கியிருந்தது.

15 அல்லது 16ஆம் நூற்றாண்டு வரை நீடித்த இந்நிலை இங்கிலாந்து, பிரான்ஸ், ஸ்பெயின் போன்ற நாடுகளின் அரசுகள் நிலைபெற்ற பிறகு மாறத் தொடங்கியது. நாடுகளிடையே வர்த்தகம் பெருகியது. நாகரிகத்திலும் கலைகளிலும் சிறந்திருந்த இஸ்லாமிய, இந்திய, சீன நாடுகளுடனான தொடர்பும் இந்த நிலையை மெல்ல மாற்றியது. ஆனாலும் மாற்றங்கள் மெதுவாகவே நிகழ்ந்துகொண்டிருந்தன.

நிலவுரிமை இன்னமும் பரவலாக்கப்பட்டு நடுத்தர வர்க்கம் ஒன்று வளர்ந்து கொண்டிருந்தது. மக்களிடையே பணப்புழக்கம் அதிகமாகிக் கொண்டிருந்தது. மேற்குலகம் உலகை தன்னுடைய ஆளுகைக்குள் கொண்டு வரும் பாதையில் செல்ல ஆரம்பித்திருந்தது.

ஆனால் மாற்றம் எதிர்ப்பையும் கொண்டு வரத்தான் செய்தது. குறிப்பாக, மத நிறுவனங்கள் மக்களின்மீதான தங்களது இறுக்கம் தளர்ந்து வருவதை விரும்பவில்லை. பெண்கள் பொதுவெளிக்கு வருவதும் அதுவரை இருந்த விழுமியங்கள் மாறி, அறிவியலை அடிப்படையாகக் கொண்ட சமூகம் ஒன்று உருவாவதும் மக்களிடையே அவநம்பிக்கையைத் தோற்றுவித்தது.

ஷேக்ஸ்பியர் இந்த மாற்றங்களை உற்சாகத்தோடு எதிர்கொண்ட முக்கியமான படைப்பாளி. அவரது நாடகங்களில் நாம் இதைக் காணலாம். அன்றைய விழுமியங்களை அவரது நாடகங்கள் பேசினாலும், மாறிக்கொண்டிருந்த உலகையும் அவர் பதிவு செய்யத் தயங்கவில்லை.

நவீன உலகின் புதிய மனிதனைக் கண்டறிய ஷேக்ஸ்பியரின் நாடகங்கள் உதவின. பழைய உலகின் ஒழுக்கம் சார்ந்த கருத்தாடல்களைக் கேள்விக்கும் கேலிக்கும் உள்ளாக்கின. 'வெற்று ஆரவாரம்' என்னும் இந்த நகைச்சுவை நாடகமும் அதுபோலவே பல கேள்விகளையும் கேலிகளையும் உள்ளடக்கி இருக்கிறது.

இங்கே ஷேக்ஸ்பியர் காதல், திருமணம், ஆண் பெண் உறவு, துரோகம் எனப் பலவற்றையும் கேள்விக்கு உட்படுத்துகிறார். நாடகத்தின் முதன்மை பாத்திரங்களான பெனெடிக் மற்றும் பியேட்ரிஸ் இருவரும் நாடகம் முழுவதும் கூர்மையாகவும் வேடிக்கையாகவும் சண்டையிட்டுக் கொண்டே காதலிக்கிறார்கள். இருவரும் தங்கள் அளவில் சமூக அமைப்பு சார்ந்த அனைத்தையும் கேள்விக்கு உட்படுத்துபவர்கள். அதன் விதிகளை மறுப்பதைத் தங்களுடைய கடமையாகக் கொண்டவர்கள். இருவரும் அப்படியே இருப்பதால், அவர்களிடையே நிகழும் மோதல்களும் காதலும்தான் நாடகமே. அத்துடன் ஓர் உபகதையும் சேர்ந்தே வருகிறது.

மேலும் நாடகத்தைப் பற்றிப் பேசுவதற்கு முன், அதன் சுருக்கத்தைப் பார்த்துவிடுவோம்.

அங்கம் 1 – காட்சி 1

சிசிலியின் மெசினா நகரம். போரில் இருந்து திரும்பும் நண்பர்கள் சிலரை வரவேற்க, நகரின் செல்வந்தரான லியோனாடோ தயாராகிக் கொண்டிருக்கிறார். போரில் இருந்து திரும்பும் டான் பெட்ரோ சிசிலியின் பெரும் பிரபுக்களில் ஒருவர். அவருடன் போரில் வீரத்துடன் போரிட்ட கிளாடியோவும் திரும்புகிறான். லியோனாடோ இது குறித்துச் சொல்லும் போது, அவருடன் அவரது இளைய மகள் ஹீரோவும் அவளது ஒன்றுவிட்ட சகோதரி பியேட்ரிஸூம் இருக்கிறார்கள். பீட்ரைஸ் அவரிடம் டான் பெட்ரோவின் படையில் இருந்த இன்னுமொரு வீரனைப் பற்றி விசாரிக்கிறாள். அவனது பெயர் பெனெடிக்.

பியேட்ரிஸ் அவனை வேடிக்கையாகக் கேலி செய்துகொண்டும் அவமானப்படுத்திக்கொண்டும் இருக்கிறாள். டான் பெட்ரோவிடம் இருந்து வந்திருந்த தூதன், பெனெடிக் நல்லவர் என்றும் மரியாதைக்குரிய மனிதர் என்றும் சொல்கிறான். அப்போது லியோனாடோ பியேட்ரிஸூக்கும் பெனெடிக்கிற்கும் இடையில் 'கொண்டாட்டமான சண்டை' நிகழ்ந்து கொண்டிருக்கிறது என்றும் எப்போதெல்லாம் சந்திக்கிறார்களோ அப்போதெல்லாம் அவர்கள் வேடிக்கையாகப் பேசி சண்டையிடுவது வழக்கம் என்றும் தெரிவிக்கிறார். டான் பெட்ரோ அப்போது தனது நண்பர்களுடன் அங்கே வந்து சேர்கிறார். அவருடன் கிளாடியோ, பெனெடிக் இருக்கிறார்கள். அவருடன் அவரது தந்தையின் அங்கீகரிக்கப்படாத மகனான டான் ஜானும் வந்திருக்கிறான். வெகுநாட்களாக வேறுபாட்டுடன் இருந்த அவர்கள் இருவரும் சமீபத்தில்தான் சமரசமாகி இருந்தார்கள்.

லியோனாடோவும் டான் பெட்ரோவும் தனியே பேசிக் கொண்டிருக்கும்போதே, பெனெடிக்கும் பியேட்ரிஸூம் தங்களது வார்த்தைப் போரை தொடங்கி விடுகிறார்கள். ஒருவரையொருவர் மாறி, மாறி அழகு, அறிவு, குணம் என்று தாக்கிப் பேசுகிறார்கள். தான் இதுவரை எந்தப் பெண்ணையும் காதலித்ததில்லை என்றும், இனியும் காதலிக்கப் போவதில்லை என்றும் சொல்கிறான் லியோனாடோ. இதைக் கேட்டு உலகில் உள்ள பெண்கள் எல்லாம் மகிழ்ச்சி அடைவார்கள் என்கிறாள் பியேட்ரிஸ். இருவரும் இப்படிப் பேசிக் கொண்டிருக்கும்போது, அங்கே வரும் டான் பெட்ரோ, லியோனாடோவின் அழைப்பின் பேரில் தான் அங்கே ஒரு மாதம் தங்கப் போவதாகத் தெரிவிக்கிறார்.

அனைவரும் அங்கிருந்து செல்கிறார்கள். பெனெடிக்கும் கிளாடியோவும் மட்டுமே இருக்கிறார்கள். தான் லியோனாடோவின் இளைய மகளான ஹீரோவின்மீது காதல் கொண்டுவிட்டதாகச் செல்லும் கிளாடியோ, அவளைப் பற்றி என்ன நினைக்கிறாய் என்று பெனெடிக்கிடம் கேட்கிறான். பெனெடிக் விளையாட்டாக ஹீரோவை அழகற்றவள் என்று பேசுகிறான். அடங்கிப் போகும் கணவனாக முடிவு செய்துவிட்டதற்காகக் கிளாடியோவையும் கேலி செய்கிறான்.

அப்போது அங்கே தன்னுடைய நண்பர்களைத் தேடி டான் பெட்ரோ வருகிறார். அவரிடம் கிளாடியோவின் ரகசியத்தை பெனெடிக் தெரிவிக்கிறான். கிளாடியோ மிகவும் கூச்ச சுபாவம் உள்ளவன் என்பதாலும் லியோனாடோ தன்னுடைய நண்பர் என்பதாலும் டான் பெட்ரோ ஒரு வேடிக்கை செய்ய நினைக்கிறார். அன்றிரவு நடக்கப்போகும் மாறுவேட நடன நிகழ்ச்சியில் டான் பெட்ரோ கிளாடியோ போன்று வேடமிட்டு ஹீரோவிடம் காதலைத் தெரிவிப்பது என்றும், அப்படியே அவளது தந்தையான லியோனாடோவிடம் அவர்களது காதலுக்கு ஒப்புதலைப் பெற்றுவிடுவது என்றும் சொல்கிறார். எனவே உற்சாகத்துடன் மூன்று நண்பர்களும் அன்றிரவு நடக்கப்போகும் நடன நிகழ்விற்குத் தயாராகிறார்கள்.

அங்கம் 1 – காட்சி 2,3

லியோனாடோவின் வீட்டில் அவர் தன்னுடைய மூத்த சகோதரர் அன்டோனியோவுடன் பேசிக் கொண்டிருக்கிறார். அன்டோனியோ, தன்னுடைய வேலைக்காரனான டான் பெட்ரோ, அவரது நண்பர்களுடன் பேசிக் கொண்டிருந்ததைக் கேட்டதாகவும், அதில் டான் பெட்ரோ அன்றிரவு ஹீரோ மீதான தன்னுடைய காதலைத் தெரிவிக்கப் போவதாகவும் லியோனாடோவிடம் அதற்கு ஒப்புதல் வாங்கச் சொன்னதாகவும் சொல்கிறார். அன்டோனியோவின் வேலையாள் டான் பெட்ரோ சொன்னதைச் சரியாகக் கேட்கவில்லை. பின்பகுதியை மட்டுமே கேட்டிருக்கிறான். ஆனால் லியோனாடோ இதைக் கேட்டு உற்சாகமடையவில்லை. பல வதந்திகள் உலவுவதால், அன்டோனியோ சொன்னது நடக்கும்போது, அது குறித்து மகிழ்ச்சி கொள்வதாகத் தெரிவிக்கிறார். ஆனால் தன்னுடைய மகள் ஹீரோவிடம் இது குறித்துத் தெரிவிக்கப் போவதாகவும், அன்டோனியோ சொல்வது உண்மையாக இருந்தால், என்ன பதில்

சொல்வது என்று அவள் யோசிக்க நேரம் இருக்கும் என்றும் சொல்கிறார்.

வீட்டின் இன்னொரு புறம் டான் ஜான் தன்னுடைய வேலையாள் கான்ராட்டிடம் பேசிக் கொண்டிருக்கிறான். ஏன் டான் ஜான் எப்போதும் கோபமாகவும் சோகமாகவும் இருக்கிறார் என்று கான்ராட் கேட்கிறான். தன்னால் மற்றவர்களுக்கு ஏற்றவாறு முகத்தை மாற்றிக்கொள்ள முடியாது என்றும், இயற்கையாகவே அவரது முகம் சோகமானதாகவே இருக்கும் என்றும் சொல்கிறார். டான் பெட்ரோ அவருடன் சமீபத்தில்தான் சமரசம் செய்திருப்பதால் அவருடன் அப்படியே தொடர நினைத்தால், டான் ஜான் இன்னமும் மகிழ்ச்சியை முகத்தில் காட்ட வேண்டும் என்று கான்ராட் கூறுகிறான். ஆனால், பணக்காரனும் வெற்றிகரமான பிரபுவுமான டான் பெட்ரோவின் தயவில் வாழவேண்டி இருப்பதை எண்ணி ஏற்கனவே எரிச்சலில் இருக்கும் டான் ஜான், கோபத்துடன் பதில் சொல்கிறான்.

அப்போது அங்கு வரும் அவனது இன்னொரு வேலையாளான போராசியோ, கிளாடியோவிற்கும் ஹீரோவிற்கும் திருமணம் நடக்கவிருப்பதாக அனைவரும் பேசிக் கொள்வதாகச் சொல்கிறான். அவனும் டான் பெட்ரோ பேசிக் கொண்டிருந்ததைக் கேட்டுக் கொண்டிருக்கிறான். ஆனால் இவன் முழுவதுமாகக் கேட்டுக் கொண்டதால், டான் பெட்ரோவின் திட்டத்தை முழுவதுமாக டான் ஜானிடம் தெரிவிக்கிறான். ஏற்கனவே கிளாடியோவிற்குக் கிடைக்கும் மதிப்பும் மரியாதையும் டான் ஜானிற்கு வெறுப்பை ஏற்படுத்தி இருந்தது. எனவே இந்தத் திட்டத்தைக் குழப்பி, கிளாடியோவின் வாழ்வைக் குழப்ப முடிவு செய்தான். அவனது வேலையாட்கள் இருவரும் அவனுக்கு உதவுவதாகத் தெரிவித்தார்கள்.

அங்கம் 2 – காட்சி 1

அன்று மாலை நடன நிகழ்ச்சி ஆரம்பமாக அனைவரும் காத்திருக்கும் நேரத்தில், பியேட்ரிஸூம் ஹீரோவும் சரியான ஆண் யார் என்று பேசிக் கொண்டிருக்கிறார்கள். பேசவே பேசாத டான் ஜானிருக்கும், எப்போதும் பேசிக் கொண்டிருக்கும் பெனெடிக்கிற்கும் இடையிலேயே அவன் இருக்கவேண்டும் என்று பேசிக் கொண்டே, பியேட்ரிஸ் எப்போதாவது திருமணம் செய்யும் எண்ணத்துடன் இருக்கிறாளா என்ற கேள்வியையும் எழுப்புகிறாள்

ஹீரோ. தான் திருமணம் செய்து கொள்ளப் போவதில்லை என்று பியேட்ரிஸ் சொல்கிறாள்.

நடன நிகழ்வு நடக்கும் இடத்திற்கு அனைவரும் வருகிறார்கள். ஆண்கள் அனைவரும் முகமூடி அணிந்து கொள்கிறார்கள். நடனம் ஆரம்பிக்கிறது. அனைவரும் ஜோடியாக நடனமாடுகிறார்கள். வேலையாட்களும்கூட ஆடிக் கொண்டிருக்கிறார்கள். டான் பெட்ரோ, ஹீரோவுடன் ஒன்றாக நடனமாட ஆரம்பிக்கிறார். பியேட்ரிஸ் முகமூடி அணிந்த பெனெடிக்குடன் நடமாடுகிறாள். தன்னுடன் ஆடுவது பெனெடிக் என்று தெரிந்தோ தெரியாமலோ, நடனத்தின் போது பெனெடிக்கைப் பற்றியே பேசிக் கொண்டிருக்கிறாள். தான் மிகவும் புத்திசாலி என்று அவன் நினைத்துக் கொண்டிருப்பதாகவும், ஆனால் உண்மையில் அவனுடன் பேசுவது அலுப்புத் தரக்கூடியது என்றும் சொல்கிறாள்.

மேடையில் இப்போது ஜோடிகள் மட்டுமே நடனமாடிக் கொண்டிருக்கிறார்கள். டான் பெட்ரோ ஹீரோவுடன் நடனமாடிக் கொண்டிருக்கிறார். அதைக் காணும் டான் ஜான், கிளாடியோவைப் பொறாமையில் தள்ள முடிவு செய்கிறான். முகமூடி அணிந்திருக்கும் கிளாடியோவை பெனெடிக் என்று நினைத்துக் கொண்டு பேசுவது போல, அவனிடம் டான் பெட்ரோ தானே ஹீரோவைக் காதலித்து, திருமணம் செய்து கொள்ள முடிவு செய்துவிட்டதாகச் சொல்கிறான்.

அதை நம்பும் கிளாடியோ அங்கிருந்து கோபமாக வெளியேறுகிறான். அப்போது உண்மையான பெனெடிக் நுழைகிறான். அப்போது டான் பெட்ரோ, ஹீரோவுடனும் லியோனாடோவுடனும் நுழைந்து, தங்களது திட்டத்தின்படியே தான் கிளாடியோவிற்காக ஹீரோவைக் வென்றுவிட்டதாக மகிழ்ச்சியுடன் கூறுகிறார். பெனெடிக் மகிழ்ந்தாலும் பீட்ரைஸ் அவனைப் பற்றிச் சொன்னவற்றை எண்ணி வருத்தத்துடன் இருக்கிறார். அப்போது பியேட்ரிஸ் கிளாடியோவுடன் உள்ளே நுழைகிறாள். பீட்ரைஸ் இருக்கும் இடத்தில் இருப்பதைவிடத் தன்னை எங்காவது மிகவும் கடுமையான இடத்திற்கு அனுப்பிவிடும்படி பெனெடிக் கேட்கிறான். ஆனால் டான் பெட்ரோ மறுத்துவிடுகிறார்.

டான் பெட்ரோ, கிளாடியோவிடம் அவனுக்கும் ஹீரோவிற்கும் இடையிலான திருமணம் குறித்துப் பேசுகிறார். கிளாடியோவிற்கு உண்மை புரிகிறது. அப்போது பியேட்ரிஸ் வேடிக்கையாகத்

தனக்குத் திருமணம் நடக்கவே போவதில்லை என்கிறாள். டான் பெட்ரோ தானே அவளைத் திருமணம் செய்து கொள்வதாகத் தெரிவிக்கிறார். அவரை விலை உயர்ந்த ஆடைகளோடு ஒப்பிடும் பியேட்ரிஸ், அவரைத் திருமணம் செய்துகொள்ள விருப்பம் என்றாலும், தினமும் அணிந்துகொள்ள முடியாத அளவிற்கு ஆடம்பரமும் விலையும் கொண்டவர் என்று தெரிவிக்கிறாள்.

லியோனாடோ, கிளாடியோவிடம் திருமணம் பற்றிப் பேசிக் கொண்டிருக்கிறார். கிளாடியோ மறுநாளே திருமணத்திற்குத் தான் தயாராக இருப்பதாகத் தெரிவிக்கிறான். ஆனால் லியோனாடோ அன்றிலிருந்து ஒரு வாரம் கழித்து திங்கட்கிழமை வைத்துக் கொள்ளலாம் என்று தெரிவிக்கிறார். நீண்ட இடைவேளை என்று கிளாடியோ வருந்தினாலும் டான் பெட்ரோ புதிதாகத் திட்டம் ஒன்றைக் கூறுகிறார். கிளாடியோவின் திருமணத்திற்குள் பெனெடிக்கும் பியேட்ரிஸும் சண்டையிடுவதை நிறுத்தச்செய்து, அவர்களை ஒருவர்மீது ஒருவர் காதல் கொள்ளச் செய்யவேண்டும் என்றும் கூறுகிறார். அதற்கு லியோனாடோ, ஹீரோ, கிளாடியோ உதவ வேண்டும் என்றும் தெரிவிக்கிறார்.

அங்கம் 2 – காட்சி 2,3

கிளாடியோவிற்கும் ஹீரோவிற்கும் திருமணம் நடக்க இருப்பது டான் ஜானிற்குப் பிடிக்கவில்லை. அதை எப்படியாவது நிறுத்த வேண்டும் என்று யோசிக்கிறான். அப்போது அவனது வேலையாளான போராசியோ ஒரு திட்டம் வகுக்கிறான்.

ஹீரோவின் பணிப்பெண்களில் ஒருத்தியான மார்கரெட்டும் போராசியோவும் காதலர்கள். டான் ஜான் சென்று டான் பெட்ரோ, கிளாடியோவிடம் ஹீரோ கன்னிப்பெண் இல்லை என்றும், அவள் விருப்பத்துடன் தன்னுடைய உடலைப் பலருக்கும் கொடுப்பவள் என்றும் சொல்ல வேண்டும் என்கிறான். அவர்கள் அதை நிரூபிக்கக் கேட்கும்போது, திருமணத்திற்கு முந்தைய தின இரவில் ஹீரோவின் படுக்கையறைக்கு வரச் செய்ய வேண்டும். அங்கே மார்க்ரெட்டை ஹீரோவின் ஆடைகளை அணிய செய்து, போராசியோ அவளுடன் அறையின் பலகணியில் உறவு கொள்வான். அதைக் கண்டு அவர்கள் ஹீரோ என்று நினைத்து, திருமணத்தை நிறுத்தி விடுவார்கள் என்று சொல்கிறான். இதைக் கேட்டு மகிழும் டான் ஜான், திட்டம் வெற்றியடைந்தால் அவனுக்குப் பெரிய பரிசு தருவதாகத் தெரிவிக்கிறான்.

அதே நேரத்தில் இன்னொருபுறம் பெனெடிக்கின் நண்பர்கள் அவனைப் பியேட்ரிஸ் மீது காதல் கொள்ள வைக்கும் தங்களது திட்டத்தைச் செயல்படுத்த ஆரம்பித்திருந்தார்கள். பெனெடிக் அப்போது தோட்டத்தில் தனியே உலாவிக் கொண்டிருந்தான். களத்தில் மிகவும் புத்திசாலியாகவும் வீரத்துடனும் நடந்து கொள்ளும் கிளாடியோ, எப்படிச் சட்டென்று மென்மையான காதலனாக மாறினான் என்று யோசித்துக் கொண்டிருந்தான். தன்னால் அப்படி மாறவே முடியாது என்றும் தனக்குத்தானே பேசிக் கொண்டிருந்தான்.

அப்போது டான் பெட்ரோ, கிளாடியோ, லியோனாடோ ஆகியோர் அங்கே வருவது தெரிகிறது. அவர்களுடன் அப்போது பேச விரும்பாத பெனெடிக், தோட்டத்தின் உள்ளே ஒளிந்து கொள்கிறான். பெனெடிக் அங்கே ஒளிந்திருப்பதைத் தெரிந்து கொள்ளாதது போலச் சத்தமாகப் பேச ஆரம்பிக்கிறார்கள். பியேட்ரிஸ் பெனெடிக்கை ஆழமாகக் காதலிப்பதாக அவர்கள் பேசிக் கொண்டிருக்கிறார்கள். தோட்டத்தில் மறைந்திருக்கும் பெனெடிக் இதை ஆச்சரியத்தோடும் அதிர்ச்சியோடும் கேட்டுக் கொண்டிருக்கிறான்.

ஆனாலும் டான் பெட்ரோ மிகவும் உணர்ச்சியோடு பியேட்ரிஸ் மிகவும் தீவிரமாகப் பெனெடிக்கை காதலிப்பதாகவும், அந்தக் காதல் அவளைப் பைத்தியமாகச் செய்துவிடும் அல்லது தற்கொலைக்குத் தள்ளிவிடும் என்றும் சொல்லிக் கொண்டிருக்கிறார். ஆனாலும் அவள் தன்னுடைய காதலை பெனெடிக்கிடம் சொன்னால் அவன் தன்னைக் கேலி செய்வான் என்று அவள் மறைத்து வைத்திருக் கிறாள் என்றும் சொல்கிறார். பியேட்ரிஸ் போன்ற பெண்ணை நிராகரிக்க பெனெடிக் ஒரு முட்டாளாகத்தான் இருக்க வேண்டும் என்று மூவரும் பேசிக் கொள்கிறார்கள்.

அவர்கள் அனைவரும் உணவருந்த செல்கிறார்கள். டான் பெட்ரோவின் திட்டம் வேலை செய்கிறது. வெளியில் வரும் பெனெடிக், அழகிய பியேட்ரிஸ்மீது 'இரக்கம் கொண்டு' காதலிக்கப் போவதாகச் சொல்லிக் கொள்கிறான். சற்று முன் வரை நிரந்தரப் பிரம்மச்சாரியாக இருக்கப் போவதாகச் சொல்லிக் கொண்டிருந்த பெனெடிக், இப்போது பியேட்ரிஸை எப்படியாவது திருமணம் செய்வது என்று முடிவு செய்கிறான். அப்போது பியேட்ரிஸ் அவனை உணவுக்கு வரவேற்க அங்கே வருகிறாள். எப்போதும் போலவே அவனிடம் கூர்மையான வார்த்தைகளால் பேசுகிறாள். ஆனால் பெனெடிக் பதிலுக்கு மிகவும் பணிவோடும்

அவளைப் புகழ்ந்தும் பேசுகிறான். பியேட்ரிஸ் இந்த மாற்றத்தைக் கண்டு ஆச்சரியம் அடைந்தாலும் குழப்பத்துடனும் சந்தேகத்துடனும் அவள் கேலி செய்வதை நிறுத்தவில்லை. அவள் சொல்வதையெல்லாம் காதல் வார்த்தைகள் என்று புரிந்து கொள்ளும் பெனெடிக், அவளது முகத்தைச் சிறு ஓவியமாகத் தீட்டி வைத்துக் கொள்ள வேண்டும் என்று எண்ணிக் கொள்கிறான்.

அங்கம் 3 – காட்சி 1,2

லியோனாடோவின் தோட்டத்தில், ஹீரோ, அவளது பணிப் பெண்கள் மார்கரெட், உரசுலாவுடன் பேசிக் கொண்டிருக்கிறாள். டான் பெட்ரோவும் அவரது நண்பர்களும் செய்தது போலவே இவர்களும் பியேட்ரிஸைக் காதலில் விழவைக்கத் திட்டமிடுகிறார்கள். மார்கரெட் பியேட்ரிஸை அழைத்து வருகிறாள். அவர்கள் வருவதைக் கவனிக்காதது போல ஹீரோ உரசுலாவுடன் பேச ஆரம்பிக்கிறாள்.

பெனெடிக் பியேட்ரிஸ்மீது காதலுடன் இருப்பதாக டான் பெட்ரோ தன்னிடம் சொன்னதாக ஹீரோ சொல்கிறாள். அதை பியேட்ரிஸிடம் சொல்ல வேண்டியதுதானே என்று உரசுலா சொல்கிறாள். ஆனால் அவளை யார் விரும்பினாலும், பியேட்ரிஸ் இரக்கம் பார்க்காமல் கேலி செய்வாள் என்றும், அதைச் சொன்னதற்காகத் தன்னையும் கேலி செய்வாள் என்றும் எனவே தேவையில்லாமல் பெனெடிக்கின் இதயத்தை உடைக்கப் போவதில்லை என்றும் ஹீரோ சொல்கிறாள்.

பெனெடிக் காதலில் அமைதியாகவே இறக்க வேண்டியதுதான் என்று ஹீரோ சொல்கிறாள். புரியாதது போல உரசுலா, பியேட்ரிஸ் மிகவும் அறிவு நிறைந்தவள் என்றும், அவள் பெனெடிக் போன்ற நல்ல மனிதனை நிராகரிக்க மாட்டாள் என்றும் சொல்கிறாள். இத்தாலியில் இருக்கும் சில அழகான, புத்திசாலி ஆண்களில் அவனும் ஒருவன் என்றும் சொல்கிறாள். ஹீரோ ஒப்புக்கொண்டு, தன்னுடைய திருமண உடையை அணிந்து பார்க்க போவதாகச் சொல்லி அங்கிருந்து செல்கிறாள்.

அவர்கள் அங்கிருந்து சென்ற பின்னர், பெனெடிக்கை போலவே பியேட்ரிஸூம் தான் கேட்ட செய்தியை எண்ணி அதிர்ச்சி அடைகிறாள். ஆனால் பெனெடிக்கை போலவே, தானும் அவன் மீது 'இரக்கத்துடன்' காதல் செய்யப் போவதாகச் சொல்கிறாள். அதுவும் பெனெடிக் நல்ல மனிதன் என்பதால் தன்னுடைய

செருக்கையும், கோபத்தையும் சிறிது குறைத்துக் கொண்டு அவனைக் காதலிக்க முடிவு செய்கிறாள்.

அதே நேரத்தில், பெனெடிக் திருமணம் செய்து கொள்ளப் போவதில்லை என்பதற்காக டான் பெட்ரோ, கிளாடியோ, லியோனாடோ ஆகியோர் அவனைக் கேலி செய்து கொண்டிருக் கிறார்கள். பெனெடிக் தன்னுடைய முடிவை மாற்றிக் கொண்டு விட்டதாகத் தெரிவிக்கிறான். அவன் மிகவும் அமைதியாக இருப்பதால், அவன் காதலில் இருக்க வேண்டும் என்று கேலி செய்கிறார்கள். ஆனால் பெனெடிக் பதில் சொல்லாமல், லியோனாடோவிடம் தனியே பேச சென்று விடுகிறான்.

அப்போது அங்கே வரும் டான் ஜான், டான் பெட்ரோவும், கிளாடியோவும் தனியே இருப்பதைப் பார்க்கிறான். அவர்களிடம் வந்து தான் டான் பெட்ரோவின் மானத்தைக் காக்கவும், கிளாடியோவை மோசமான திருமணத்தில் இருந்து காப்பாற்றவும் விரும்புவதாகச் சொல்கிறான். ஹீரோ ஒரு பாலியல் தொழிலாளி என்றும் கிளாடியோ அவளைத் திருமணம் செய்யக் கூடாது என்றும் சொல்கிறான். இருவரும் அதிர்ச்சி அடைகிறார்கள். தன்னுடன் அன்றிரவு ஹீரோவின் படுக்கையறைக்கு வெளியே வந்தால், அவள் வேறொருவனிடம் உறவு கொள்வதைத் தான் காட்டுவ தாகவும் டான் ஜான் சொல்கிறான். ஏற்கனவே சந்தேகபுத்தியும் யாரையும் நம்பாத குணமும் கொண்ட கிளாடியோ, டான் ஜான் சொல்வது மட்டும் உண்மையாக இருந்தால், மறுநாள் மணமேடையில் வைத்து அவளை அவமானப்படுத்துவதாகச் சொல்கிறான். டான் பெட்ரோவும் அதற்கு ஒப்புக் கொள்கிறார்.

அங்கம் 3 – காட்சி 3

லியோனாடோவின் மாளிகைக்கு வெளியே மெசினா நகரக் காவலர்கள் இருக்கிறார்கள். அன்றிரவு அவர்களுக்கு என்ன கடமைகள் என்று பேசிக் கொண்டிருக்கிறார்கள். தலைமை காவலர் டாக்பெர்ரியும், அவரது துணை காவலர் வெர்கசும் அவர்களிடம் பேசிக் கொண்டிருக்கிறார்கள். அவர்கள் இருவரும் நல்லவர்கள் என்றாலும், கேலிக்கிடமாக நடந்து கொள்பவர்கள். அவர்களது காவலர்கள் மிகவும் பணிவாக நடந்து கொண்டாலும், அவர்களால் எந்தக் குற்றத்தையும் தடுக்க முடியாது.

டாக்பெர்ரி அவர்களுக்கு அன்றிரவு எப்படி நடந்து கொள்ள வேண்டும் என்று சொல்லிக் கொண்டிருக்கிறார். ஆனால் அவரது

பேச்சு குழப்பமாகவும் அவர்களை எதுவும் செய்ய வேண்டாம் என்றும் சொல்வது போல இருந்தது. அதாவது, தெருவில் குடிகாரர்கள் இருந்தால், அவர்களை வீட்டிற்குப் போகச் சொல்ல வேண்டும். அவர்கள் கேட்கவில்லை என்றால், அவர்களை அப்படியே விட்டுவிட வேண்டும். திருடர்களைக் கண்டால் பிடிக்கக்கூடாது. ஏனென்றால், நல்ல மனிதர்கள், கெட்டவர் களுடன் சேர்க்கை வைத்துக் கொள்ளக் கூடாது. சுருக்கமாக, அவர்கள் என்ன வேண்டுமென்றாலும் செய்து கொள்ளலாம். அல்லது அவர்கள் எதுவுமே செய்யாமலும் இருக்கலாம். அவர்களது ஈட்டிகளை மட்டுமாவது தொலைக்காமல் பார்த்துக் கொள்ள வேண்டும். இது போன்ற குழப்பமான பேச்சை அனைவரும் கேட்டுக் கொண்டிருந்தார்கள்.

இறுதியாக, மறுநாள் லியோனாடோவின் மாளிகையில் திருமணம் நடக்க இருப்பதால், பலரும் வருவார்கள் என்றும், எனவே அங்கே இன்னமும் சற்று எச்சரிக்கையாக இருக்க வேண்டும் என்றும் சொல்லிவிட்டு அங்கிருந்து சென்றுவிட்டார்கள். மீதமிருந்த காவலர்கள் அங்கிருந்த பலகை ஒன்றில் படுத்து உறங்க ஆரம்பித்தனர்.

அப்போது அங்கே டான் ஜானின் வேலையாட்களான பொரோசியோவும் கான்ராட்டும் வந்து சேர்ந்தார்கள். அன்றிரவு நடந்தவற்றை அவர்கள் பேசிக் கொண்டிருந்தார்கள். டான் ஜான் சொன்னபடியே, டான் பெட்ரோவும், கிளாடியோவும் ஹீரோவின் படுக்கையறைக்கு வெளியே இருந்து பார்த்தார்கள். அங்கே போராசியோ, ஹீரோவின் உடைகளை அணிந்திருந்த மார்கரெட்டுடன் உறவு கொண்டதைக் கண்டார்கள். அதனால் மனமுடைந்த கிளாடியோ, மறுநாள் திருமணத்தின்போது, அவளது துரோகத்தைப் பலரின் முன் அம்பலப்படுத்தி, அவமானப்படுத்தப் போவதாக உறுதி எடுத்துக் கொண்டான். இதைக் கேட்டுக் கொண்டிருந்த காவலர்கள், அவர்கள் இருவரையும் கைது செய்து, விசாரணைக்கு டாக்பெர்ரியிடம் அழைத்துச் சென்றார்கள்.

அங்கம் 3 – காட்சி 4, 5

திருமணத்தன்று காலை ஹீரோ எழுந்து, பியேட்ரிஸை எழுப்ப உரசுலாவை அனுப்புகிறாள். மார்கரெட்டும் ஹீரோவும் அன்று என்ன உடை அணிவது என்று பேசிக் கொண்டிருக்கிறார்கள். ஹீரோ மிகவும் மகிழ்ச்சியுடன் இருந்தாலும் அவளுக்கு எதுவோ தீயது நடக்கப்போகிறது என்றும் தோன்றுகிறது. பியேட்ரிஸ்

வருகிறாள். காதல் வயப்பட்டிருப்பது போலிருக்கிறாள் என்று மார்கரெட், பியேட்ரிஸைக் கேலி செய்கிறாள். தனக்கு எதுவும் தெரிந்த மாதிரி காட்டிக் கொள்ளாமல், மார்கரெட் கேலி செய்கிறாள். கிளாடியோ தன்னுடைய நண்பர்களுடன் வருகிறான். அனைவரும் திருமணத்திற்குத் தேவாலயத்திற்குச் செல்ல தயாராகிறார்கள்.

லியோனாடோ தேவாலயத்திற்குள் நுழையும்போது டாக்பெர்ரி, வெர்கஸ் இருவரும் அவரைத் தடுத்து நிறுத்த முயலுகிறார்கள். இரண்டு குற்றவாளிகளைக் கைது செய்து வைத்திருப்பதாகவும், அவர்களின் விசாரணையை லியோனாடோவின் முன் நடத்த வேண்டும் என்றும் கூறுகிறார்கள். ஆனால் வழக்கம் போல, அவர்கள் யார், எதற்காக லியோனாடோவின் முன் விசாரணை செய்யவேண்டும் என எதையும் விளக்காமல், குழப்பமாகப் பேசுகிறார்கள். எனவே லியோனாடோ விசாரணையை அவர்களே நடத்திக் கொள்ளலாம் என்றும், தனது மகளின் திருமணம் அன்றிருப்பதால் தன்னால் விசாரணைக்கு வர முடியாது என்றும் கூறிவிட்டு, அவர் தேவாலயத்திற்குள் திருமணத்தில் பங்கெடுக்க நுழைகிறார்.

அங்கம் 4 – காட்சி 1,2

அனைவரும் தேவாலயத்தில் கிளாடியோ, ஹீரோ திருமணத்திற்குக் கூடியுள்ளார்கள். பாதிரி பிரான்சிஸ் திருமணத்தை நடத்துகிறார். கிளாடியோவிடம் ஹீரோவை மணக்கச் சம்மதமா என்று கேட்கிறார். இங்கே கிளாடியோ கோபமாகப் பேச ஆரம்பிக்கிறான். ஹீரோவைத் தான் ஏற்றுக்கொள்ளமுடியாது என்றும், அவளைத் திரும்பவும் லியோனாடோவிடம் அனுப்புவதாகவும் கூறுகிறான்.

வெளியில் ஹீரோ நல்லவளாகவும், தூய்மையானவளாகவும் தெரிந்தாலும், அவள் நடத்தை சரியில்லாதவள் என்று குற்றம் சாட்டுகிறான். தேவாலயம் முழுவதும் குழப்பம் சூழ்கிறது. லியோனாடோவும் ஹீரோவும் ஒன்றும் புரியாமல், கிளாடியோவிடம் என்ன நடக்கிறது என்று கேட்கிறார்கள். டான் பெட்ரோ, டான் ஜான் ஆகியோருடன் தான் முந்தைய இரவில் ஹீரோ இன்னொரு ஆண் மகனோடு பேசிக் கொண்டிருந்ததைப் பார்த்ததாகவும், அந்த மனிதனும் ஹீரோவுடன் தனக்குத் தொடர்பிலிருப்பதை ஒப்புக்கொண்டதாகவும், அனைவரின் முன்னும் கிளாடியோ கூறுகிறான். டான் பெட்ரோவும் டான் ஜானும் தாங்களும் அதைப் பார்த்ததை ஒப்புக்கொள்கிறார்கள்.

லியோனாடோ தற்கொலை செய்துகொள்ள கத்தியை தேடுகிறார். ஹீரோ அங்கேயே மயக்கமாகிவிடுகிறாள். அவளுக்கு உதவ பெனெடிக்கும் பியேட்ரிசும் அருகில் செல்கிறார்கள். டான் பெட்ரோ, டான் ஜான், கிளாடியோ ஆகியோர் திரும்பிப் பார்க்காமல் அங்கிருந்து சென்று விடுகிறார்கள். இந்த அவமானத்தைவிட ஹீரோ மரணமடைவது மேல் என்று லியோனாடோ அரற்றுகிறார். ஆனால் தன்னுடைய ஒன்றுவிட்ட சகோதரியை கிளாடியோ அவமானப்படுத்திவிட்டதாக பியேட்ரிஸ் மட்டும் மிகுந்த கோபத்துடன் பேசுகிறாள்.

அதுவரை அனைத்தையும் அமைதியாகப் பார்த்துக் கொண்டிருந்த பாதிரி பிரான்சிஸ் தானும் உதவத் தயாராக இருப்பதாகத் தெரிவிக்கிறார். கிளாடியோ குற்றம் சாட்டியபோது ஹீரோவின் முகத்தில் தெரிந்த அதிர்ச்சி அவள் குற்றமற்றவள் என்பதையே உணர்த்துகிறது என்கிறார் அவர். அப்போது மயக்கம் தெளிந்து எழும் ஹீரோ, தான் குற்றமற்றவள் என்றும் கிளாடியோவும் மற்றவர்களும் என்ன சொல்கிறார்கள் என்றே தெரியவில்லை என்றும் தெரிவிக்கிறாள். புத்திசாலியான பெனெடிக், கிளாடியோ சொன்னது பொய் என்றால், இந்தச் சதிக்குப் பின் டான் ஜான் இருக்கவேண்டும் என்று சரியாக ஊகிக்கிறான்.

பிரச்சினையை முடிவிற்குக் கொண்டுவர பாதிரி ஒரு திட்டத்தை முன்வைக்கிறார். மயக்கமடைந்த ஹீரோ, அதிர்ச்சியினாலும் துக்கத்தினாலும் மரணமடைந்து விட்டதாக லியோனாடோ அனைவரிடமும் கூறவேண்டும். ஹீரோ அப்போது மறைவாக இருக்க வேண்டும். அவள் இறந்துவிட்டதாக, அவள்மீது குற்றம் சாட்டியவர்களுக்குத் தெரிய வரும்போது, அவள் குற்றமற்றவள் என்று அவர்களும் உணர்வார்கள். உண்மையிலேயே சதி நடந்திருந்தால், அதுவாகவே வெளியே வந்துவிடும் என்றும் தெரிவிக்கிறார். இது எதுவும் நடக்காத நிலையில், வேறு வழியில்லை என்றால், யாரும் அறியாமல் ஹீரோவை ஏதாவது கன்னியாஸ்திரி மடத்தில் சேர்த்துவிடலாம் என்றும் சொல்கிறார். வேறு வழியில்லாத லியோனாடோ இதற்கு ஒப்புக் கொள்கிறார்.

பெனெடிக், பியேட்ரிஸ் தவிர மற்றவர்கள் அங்கிருந்து வெளியேறுகிறார்கள். பெனெடிக், பியேட்ரிஸைத் தேற்ற முயலுகிறான். அவன் தன்னிடம் உண்மையிலேயே நட்புடன் இருக்கிறானா என்று பியேட்ரிஸ் கேட்கிறாள். அப்போது பெனெடிக் தன்னுடைய காதலை வெளிப்படுத்துகிறான்.

பியேட்ரிஸ் இப்போது திடுக்கிட்டாலும், தன்னுடைய காதலையும் தெரிவிக்கிறாள். ஆனால் உண்மையில் அவன் தன்னைக் காதலிக்கிறான் என்றால் அவன் கிளாடியோவைக் கொன்றுவிட வேண்டும் என்று சொல்கிறாள். அதிர்ச்சியடைந்த பெனெடிக் மறுக்கிறான்.

காட்டுமிராண்டியைப் போல கிளாடியோ நடந்து கொண்டதைச் சுட்டிக் காட்டும் பியேட்ரிஸ், அவனது திட்டம் கொடூரமாக அனைவரின் முன்பாக ஹீரோவை அவமானப்படுத்துவது என்றும், தான் ஆணாக இருந்திருந்தால் அங்கேயே அவனைக் கொன்றிருப்பேன் என்றும் சொல்கிறாள். இதை ஒப்புக்கொள்ளும் பெனெடிக், பியேட்ரிசுக்காகவே அவனைச் சண்டைக்கு அழைப்பதாகத் தெரிவிக்கிறான்.

அங்கம் 5 – காட்சி 1

லியோனாடோ மிகுந்த துக்கத்துடனும் அதிர்ச்சியுடனும் இருக்கிறார். தன்னுடைய மகள் உண்மையில் தவறு செய்தாளா என்று தெரியாத நிலையில், உண்மையில் என்ன நடந்தது என்று தெரியாமல் அவர் எதுவும் செய்ய முடியாதவராக இருக்கிறார். அவரது சகோதரர் அன்டோனியோ அங்கே வந்து பொறுமையாக இருக்கும்படிச் சொல்கிறார். ஆனால் எவரும் அறிவுரை சொல்லலாம் என்றும், துயரத்தில் இருப்பவர்களால் அதைக் கடைபிடிக்க முடியாது என்றும் கசப்புடன் கூறுகிறார்.

அங்கே டான் பெட்ரோவும் கிளாடியோவும் நுழைகிறார்கள்.

லியோனாடோவைப் பார்த்ததும் திரும்பிச் செல்ல முயலுகிறார்கள். ஆனால் லியோனாடோ அவர்களைத் தடுத்து நிறுத்துகிறார். பொய்யான குற்றச்சாட்டின்மூலம் தன்னுடைய மகளை மரணமடையச் செய்துவிட்டதாகக் குற்றம் சாட்டுகிறார். தன்னுடன் சண்டையிட அழைக்கிறார். தனக்கு வயதாகிவிட்டாலும், தன்னுடைய மகளின்மீதான அன்பின் காரணமாக கொல்லவும் கொல்லப்படவும் தயாராக இருப்பதாகக் கூறுகிறார். அவர் சொல்வதைக் கவனியாதது போல அங்கிருந்து செல்கிறார்கள். கட்டாயம் பழிவாங்க போவதாக அன்டோனியோவும் லியோனாடோவும் தெரிவிக்கிறார்கள்.

அன்டோனியோவும் லியோனாடோவும் வெளியேறியவுடன், பெனெடிக் வருகிறான். கிளாடியோவும் டான் பெட்ரோவும்

சிறிது நேரம் வேடிக்கையாகப் பேசும்படிக் கேட்கிறார்கள். ஆனால் ஓர் அப்பாவி பெண்ணின் பெயரை அவர்கள் கெடுத்துவிட்டதாகக் கூறி, தான் கிளாடியோவை வாட்சண்டைக்கு அழைக்கவே வந்திருப்பதாகத் தெரிவிக்கிறான். அவர்கள் இதை வேடிக்கை என்று நினைக்கும்போது, அவர்களது பொய் குற்றச்சாட்டினால் ஒரு பெண் இறந்துவிட்டதால், தன்னால் அவர்களுடன் நட்புடன் இருக்க முடியாது என்று கூறுகிறான். டான் ஜான் நகரை விட்டு ஓடிவிட்டதாகவும் தெரிவிக்கிறான். பெனெடிக் கூறியதைக் கேட்டு, டான் பெட்ரோவும், கிளாடியோவும் அதிர்ச்சி அடைகிறார்கள். மேலும் பீட்ரைசின் காதலின் காரணமாகவே அவன் கிளாடியோவுடன் மோத தயாராக இருக்கிறான் என்று தெரிந்து கொள்கிறார்கள்.

டாக்பெர்ரியும் வெர்கசும் அப்போது குற்றவாளிகளான கான்ராட்டையும் போராசியோவையும் அங்கே அழைத்து வருகிறார்கள். அவர்கள் தங்களது குற்றத்தை ஒப்புக் கொண்டு விட்டதாகத் தெரிவிக்கிறார்கள். போராசியோ மீண்டும் ஒருமுறை நடந்ததைத் தெரிவிக்கிறான். டான் பெட்ரோவும் கிளாடியோவும் நடந்ததைத் தெரிந்து கொண்டு, அதிர்ச்சி அடைகிறார்கள். ஹீரோ அப்பாவி என்றும், அவளது பெயரைத் தாங்கள் தவறுதலாகக் களங்கப்படுத்தியதாலேயே அவளது குடும்பவும் சிதைந்து, அவளும் இறந்துவிட்டாள் என்றும் கலங்குகிறார்கள்.

லியோனாடோவும் அன்டோனியோவும் வருகிறார்கள். டான் பெட்ரோ மன்னிப்புக் கேட்கிறார். அவரது மகளைக் கொன்றதற்காக எந்தத் தண்டனையையும் ஏற்கத் தாங்கள் தயாராக இருப்பதாகத் தெரிவிக்கிறார். பதிலுக்கு லியோனாடோ தன்னுடைய மகள் குற்றமற்றவள் என்று கிளாடியோ ஊரெங்கும் சொல்ல வேண்டும் என்றும், அவளது கல்லறையில் அவளது தூய்மையைச் சொல்லும்படியாக ஒரு கவிதையை வாசிக்கவேண்டும் என்றும் தெரிவிக்கிறார்.

மேலும், ஹீரோவைப் போலவே அன்டோனியோவிற்கு ஒரு பெண் இருப்பதாகவும், அவளைக் கிளாடியோ திருமணம் செய்து கொள்ள வேண்டும் என்றும் கூறுகிறார். லியோனாடோ தன்னை மன்னித்துவிட்டதாக கிளாடியோ அழுதுகொண்டே ஒப்புக் கொள்கிறான். போராசியோவைச் சிறையில் தள்ளும்படியாக லியோனாடோ உத்தரவிடுகிறார்.

அங்கம் 5 – காட்சி 2

பியேட்ரிசுடன் தனியே பேசுவதற்காக அவளை அழைத்துவர மார்கரெட்டை அனுப்பிவிட்டு பெனெடிக் தனியே இருக்கிறான். தன்னால் கவிதை எழுத முடியவில்லை என்று வருத்தமாக இருக்கிறான். பியேட்ரிஸ் வந்தவுடன் இருவரும் வழக்கத்திற்கு மாறாக காதல் வார்த்தைகள் பேசிக் கொள்கிறார்கள். அவள் கூறியது போலவே தான் கிளாடியோவைச் சண்டைக்கு அளித்திருப்பதாகத் தெரிவிக்கிறான். அப்போது அங்கே வரும் பணிப்பெண் உரசுலா, உண்மை வெளிவந்துவிட்டது என்று தெரிவிக்கிறாள்.

அங்கம் 5 – காட்சி 3,4

அதிகாலையில் ஹீரோவின் 'கல்லறையில்' கிளாடியோ தன்னுடைய தண்டனையின் முதல்பகுதியை நிறைவேற்ற நின்று கொண்டிருக்கிறான். ஹீரோவின் தூய்மை, அவள்மீது தான் சொன்ன குற்றச்சாட்டால் அவள் மரணமடைந்து பேன்றவற்றை கவிதையாக வாசிக்கிறான். அதை அவளது கல்லறையில் தொங்கவிட்டு, ஒவ்வொரு வருடமும் தான் அங்கு வந்து அதை வாசிப்பதாகத் தெரிவிக்கிறான். அன்று அன்டோனியோவின் மகளுடன் அவனுக்குத் திருமணம் நடக்க இருப்பதால், அங்கே செல்கிறான்.

அதே நேரத்தில், அனைவரும் கிளாடியோவின் இரண்டாவது திருமணத்திற்குத் தயாராகிக் கொண்டிருக்கிறார்கள். நடந்த சதி குறித்து மார்கரெட்டிற்கு எதுவும் தெரியாது என்பதால் அவள் நிரபராதி என்று தீர்ப்பு சொல்லப்பட்டுவிட்டது. அனைவரும் டான் ஜானின் சதியை இப்போது புரிந்து கொண்டார்கள்.

பெனெடிக் லியோனாடோவிடம் பியேட்ரிஸைத் திருமணம் செய்து கொள்ள அனுமதி கேட்கிறான். அனைவரும் பெண்களின் வருகைக்காகக் காத்திருக்கிறார்கள். பெண்கள் அனைவரும் முகத்தில் முகமூடி அணிந்து கொண்டு வருகிறார்கள். யாராக இருந்தாலும் தான் மணந்து கொள்ளப் போவதாகக் கிளாடியோ தெரிவிக்கிறான். முகமூடியை அகற்றியவுடன், உண்மையில் ஹீரோதான் அங்கிருக்கிறாள் என்று அறிந்து மகிழ்ச்சியடைகிறான். அவனது அவதூறுகளில் இருந்து விடுபட்டு, அவள் புதிதாகப் பிறந்து வந்திருப்பதாக லியோனாடோ தெரிவிக்கிறார்.

பெனெடிக்கும் பியேட்ரிசும் மீண்டும் சண்டையிட்டுக் கொண்டு திருமணம் செய்ய மறுக்கிறார்கள். ஆனால் இந்த முறை டான்

பெட்ரோ வும் கிளாடியோவும் ஒருவருக்கொருவர் எழுதிக் கொண்ட அரைகுறை காதல் கவிதைகளை வாசித்துக் காட்டி, இனியும் அவர்கள் யாரையும் ஏமாற்ற முடியாது என்று சொல்லி, திருமணத்திற்குச் சம்மதம் வாங்குகிறார்கள்.

பெனெடிக் பியேட்ரிஸை முத்தமிடுகிறான். அனைவரையும் ஒரு நடனத்திற்கு அழைக்கிறான். அப்போது வரும் ஒரு தூதன், மெசினா நகருக்கு வெளியே டான் ஜான் கைது செய்யப்பட்டுவிட்டதாகத் தெரிவிக்கிறான். அவனைப் பற்றி நாளை சிந்தித்துக்கொள்ளலாம் என்று பெனெடிக், டான் பெட்ரோவிடம் சொல்லிவிடுகிறேன். அனைவரும் வரப்போகும் இரட்டைத் திருமணங்களைக் கொண்டாடி நடனமாடுகிறார்கள்.

வெற்று ஆரவாரம் – அலசல்

முதலில் எது 'வெற்று ஆரவாரம்'? காதல்தான். ஷேக்ஸ்பியரின் காதல் கதைகளிலேயே காதல் இல்லாத கதை இதுதான் எனலாம். மற்ற எந்த நாடகத்தையும் விட இங்கே காதல் மிகவும் சாதாரணமாகக் கையாளப்படுகிறது.

பெனெடிக்கும் பியேட்ரிசும் தங்களது புத்திசாலித்தனத்தையும் வார்த்தை ஜாலத்தையும் மற்றவர்களுக்கு முன் காட்டுவதில் காட்டும் ஆர்வத்தை, தங்களது காதலில் காட்டுவதில்லை. அவர்கள் இருவருமே ஒருவிதத்தில் எல்லாவற்றையும் எதிர்மறையாகப் பார்ப்பவர்கள். அவர்களது காதலையும்கூட அர்த்தமில்லாத சண்டைகளை நாடகம் முழுவதும் போட்டுக் கொண்டே இருக்கிறார்கள். அதில் பியேட்ரிஸ் வெற்றி பெற்றுக் கொண்டே இருக்கிறாள்.

ஆனால் நாடக ஆரம்பத்தில் நாம் பெனெடிக் போரில் இருந்து வெற்றிகரமாகத் திரும்புவதைப் பார்க்கிறோம். ஆனால் அவன் பியேட்ரிசுடன் தோல்வியடைந்து கொண்டே இருக்கிறான். அவளது ஒவ்வொரு வார்த்தையும் தன்னைக் கத்தியைக் கொண்டு குத்துவது போல இருக்கிறது என்று பெனெடிக் சொல்கிறான். ஆனால் அவனால் அவளைக் காதலிக்காமல் இருக்க முடியாது. ஆனால் பியேட்ரிஸ் தன்னையே முதலில் காதலிப்பவள். அவள் பெனெடிக்கிடம் மெதுவாகவே வருகிறாள். அவர்களது 'காதல்' வெற்று ஆரவாரமாகவே இருக்கிறது. ஆனால் ஷேக்ஸ்பியரின் காதல் ஜோடிகளில் மிகவும் சுதந்திரமானவர்கள் இவர்கள்தான்.

கதையின் மற்றொரு காதல் இணை கிளாடியோ-ஹீரோ. இது மேலும் பிரச்சினைக்குரியது. கிளாடியோ பார்த்தவுடன் ஹீரோவின்மீது காதல் கொள்கிறான். அதே வேகத்தில் அவளைச் சந்தேகிக்கிறான். அவள்மீது குற்றம் சாட்டுகிறான். அவள் இறந்தவுடன் வருந்துகிறான். அடுத்த திருமணத்திற்கும் தயாராகிறான். ஷேக்ஸ்பியரிய நாயகர்களில் மிகவும் சாதாரணமான, நிலையான மனமில்லாத நாயகன் கிளாடியோ. திருமணத்தின் போது தன்னைத அவமதித்தவனைச் சாவில் இருந்து எழுந்து வரும் ஹீரோ அப்படியே ஏற்றுக் கொள்கிறாள். அதே நேரத்தில், வில்லனாக இருக்கும் டான் ஜானின் திட்டம் அவனும் ஒரு வெற்று ஆரவார வில்லன்தான் என்று காட்டுகிறது. மிகவும் சாதாரணமான ஒரு திட்டம், மற்றவர்களின் மூடத்தனத்தால் நிறைவேறுகிறது. ஷேக்ஸ்பியர் கதைக்கு முக்கியத்துவம் தராமல், கதாபாத்திரங்களுக்கு முக்கியத்துவம் கொடுத்ததன் விளைவாக இருக்கலாம்.

கிளாடியோ-ஹீரோவின் காதல் அன்றைய நடைமுறைக்கு ஏற்றது. போரில் இருந்து வரும் கிளாடியோ, திருமணத்திற்குத் தயாராக இருக்கிறான். அது ஹீரோவோ அல்லது வேறொருவளா என்பது குறித்துப் பெரிதாக அலட்டிக் கொள்ளவில்லை. எனவேதான் இந்த நாடகத்தின் வெற்று ஆரவாரம் காதலாக இருக்கிறது.

அதே நேரத்தில், ஹீரோவுக்கு நிகழ்த்தப்பட்ட அநீதிக்குக் கோபமாகக் குரல் எழுப்புவது பியேட்ரிஸ் மட்டுமே என்பதையும் கவனிக்கவேண்டும். தன்னுடைய நண்பன் தவறு இழைக்கிறான் என்று தெரிந்தும் பெனெடிக் அவனை நேரடியாக எதிர்க்க யோசிக்கிறான். பியேட்ரிஸின் உந்துதலின் பேரிலேயே சண்டைக்குச் செல்கிறான்.

இங்கே நாம் ஷேக்ஸ்பியரின் காலத்தையும் நினைவில் கொள்வோம். பெண்கள், ஆண்களின் உடைமைகளாக இருந்த நாட்களில் இருந்து, ஒரு பெண்ணை அரசியாக அமர்த்தியிருந்த காலம் அது. அவளும் இரும்புக்கரத்துடன் ஆட்சி செய்து கொண்டிருந்தாள். பெண்களின் நிலை மெதுவாக மாறிக் கொண்டிருந்தது. ஆனால் பியேட்ரிஸ் போன்ற வசதியான பெண்கள் படிக்கவும் பயணம் செய்யவும் ஆரம்பித்திருந்தார்கள். அவர்கள் திருமணம் போன்ற நிறுவனங்களை மட்டுமல்ல, ஆண்களையும் கேள்வி கேட்க ஆரம்பித்திருந்தார்கள். இது பெண்கள்மீதான பொதுவான அவநம்பிக்கையை ஏற்படுத்தியிருந்தது.

மாறிக் கொண்டிருந்த காலத்தைப் பயத்துடன் பார்த்தவர்கள், முன் போல எதுவும் இல்லை என்றும் மாற்றங்கள் வேகமாக நடக்கிறது என்றும் குறை சொல்லிக் கொண்டிருந்தார்கள். இங்கே, கிளாடியோ அந்தச் சந்தேகத்தையே பிரதிபலிக்கிறான். தான் திருமணம் செய்யப்போகும் பெண்ணை எந்த விசாரணையும் இல்லாமல் கூண்டில் ஏற்றி, தண்டனையும் கொடுத்து விடுகிறான். இறுக்கமான சமூகக் கட்டுகள் விடுபடும்போது, அனைத்தும் சந்தேகத்துக்கு உள்ளாக்கப்படுகிறது.

பெனெடிக்கும் இதில் இருந்து விதிவிலக்கல்ல. இறுதியில் டான் பெட்ரோவிடம் பேசும்போது, அவரும் திருமணம் செய்து கொள்ள வேண்டும் என்றும், திருமணத்தின் பின் மனைவியால் ஏமாற்றப்படுவதுதான் எல்லாவற்றிலும் நல்லது என்றும் பேசுகிறான். (Prince, thou art sad; get thee a wife! There is no staff more reverend than one tipped with horn).

பெனெடிக் வேடிக்கையாகப் பேசுவதாக இருந்தாலும், நமக்குச் சற்றுக் கசப்பாகத்தான் இருக்கிறது. ஆனால் ஷேக்ஸ்பியரின் காலத்தில் இது சரியாகவே இருந்திருக்க வேண்டும். ஒருவேளை இது ஷேக்ஸ்பியரின் பாத்திரங்களிலேயே மிகவும் புத்திசாலிகளான பெனெடிக், பியேட்ரிஸ் இருவரின் திருமணம் பற்றியதாகவும் இருக்கலாம். இருவரும் சண்டைக்குப் பயந்தவர்களோ தோல்வியை எதிர்பார்ப்பவர்களோ இல்லை என்றாலும், திருமணத்தில் இணைவது என்று முடிவு எடுத்தார்கள், இல்லையா?

நகைச்சுவை நாடகம் 7

வீணான காதல்

(Love's Labour's Lost)

ஷேக்ஸ்பியரின் நகைச்சுவை நாடகங்கள் பொதுவாகச் சில பொதுவான கருத்துகளை அடிநாதமாகக் கொண்டிருப்பதை உணரலாம். உதாரணமாக, ஏமாற்றுதல், ஆள் மாறாட்டம் போன்றவை பெரும்பாலான நகைச்சுவை நாடகங்களில் இடம் பெற்றிருக்கும். இவற்றுக்கு மேலேதான் நாடகம் கட்டமைக்கப் பட்டிருக்கும்.

ஷேக்ஸ்பியரின் நகைச்சுவை நாடகங்களில் சிறந்தது Love's Labour's Lost என்கிறார் புகழ்பெற்ற இலக்கிய விமரிசகர் ஹெரால்ட் ப்ளூம். துரதிர்ஷ்டவசமாக இது பொதுக் கருத்து இல்லை. உதாரணமாக, 18, 19ஆம் நூற்றாண்டுகளில் இந்த நாடகம் மேடையேற்றப்பட்டதாகவே தெரியவில்லை.

தலைப்பு 'Love's Labor Lost'என்று எழுதுவதா அல்லது 'Love's Labor's Lost' என்றெழுதுவதா? எது சரி என்ற கேள்விக்கு இன்னமும் விடை கண்டபாடில்லை. காரணம், எங்கே ஒற்றை மேற்கோள் குறி இருக்கிறது என்பதைப் பொறுத்து 'காதலின் உழைப்பு வீணானது' அல்லது 'காதலுக்காக வீணான உழைப்பு' என்று அர்த்தம் மாறுபடும்.

கிறிஸ்டோபர் மார்லோ ஷேக்ஸ்பியரின் காலத்திற்குச் சற்று முந்தைய காலத்தின் மிகச்சிறந்த நாடகாசிரியராகக் கருதப்படுபவர். 1594இல் தன்னுடைய இளவயதிலேயே மறைந்த அவரது பாதிப்பு இல்லாத நாடகாசிரியர் அந்தக் காலகட்டத்தில் இல்லை.

ஷேக்ஸ்பியரும் விதிவிலக்கல்ல. ஷேக்ஸ்பியரின் ஆரம்பகால நாடகங்களில் சில மார்லோவின் நாடகங்கள் என்றும்கூடச் சொல்லப்படுகின்றன. மார்லோவின் பாதிப்பில் இருந்து விடுபட்டு முதலில் எழுதப்பட்ட நாடகங்களில் ஒன்று, 'வீணான காதல்'.

ஷேக்ஸ்பியர் எழுதியவற்றுள் மிகவும் கவித்துவமான சில வரிகள் இந்த நாடகத்தில் உள்ளன. அதனாலேயே ப்ளூம் இதை மிகச் சிறந்த நாடகம் என்கிறார். கவிதையாகத் தோற்றமளிக்கும் இந்த நாடகம், நவீனக் காலத்தில் பாடல்களுடன் சேர்த்து மேடை ஏற்றப்பட்டிருக்கிறது. நாடகத்தின் ஒலி என்று ப்ளூம் குறிப்பிடுவது இதையே. நாடகம் முழுவதும் இசை தொடர்ந்து வருகிறது. அத்துடன் அவரது ஏனைய நகைச்சுவை நாடகங்களைப் போலவே இதிலும் நாம் கதையின் முக்கியக் கதாபாத்திரங்கள் வார்த்தைகளால் சண்டையிடுவதைப் பார்க்கிறோம். நாடகத்தின் கடைசி அங்கம், அவரது நாடகங்களில் மிகவும் சிறந்தது என்றும் கருதப்படுகிறது.

நாடகத்தின் ஆரம்பத்தில் பெண்களை மயக்குபவர்கள், ஏமாற்றுக் காரிகள் என்று நினைக்கும் ஆண் பாத்திரங்கள், கதையின் முடிவில் தங்களது முடிவுகளை மாற்றிக் கொள்வதையும் பார்க்க வேண்டும். இதுவுமே பெண்களைப் பற்றிய அந்தக் காலத்து முன்முடிவுகளும் அவை எத்தகைய மாற்றங்களைச் சந்தித்துக் கொண்டிருந்தன என்பதையும் காட்டுகின்றன. நாடகத்தை மேலும் அலசுவதற்கு முன், காட்சி சுருக்கத்தைப் பார்த்துவிடுவோம்.

அங்கம் 1 – காட்சி 1,2

நவார் நாட்டின் அரசர் தன்னுடைய மூன்று பிரபுக்களுடன் பேசிக் கொண்டிருக்கிறார். புதிதாக ஒரு கல்விச்சாலை ஆரம்பிக்க வேண்டும். பெரௌன், லோங்காவில், டூமைன் ஆகிய மூன்று பிரபுக்களிடமும் அத்தகைய கல்விச்சாலையின் மூலமாகத் தாங்கள் பெறப்போகும் புகழைப் பற்றிப் பேசிக் கொண்டிருக்கிறார். அனைவரும் மூன்று வருடங்கள் தன்னுடைய விதிகளுக்குக் கட்டுப்பட்டு நடப்பதாகக் கையெழுத்திட்டுத் தரவேண்டும் என்று அரசர் கூறுகிறார். உண்ணாவிரதம், குறைந்த தூக்கம், பெண்களிடம் பேசாமல் இருப்பது என்று எழுதப்பட்டிருக்கும் விதிகளுக்கு மற்ற இருவரும் சம்மதித்தாலும், பெரௌன் மட்டும் தன்னால் அதில் கையெழுத்திட முடியாது என்று சொல்கிறான். ஆனால் அரசர் அவனை வற்புறுத்துகிறார்.

பெரௌன் தன்னிடம் இருக்கும் விதிகளின் பட்டியலை வாசிக்கிறான். 'மூன்று வருடங்களுக்குள் எவராவது எந்தப் பெண்ணுடனாவது பேசினால், அவர்கள் பொதுவில் அவமானப்படுத்தப்படுவார்கள்' என்பதை வாசிக்கும் பெரௌன், அந்த விதியை அரசராலேயே பின்பற்ற முடியாது என்கிறான். பிரெஞ்சு இளவரசி விரைவில் அங்கே வரப்போவதால் அவரால் அவளிடம் பேசாமல் இருக்க முடியாது என்கிறான். அரசரும் தேவையேற்பட்டால் விதிகளைத் தளர்த்திக் கொள்ளலாம் என்று சொல்ல, பெரௌன் கையெழுத்திடுகிறான்.

அப்போது காவலதிகாரி டல் கோமாளி காஸ்டர்ட்டுடன் நுழைகிறார். டான் அர்மாடோ தன்னிடம் கடிதம் ஒன்றைக் கொடுத்திருப்பதாகத் தெரிவிக்கிறார். அரசர் கடிதத்தை வாசிக்கிறார். ஜாக்குவெனிட்டாவிடம் காஸ்டர்ட் தவறாக நடந்து கொள்ள முயன்றதாக அதில் டான் அர்மாடோ குற்றம் சாட்டியிருக்கிறார். அரசர் காஸ்டர்டுக்கு ஒரு வாரம் வெறும் தண்ணியை மட்டுமே குடிக்க வேண்டும் என்று தண்டனை வழங்குகிறார்.

டான் அர்மாடோ பணியாளிடம், ஜாக்குவெனிட்டாவின் மீதான தன்னுடைய காதலை தெரிவித்துக் கொண்டிருக்கிறார். அவர்கள் பேசிக் கொண்டிருக்கும்போது டல், காஸ்டர்ட், ஜாக்குவெனிட்டா ஆகியோரோடு வருகிறார். காஸ்டர்டுக்கு வழங்கப்பட்டிருக்கும் தண்டனையை டல் தெரிவிக்கிறார். ஜாக்குவெனிட்டாவைத் தான் காதலிப்பதாகத் தெரிவிக்கிறார் அர்மாடோ. அவள் பதில் எதுவும் சொல்லாமல் டல்லுடன் வெளியேறுகிறாள். அர்மாடோ காஸ்டர்ட்டைச் சிறைக்கு அனுப்பிவிடுகிறார். தனியே இருக்கும் போது, ஜாக்குவெனிட்டாமீதான காதலால் சத்தியத்தை மீற வேண்டியிருக்கும் என்று சொல்லிக்கொண்டே எழுத ஆரம்பிக்கிறார்.

அங்கம் 2 – காட்சி 1

பிரெஞ்சு நாட்டு இளவரசி தன்னுடைய பரிவாரத்தோடு வருகிறாள். நவார் நாட்டு அரசர் பெண்களுடன் பேசமாட்டார் என்று கேள்விப்பட்டிருந்ததால், தாங்கள் வந்துவிட்டதைத் தெரிவிக்க அவளது பணியாள் போயிதை அனுப்புகிறாள். அவன் சென்ற பின்னர், தன்னுடைய பணிப்பெண்களிடன் அரசரைப் போலவே சத்தியம் மேற்கொண்டிருக்கும் மற்றவர்களைப் பற்றிக் கேட்கிறாள். மரியா, லோங்காவில் பிரபு, காதரின் டூமைன் பற்றியும் ரோசலின், பெரௌன் பற்றியும் தெரிவிக்கிறார்கள்.

வேலையாள் போயித் திரும்புகிறான். அரசர் தன்னுடைய சத்தியத்தை உடைக்க விரும்பாததால், அவர்களைத் தன்னுடைய வீட்டில் தங்க வைக்க விரும்பவில்லை என்றும், அவர்கள் அங்கேயே கூடாரங்களில் தங்கிக்கொள்ளலாம் என்றும் சொல்கிறான். அப்போது தன்னுடைய பிரபுக்களுடன் வரும் நவார் நாட்டு அரசர், தன்னுடைய சத்தியத்தின் காரணமாக அவர்கள் அரசவைக்கு அழைக்க முடியவில்லை என்று சொல்கிறார். பிரெஞ்சு இளவரசி அரசியல் சம்பந்தமாகப் பேசுகிறாள். தான் மறுநாள் வருவதாகத் தெரிவித்துவிட்டுக் கிளம்புகிறார். கிளம்புவதற்கு முன் பெரௌன், லோங்காவில், டூமைன் மூவரும் தங்களுக்கு விருப்பமான பெண்களின் பெயர்களைப் போயிடம் கேட்டுத் தெரிந்து கொள்கிறார்கள்.

அவர்கள் சென்ற பின்னர், நவார் நாட்டு அரசர் இளவரசியின்மீது காதல் கொண்டுவிட்டதாக போயித் தெரிவிக்கிறான்.

அங்கம் 3 – காட்சி 1

காஸ்டர்ட்டைச் சிறையில் இருந்து அழைத்து வருமாறு டான் அர்மாடோ தன்னுடைய வேலையாளை அனுப்புகிறார். அவனும் அழைத்து வருகிறான். இருவரும் விடுகதைகள், வேடிக்கைப் பேச்சுகள் என்று பேசிக் கொண்டிருக்கிறார்கள். ஜாக்குவெனிட்டாவுக்குக் கடிதம் ஒன்றை எழுதியிருப்பதாகவும் அதை அவளிடம் சென்று கொடுத்தால் அவனை விடுதலை செய்துவிடுவதாகவும் தெரிவிக்கிறார். அவன் சம்மதிக்கவே, அவனிடம் சிறிது பணம் கொடுத்து அனுப்புகிறார்.

அப்போது வரும் பெரௌன், காஸ்டர்ட்டிடம் ரோசலினிற்குத் தன்னுடைய கடிதம் ஒன்றை எடுத்துச் சென்று கொடுக்கும்படிக் கூறுகிறான். காஸ்டர்டுக்கு இன்னமும் சிறிது பணம் கொடுக்கிறான். அவன் சென்றவுடன் தன்னுடைய காதல் குறித்துப் பேசுகிறான்.

அங்கம் 4 – காட்சி 1,2

பிரெஞ்சு இளவரசி வேட்டையாடுவதற்காகச் சென்றிருக்கிறாள். அங்கே வரும் காஸ்டர்ட், இளவரசியிடம் கடிதம் ஒன்றைக் கொடுத்து, அவளுடைய தோழிகளில் ஒருத்தியான ரோசலினுக்கு பெரௌன் எழுதியது என்று சொல்கிறான். போயித் அதை வாசிக்கும்போது அது அர்மாடோ ஜாக்குவெனிட்டாவுக்கு எழுதிய கடிதம் என்று தெரிய வருகிறது.

ஹோலோபோர்னேஸ், சர் நதானியேல், டல் மூவரும் அப்போது நடந்த வேட்டையைப் பற்றியும் அதில் கொல்லப்பட்ட மானைப் பற்றியும் பேசிக் கொண்டிருக்கிறார்கள்.

அப்போது அங்கே ஜாக்குவெனிட்டாவும் காஸ்டர்ட்டும் வருகிறார்கள். தனக்குக் கொடுக்கப்பட்ட கடிதத்தை வாசிக்கச் சொல்லி ஜாக்குவெனிட்டா ஹோலோபோர்னேசைக் கேட்கிறாள். அவனும் வாசிக்கிறான். அது பெரௌன் ரோசலினிற்கு எழுதிய கடிதம். ஹோலோபோர்னேஸ் கடிதத்தில் இருக்கும் கவிதையை விமர்சிக்க ஆரம்பிக்கிறான். அந்தக் கடிதம் ரோசலினிற்குப் பெரௌன் எழுதியது என்றும் அதை அரசரிடம் தெரிவிக்வேண்டும் என்றும் சொல்கிறான்.

அங்கம் 4 – காட்சி 3

ரோசலினுக்குத் தான் எழுதிய கவிதையை எடுத்துக்கொண்டு பெரௌன் நுழைகிறான். வேறு யாரோ வரும் சத்தம் கேட்க, ஒளிந்துகொள்கிறான். நவார் நாட்டின் அரசர் காதல் மயக்கத்தில் வருகிறார். அரசர் காதல் வயப்பட்டு, கவிதை வாசிப்பது பெரௌனிற்கு ஆச்சரியமாக இருக்கிறது. அப்போது சத்தம் கேட்கவே, அரசரும் ஒளிந்து கொள்கிறார். அங்கே லோங்காவில் பிரபுவும் மரியா மீதான காதலில் கவிதை சொல்லிக் கொண்டே வருகிறான். மறுபடியும் வேறொருவர் சத்தம் கேட்க, லோங்காவில்லும் ஒளிந்து கொள்கிறான். இப்போது டூமைன் கேட்டின் மீதான தன் காதலைச் சொல்லிக் கொண்டு, கவிதையாகப் பாடிக் கொண்டு வருகிறான். தன்னைப் போலத் தன்னுடைய நண்பர்கள் காதலில் சிரமப்படவில்லை என்று வருத்தத்துடன் சொல்லவும் செய்கிறான்.

லோங்காவில் வெளியே வந்து டூமைன், தாங்கள் எடுத்துக்கொண்ட சத்தியத்தை உடைப்பதாகச் சொல்கிறான். அப்போது வெளியே வரும் அரசர், லோங்கோவில் மரியாவை பற்றிப் பேசியதைக் கேட்டதாகவும், அவர்கள் இருவரும் சத்தியத்தை உடைத்து விட்டதாகவும் இருவரையும் திட்டுகிறார். அப்போது வெளியே வரும் பெரௌன், அரசரும் காதலில் உளறியதைத் தான் கேட்டதாகத் தெரிவிக்கிறான். ஆனால் சத்தியத்தை மீறும் பாவத்தைத் தான் ஒருவன் மட்டுமே செய்யவில்லை என்றும், இப்படிப்பட்ட நண்பர்களைப் பெற்றதற்காகத் தான் வருந்துவ தாகவும் தெரிவிக்கிறான்.

ஜாக்குவெனிட்டா அப்போது காஸ்டர்ட்டுடன் நுழைகிறாள். பெரெளனின் கடிதத்தைக் காட்டி அது துரோகத்திற்கு ஒப்பான குற்றம் என்று தெரிவிக்கிறாள். கடிதத்தை பெரெளனை வாசிக்கச் சொல்கிறாள். அவனோ அது ரோசலினிற்குத் தான் எழுதியது என்று உணர்ந்து, கிழித்துப்போடுகிறான். ஆனால் டூமைன் அதில் பெரெளனின் பெயர் இருப்பதைத் தெரிந்து கொண்டு தானும் காதலில் இருப்பதை ஒப்புக்கொள்கிறான். நால்வரும் தங்களுடைய காதலிகளில் யார் அழகானவர் என்று சண்டையிட்டுக் கொள்கிறார்கள்.

அவர்கள் அனைவரும் காதலில் இருப்பதை உணரும் அரசர், அனைவரும் விதியை மீறிவிட்டதாகச் சொல்கிறார். பெரெளனிடம் தங்களின் காதல் விதிகளுக்கு உட்பட்டது என்பதையும் காதலிப்பது சட்டத்திற்கு உட்பட்டது என்றும் நிரூபிக்கச் சொல்கிறார். இங்கே பெரெளன் காதலுக்கு ஆதரவாக நீண்ட பேச்சை நிகழ்த்துகிறான். பெண்களின் அழகைப் படிப்பதே உண்மையான கல்வி என்றும் சொல்கிறான். எனவே தங்களது விதிகள், உண்மையான கல்வியைத் தங்களுக்குத் தடை செய்துவிட்டது என்கிறான். அரசரும் அதை ஒப்புக்கொண்டு, காதலைத் தொடர்கிறார்.

அங்கம் 5 – காட்சி 1

ஹோலோபர்ன்சும் நதானியேலும் டான் அர்மாடோவைப் பற்றிப் பேசிக் கொண்டிருக்கிறார்கள். அவனுக்கு அறிவு குறைவு என்று கேலி பேசிக் கொண்டிருக்கிறார்கள்.

அப்போது அர்மாடோவும் காஸ்டர்ட்டும் நுழைகிறார்கள். விருந்தாளிகளாக வந்திருக்கும் பிரெஞ்சு இளவரசிக்கும் மற்றவர்களுக்கும் கேளிக்கைக்காக விருந்தும் நிகழ்வுகளும் ஏற்பாடு செய்யச் சொல்லி இருப்பதாக அர்மோடா தெரிவிக்கிறார். அதற்கு உதவுமாறு அவர் ஹோலோபர்ன்ஸ் மற்றும் நதானியேலைக் கேட்டுக் கொள்கிறார். ஒன்பது பெரிய மனிதர்கள் பற்றிய நாடகத்தை நடத்தலாம் என்று ஹோலோபர்ன்ஸ் தெரிவிக்கிறான்.

யார் அந்தப் பாத்திரங்களில் நடிப்பது என்று பேசிக் கொண்டிருக் கிறார்கள். ஹோலோபர்ன்ஸ் தான் அதில் மூன்று பாத்திரங்களை எடுத்துக் கொள்ளப் போவதாகத் தெரிவிக்கிறான். இன்னமும் வேறு திட்டங்களைப் பேசிக் கொள்கிறார்கள்.

அங்கம் 5 – காட்சி 2

அரசர் பரிசாக அனுப்பி இருக்கும் நகையை இளவரசி தன்னுடைய தோழிகளுக்குக் காட்டிக் கொண்டிருக்கிறாள். நான்கு பெண்களும் காதலைக் குறித்துப் பேசிக் கொண்டிருக்கிறார்கள். காதரின் தனது சகோதரி காதலுக்காக உயிரை விட்டதாகச் சொல்கிறாள். பெரௌன் தனக்குக் கவிதைகளும் தன்னுடைய ஓவியம் ஒன்றையும் அனுப்பியிருப்பதாக ரோசலின் கூறுகிறாள். டூமைன் தனக்குக் கடிதமும் கையுறைகளும் அனுப்பி இருப்பதாக காதரின் சொல்கிறாள். லோங்காவில் பிரபுவும் தனக்குக் கடிதமும் முத்து நகையும் அனுப்பியிருப்பதாக மரியா சொல்கிறாள்.

அப்போது போயித் அங்கே வந்து, அரசரும் அவரது பிரபுக்களும் ருஷ்யர்களைப் போல மாறுவேடத்தில் அங்கே வருவதாகத் தெரிவிக்கிறான். இளவரசியும் தோழிகளும் முகமூடி அணிந்து கொண்டு அவர்களைக் குழப்ப வேண்டும் என்கிறாள்.

அரசரும் மற்றவர்களும் ருஷ்யர்களைப் போல உள்ளே வருகிறார்கள். அவர்கள் யார், எதற்காக வந்திருக்கிறார்கள் என்று ரோசலின், இளவரசியைப் போலக் கேட்கிறாள். அரசரும்,அவளை இளவரசி என்று எண்ணிக் கொண்டு அவர்களிடம் பேச வந்ததாகத் தெரிவிக்கிறார். அப்படியே ஒவ்வொருவரும் தங்களது காதலி என்று எண்ணும் பெண்ணிடம் பேசுகிறார்கள். சிறிது நேரத்தில் ரோசலின் அவர்கள் கிளம்பும் நேரம் வந்து விட்டது என்கிறாள். அப்படியே அவர்களும் கிளம்பிவிடுகிறார்கள். அவர்களை எளிதாக ஏமாற்றிவிட்டதாகப் பெண்கள் மகிழ்ச்சி அடைகிறார்கள்.

இப்போது அரசரும் பிரபுக்களும் தங்களது உண்மையான உருவத்தில் வருகிறார்கள். அரசவைக்கு வருமாறு அவர்களை அழைக்கிறார்கள். இளவரசியும் தோழிகளும் அவர்களது சத்தியத்தை உடைக்கத் தாங்கள் காரணமாக இருக்கப் போவதில்லை என்கிறார்கள். அங்கே சில முட்டாள் ருஷ்யர்கள் வந்ததாகக் கூறி, அவர்களைக் கேலி செய்கிறார்கள். இறுதியில், ருஷ்யர்களாக வந்தது யார் என்று தங்களுக்குத் தெரியும் என்றும் சொல்கிறார்கள்.

அரசர், தாங்கள் வேடமிட்டு வந்ததை ஒப்புக் கொள்கிறார். இளவரசியும் ரோசலினும் அவர்கள் தங்களது காதலை மாறுவேடத்தில் ஒப்புக்கொண்டதைக் கேட்கிறார்கள். அவர்களது வார்த்தைகளைக் கொண்டே அவர்கள் காதலித்ததை ஒப்புக்கொள்ள வைக்கிறார்கள். தாங்கள் மீண்டும் தங்களது சத்தியத்தை உடைத்ததாக பெரௌன் நொந்து கொள்கிறார்.

நாடகத்தை ஆரம்பிக்கத் தாங்கள் தயாராக இருப்பதாக காஸ்டர்ட் சொல்கிறான். மீண்டும் அவமானப்படக்கூடும் என்று அரசர் கூறுகிறார். தாங்கள் நடந்து கொண்டதைவிட மோசமாக இப்போது நாடகம் இருக்கப் போகிறது என்று பெரௌன் கூறுகிறார். இளவரசி நாடகத்தைப் பார்க்க வேண்டும் என்று கூற, நாடகம் ஆரம்பிக்கிறது.

காஸ்டர்ட், ரோமானியத் தளபதி பாம்ப்பேயாக நுழைகிறான். போயத் அவனைக் கேலி செய்கிறான். அனைவரும் போயெதைப் பாராட்டுகிறார்கள். நதானியேல் அலெக்சாண்டராக வருகிறான். மீண்டும் அனைவரும் கேலி செய்கிறார்கள். அலெக்சாண்டரும் பாம்பேயும் வெளியே செல்கிறார்கள். ஹோலோபர்ன்ஸ் யூதாஸாகவும் இன்னொருவன் ஹெர்குலசாகவும் வருகிறார்கள். அனைவரும் ஹோலோபர்ன்சைக் கேலி செய்ய குழப்பம் நேர்கிறது. அனைவரும் மோசமாக நடந்து கொள்வதாக ஹோலோபர்ன்ஸ் சொல்லிவிட்டு வெளியே செல்கிறான். அர்மாடோ ஹெக்டராக வருகிறான். அவன் பேச ஆரம்பிக்கும்போது, காஸ்டர்ட் நுழைந்து, ஜாக்குவெனிட்டா இப்போது கர்ப்பமாக இருப்பதாகச் சொல்கிறான். அர்மாடோ கோபப்பட, மீண்டும் குழப்பமேற்படுகிறது. அர்மாடோவும் காஸ்டர்ட்டும் சண்டையிடத் தயாராகிறார்கள்.

அப்போது நுழையும் தூதன் ஒருவன், இளவரசியிடம் பிரெஞ்சு அரசரைப் பற்றிச் செய்தி கொண்டு வந்திருப்பதாகத் தெரிவிக்கிறான். தன்னுடைய தந்தை இறந்துவிட்டதை அறிந்த இளவரசி, தான் அன்றிரவே கிளம்பப்போவதாகத் தெரிவிக்கிறாள். அரசரும் மற்றவர்களும் அவர்களைத் தங்கச் சொல்கிறார்கள். அரசர் அடுத்த 12 மாதங்களுக்குத் துறவியைப் போல இருக்கவேண்டும் என்று இளவரசி கூறுகிறாள். அதன் பின்னர், தன்னைத் தேடி வர வேண்டும் என்றும் சொல்கிறாள். காதரினும் மரியாவும் அதையே டூமைன், லோங்கோவில் இருவரிடம் சொல்கிறார்கள். ரோசலினும் அப்படியே பெரௌன் நகைச்சுவையை வளர்த்துக் கொள்ள வேண்டும் என்று சொல்கிறாள். பெரௌன் ஒப்புக்கொள்கிறான்.

பெண்கள் அனைவரும் கிளம்பும்போது, அர்மாடோ நாடகத்தின் இறுதியில் பாட வேண்டிய பாடலைப் பாட அனுமதி கேட்கிறான். மேடையில் இருக்கும் அனைவரும் வசந்தம் பற்றிய பாடலைப் பாடுகிறார்கள்.

வீணான காதல் – அலசல்

ஷேக்ஸ்பியரின் நகைச்சுவை நாடகங்களில் திருமணத்தில் முடிவடையாத ஒரே நாடகம் இதுதான். இதுவே பல்வேறு கருத்துகளுக்கும் காரணமாகிறது. நாடகத்தின் முடிவு ஒருவிதத்தில் சோகமாகவே இருக்கிறது. பிரெஞ்சு அரசர் இறந்து, இளவரசி அங்கே கிளம்புகிறாள் என்பதில் என்ன விதமான நகைச்சுவை நாடக முடிவு இருக்கிறது என்பதே இந்த நாடகத்தின் குறித்து எதிர்மறை கருத்துக்கள் வைத்திருப்பவர்களின் விமர்சனம். அது சரியும்கூட.

ஆங்கில மறுமலர்ச்சி காலத்தின் நகைச்சுவை நாடகங்களுக்கு இருந்த சில விதிகளில் முக்கியமானது நாடகம் சுபமாக முடிய வேண்டும் என்பதுதான். அது இங்கே மீறப்படுகிறது.

ஆனாலும் ஷேக்ஸ்பியர் இதை நகைச்சுவையாகவே மேடையேற்றுகிறார். இதைக் கொண்டு ஷேக்ஸ்பியர் கலகக்காரர் என்று சொல்பவர்களும் உண்டு. அன்றைய விதிகளை மீறி, பரிசோதனை முறையில் நாடகங்களை நடத்தியவர் என்றும் சொல்லப்படுகிறது. ஆனால் எவ்விதமாகப் பார்த்தாலும், ஒரு திருப்திகரமான முடிவு இல்லாத நாடகம் இது என்பது பொதுவான விமர்சனமாகும்.

அதே நேரத்தில் ஷேக்ஸ்பியர் வாழ்ந்த 16ஆம் நூற்றாண்டில், ஆங்கிலக் கவிதைகளில் காதல் ஒன்று உணர்ச்சிகரமானதாகப் பார்க்கப்பட்டது அல்லது தெய்வீகத்தன்மை கொண்டதாகக் கருதப்பட்டது. காதலும் காதலியும் தொடமுடியாத இடத்தில் இருப்பதைக் கண்டு மருகி கவிதை எழுதி, வருந்துவது தெய்வீகக் காதலாகக் கருதப்பட்டது. இன்றும் நாம் இத்தகைய சொல்லாடல்களைக் கேட்கலாம். அடுத்த வகை காதல் உணர்ச்சிகளை அடிப்படையாகக் கொண்டது. இங்கே ஷேக்ஸ்பியர் இரண்டையும் புறக்கணித்துவிட்டு காதலைக் கேலி செய்கிறார்.

நாடகத்தில் இருக்கும் அனைவரும் காதலிக்கிறார்கள். அவர்களது காதல் அனைத்தும் கேலி செய்யப்படுகிறது. இரண்டு விதமான காதல்களையும் ஷேக்ஸ்பியர் இரக்கமில்லாமல் கேலி செய்கிறார். இறுதியில், அனைவரும் தங்களது நடைமுறைக்கு ஏற்ற 'சரியான' முடிவை எடுத்துக் கொள்கிறார்கள். இதை என்ன விதமான காதல் என்று எடுத்துக் கொள்வது? இறுதியில், திருமணமும் நடப்பதில்லை என்பதையும் சேர்த்து யோசித்தால், இந்தக் கேள்வி இன்னமும் சரியானதாகவே தெரியும்.

ஆனால் அதைத் தாண்டி, இந்த நாடகம் இன்னமும் பல விதங்களில் நம்மைக் களிப்படையச் செய்கிறது. ஷேக்ஸ்பியரின் பல நாடக உத்திகளை இங்கே பார்க்கிறோம். குறிப்பாக, அவரது நாடகத்திற்குள் நாடகம் என்கிற உத்தி. அதுவும் மிகவும் திறமையாகக் கையாளப்படுகிறது. அங்கம் ஐந்து, காட்சி ஒன்று, ஷேக்ஸ்பியரின் நாடகங்களின் உச்சமான காட்சியாக இதனாலேயே சுட்டப்படுகிறது. அப்போதைய நாடகங்களின் உத்தியை எள்ளலும் துள்ளலுமாக இதில் எடுத்தாண்டு, ஒன்பது பெரிய மனிதர்கள் நாடகம் திட்டமிடப்படுவதை வேடிக்கையாக எழுதியிருப்பார். அந்தக் காட்சியில் இருக்கும் ஆறு சிறு கதாபாத்திரங்களும் வார்த்தைகளால் விளையாடி, ஒருவரை ஒருவர் வெட்டி, ஒட்டி, ஆங்கிலத்தின் முழுச் சாத்தியதையும் கொண்டு வந்திருப்பார்கள். இதனாலேயே இந்தக் காட்சியைத் தன்னுடைய மனதிற்கு மிகவும் நெருக்கமானது என்று ஆங்கிலேயே எழுத்தாளர் ஜேம்ஸ் ஜாய்ஸ் குறிப்பிடுகிறார்.

அது போலவே, முதல் அங்கத்தில், நவார் அரசர் தங்களது உன்னத நோக்கத்தைப் பற்றி ஆற்றும் சொற்பொழிவும் அதன் வெறுமையான வார்த்தை விளையாட்டிற்காகவும் அர்த்தமில்லாத வரிகளுக்காகவும் பாராட்டப்படுகிறது.

எனக்கு மிகவும் பிடித்த பகுதி, பெரௌன் அரசரிடம் தாங்கள் காதலிப்பதும் பெண்களின் அழகை ரசிப்பதும் தவறல்ல என்று எடுத்துச் சொல்லும் இடம். ஷேக்ஸ்பியரின் கவிதைகளைவிட மிகவும் உன்னதமான இடம் இங்கே வருகிறது. பெண்களின் கண் அழகை விவரித்து அவன் பேசுமிடம் அபாரமானது. கண்களும் வெளிச்சமும் துள்ளியாடும் அந்த இடத்தின் முக்கியமான வரி, 'Light seeking light doth light of light beguile' என்பதாகும்.

இந்த ஒற்றை வரி குறித்துப் பல கட்டுரைகள் எழுதப்பட்டிருக்கின்றன. ஒப்பிலக்கண அறிஞரும் விமரிசகருமான ஹென்றி லெவின், இந்த வரியை 'புரிதலைத் தேடும் அறிவு, பகுத்தறிவை முட்டாளாக்கிவிடும்' என்று சற்று நேரடியாக மொழிபெயர்க்கலாம் என்கிறார். இது 'லைட்' என்ற வார்த்தையின் வெவ்வேறு அர்த்தங்களான அறிவு, புத்தி, கண் பார்வை, வெளிச்சம் போன்றவற்றைக் கொண்டு எழுதப்பட்ட வரி. இதே வரியை 2005ஆம் ஆண்டு நோபல் பரிசு பெற்ற இயற்பியல் அறிஞர் ராய் கிளாப்பெர் தன்னுடைய நன்றியுரையில் எடுத்துக் காட்டுகிறார்.

ஷேக்ஸ்பியரின் மேதமை இது போன்று பலவிடங்களில் புதைந்து கிடக்கிறது. அதைத் தேடி, கண்டறிந்து, புரிந்து அனுபவிப்பது ஒரு தீராத அனுபவமாக இருக்கும். இதைச் சில நூறு வருடங்களாகப் பல அறிஞர்களும் செய்து கொண்டிருக்கிறார்கள் என்றாலும், நாமும் நம்மால் முடிந்த அளவுக்குப் புதிது புதிதாகப் பல முத்துக்களை எடுத்துக்கொண்டே இருக்கலாம்.

நகைச்சுவை நாடகம் 8

ஒரு கோடை இரவின் கனவு

(A Midsummer Night's Dream)

கிரேக்க இலக்கியத்தின் தாக்கம் இல்லாத மேற்கத்திய இலக்கியம் இல்லை. இது ஷேக்ஸ்பியருக்கும் பொருந்தும். குறிப்பாக, 'ஒரு கோடை இரவின் கனவு' நாடகத்தில் கிரேக்கத் தாக்கத்தை அழுத்தமாகவே காண இயலும்.

கிரேக்கர்களைத் தோற்கடித்துத் தங்களது அரசை நிறுவிய ரோமானியர்களும் கிரேக்கப் புராண, இதிகாசக் கதைகளைத் தங்களுடையதாக வரித்துக் கொண்டார்கள். கிரேக்கத்தில் இருந்து லத்தீனுக்குக் கடவுள்களின் பெயரை மாற்றிக் கொண்டார்கள். கடவுள்களின் பெயர் வேறாக இருக்குமே தவிர, கதைகள் ஒன்றாகவே இருக்கும். அப்படியான ஒரு கதைதான் வீனசும் அடோனிசும். இதை ஷேக்ஸ்பியர் நீண்ட கவிதையாக எழுதியிருக்கிறார்.

காதல் மற்றும் காமத்தின் கடவுளான வீனஸ், மனிதனான அடோனிஸ்மீது காதல் கொள்கிறாள். அவனும் அவளை விரும்புகிறான். அவர்களது மகிழ்ச்சியான நாட்களின் முடிவில், அடோனிஸ் ஒரு காட்டுப் பன்றியால் தாக்கப்பட்டு, வீனஸின் கரங்களிலேயே இறந்துவிடுகிறான். வீனஸின் கண்ணீரும் அடோனிசின் ரத்தமும் கலந்து பல காட்டுப்பூக்கள் உருவானதாகக் கிரேக்க, ரோமானியர்கள் நம்பினார்கள். வீனஸ், அடோனிஸ் காதல் கதை பல பிற்காலக் காதல் கதைகளுக்கு அடிப்டையாகவே இருந்திருக்கிறது. சாத்தியமில்லாத காதல் என்பது பல வருடங்களாக மனிதர்களால் விரும்பப்பட்டதாகவே இருக்கிறது.

‘ஒரு கோடை இரவின் கனவு’ இது போன்ற கதையை நகைச்சுவையாகச் சொல்கிறது. இரண்டு காதல் ஜோடிகள், தங்களது காதலைப் பல வேடிக்கையான தடைகளுக்குப் பின்னர் அடைவதுதான் கதை. அதில் கற்பனையை மட்டுமல்ல, நடக்க முடியாத மந்திர, மாயங்களையும் சேர்த்து ஷேக்ஸ்பியர் விருந்து படைக்கிறார்.

ஷேக்ஸ்பியரை வாசித்தவர்களில் ‘ஒரு கோடை இரவின் கனவை’ விரும்பாதவர்கள் இருக்கவே முடியாது என்று சொல்வார்கள். காதலைப் பற்றிய பெரும் கனவாக விரியும் இந்த நாடகத்தை வாசிப்பது மட்டுமல்ல, மேடையிலும் திரையிலும் காண்பதும் மயக்கும் அனுபவம்தான்.

ஷேக்ஸ்பியரின் பல நாடகங்களைப் போலல்லாது இந்த நாடகம் ஒரு பெரிய பிரபுவின் திருமணத்திற்காக எழுதப்பட்டு, மேடையேற்றப்பட்டது. அதுவேகூட நாடகத்தின் கொண்டாட்டமான மனநிலைக்குக் காரணமாக இருக்கலாம். ஷேக்ஸ்பியர் தன்னுடைய நாடகங்களைப் பெரும்பாலும் நாட்டுப்புறக் கதைகள் அல்லது வேற்று மொழிக் கதைகளை அடிப்படையாகக் கொண்டே எழுதினார். ஆனால் இங்கே நாம் எந்த ஒரு பொதுவான கதையின் தாக்கத்தையும் பார்க்க முடிவதில்லை. பல்வேறு கதைகளை அறிஞர்கள் பல்வேறு பகுதிகளுக்கு அடிப்படையாகக் கூறுகின்றனர். ஆனால் இதுவும் எவ்வளவிற்குச் சரி என்று தெரியவில்லை. பெரும்பாலானவர்கள் இது ஷேக்ஸ்பியரின் கதை என்றே கருதுகிறார்கள். ஷேக்ஸ்பியர் சொந்தமாகக் கதைகளை அதிகமாக எழுத முயற்சிக்கவில்லை. பெரும்பாலும் தான் கேள்விப்பட்ட கதைகளை அடிப்படையாகக் கொண்டே எழுதினார். ஆனால் இங்கே அவர் சொந்தமாக, விரிவான, வழக்கத்தை மீறிய பிரதியை எழுதுகிறார்.

நாடகத்தின் தலைப்பில் இருக்கும் கனவு யாருடையது? பல அறிஞர்களும் இந்த நாடகமே ஒரு கனவு என்பதில் இருந்து, சில காட்சிகள் மட்டும் கனவாக இருக்க வேண்டும் என்பதுவரை பலவிதங்களில் விளக்குகின்றனர்.

ஷேக்ஸ்பியர் உருவாக்கும் உலகம் கனவும் கற்பனையும் உடைய தேவதைகளும் வினோதமான உயிரிகளும் இருக்கும் ஓர் உலகுக்கும் அந்த உலகை கண்டறிந்ததாக அறியப்படும் ஏதென்ஸ் நகரத்துக்கும் இடையிலான ஒரு வெளி. இத்தகைய உலகில் நாமும் எது கனவு,

எது நனவு என்ற மயக்கத்திலேயே நாடகத்தை வாசித்து முடித்து விடுகிறோம்.

அங்கம் 1 – காட்சி 1

ஏதென்ஸ் நகரின் பிரபுவான தேசெஸ், தான் மணக்கவிருக்கும் ஹிப்போலிட்டாவுடன் தங்களது திருமணத்தைப் பற்றிப் பேசிக் கொண்டிருக்கிறார்கள். அவர்களது திருமணம் இன்னமும் நான்கு நாட்களில் நடக்கவிருந்தது. ஆனால் அதுவரை பொறுமையாக இருக்க முடியாமல், தன்னுடைய நகரக் கொண்டாட்டங்களின் தலைவனான பிலோஸ்ட்ராட்டிடம் உடனடியாகத் திருமணக் கொண்டாட்டங்களை ஆரம்பிக்கச் சொல்கிறார். ஏதெனிய இளைஞர்களுக்குக் கொண்டாட நிகழ்வுகளையும் நான்கு நாட்கள் தானும், தான் மணக்கவிருக்கும் பெண்ணும் நேரத்தைக் கடத்த வேடிக்கைகளையும் ஏற்பாடு செய்யச் சொல்கிறார். அமேசானியர்களின் ராணியான ஹிப்போலிட்டாவை தேசெஸ் போர்க்களத்திலேயே சந்தித்திருந்தார். ஆனாலும் அவளை மிகுந்த கொண்டாட்டம், ஆடம்பரத்துடன் திருமணம் செய்யவிருப்பதாகச் சொல்லிக் கொண்டிருந்தார்.

அப்போது ஏதெனிய குடிமகனான ஏஜெஸ், தன்னுடைய மகள் ஹெர்மியாவுடனும், லைஸாண்டர், டெமெட்ரிஸ் என்னும் இரண்டு ஏதெனிய இளைஞர்களுடனும் உள்ளே வருகிறார். தன்னுடைய மகளை டெமெட்ரிஸ்சிற்குத் திருமணம் செய்து வைக்க முடிவு செய்திருப்பதாகவும், ஆனால் அவளோ லைஸாண்டரை விரும்புவதால் அதற்கு ஒப்புக்கொள்ள மறுக்கிறாள் என்றும் சொல்கிறார். எனவே அவளுக்குத் தண்டனை வழங்க வேண்டும் என்றும் கேட்டுக் கொள்கிறார்.

தேசெஸ், ஹெர்மியாவிடம் அவளது தந்தைக்குக் கீழ்ப்படிந்து நடக்க வேண்டும் என்று கடுமையாகச் சொல்கிறார். இல்லையென்றால் அவளைக் கன்னியாஸ்திரி மடத்திற்கோ தூக்கு மேடைக்கோ அனுப்பிவிடுவேன் என்று மிரட்டுகிறார். லைஸாண்டர் குறுக்கிட்டு, டெமெட்ரிஸ் காதலில் உண்மையாக இல்லை என்றும், முதலில் ஹெலெனா என்ற பெண்ணைக் காதலித்ததாகவும், ஹெர்மியாவைக் கண்டவுடன் அவளைக் கைவிட்டு விட்டதாகவும் தெரிவிக்கிறான். தேசெஸ், இது பற்றி

ஏஜெஸ் மற்றும் டெமெட்ரிசுடன் தனியாகப் பேசுகிறார். முடிவாக, தனது திருமணம் நடக்கும் தினத்திற்கு முன் ஹெர்மியா முடிவெடுக்க வேண்டும் என்று சொல்லிவிடுகிறார். லைஸாண்டரையும் ஹெர்மியாவையும் தவிர மற்றவர்கள் வெளியேறுகிறார்கள்.

காதலில் இருப்பவர்கள் சந்திக்கும் சோதனைகளைப் பற்றி லைஸாண்டரும் ஹெர்மியாவும் பேசிக் கொண்டிருக்கிறார்கள். ‘உண்மைக் காதலின் பாதை எப்போதும் கரடுமுரடாகவே இருக்கும்’ என்று லைஸாண்டர் சொல்கிறான். தன்னுடைய அத்தை ஒருத்தி ஏதென்சில் இருந்து இருபது மைல் தொலைவில் இருப்பதாகவும் அதனால் அங்கே ஏதெனியச் சட்டங்கள் செல்லுபடியாகாது என்றும் சொல்கிறான். மறுநாள் இரவு தன்னுடன் ஹெர்மியா வந்துவிட்டால், அங்கே சென்று திருமணம் செய்து கொள்ளலாம் என்றும் தெரிவிக்கிறான். ஹெர்மியா உற்சாகமாக ஒத்துக் கொள்கிறாள்.

டெமெட்ரிஸ் கைவிட்ட ஹெலெனா அங்கே வருகிறாள். தன்னுடைய காதல் தோல்வி அடைந்ததை எண்ணி மிகுந்த சோகத்துடன் இருக்கிறாள். ஹெர்மியாவும் லைஸாண்டரும் தங்களது திட்டத்தை அவளிடம் தெரிவிக்கிறார்கள். அவளுக்கு டெமெட்ரிஸ் கிடைக்க வாழ்த்துகிறார்கள். அவர்கள் வெளியேறியவுடன் ஹெலெனா இந்தத் திட்டத்தை டெமெட்ரிசிடம் தெரிவித்துவிட்டால், அவன் ஹெர்மியாவைப் பின்தொடர்ந்து செல்வான். அப்போது வழியில் இருக்கும் காட்டில் அவனை வழிமறித்து அவனது மனதை மாற்ற முயலலாம் என்று நினைக்கிறாள்.

அங்கம் 2 – காட்சி 2

ஏதென்ஸ் நகரின் மறுபுறம். தேசெஸ் மற்றும் ஹிப்போலிட்டாவின் திருமணக் கொண்டாட்டங்களின் ஒரு பகுதியாக நடக்கவிருக்கும் நாடகத்திற்கான ஒத்திகை பீட்டர் குவின்ஸ் என்ற தச்சனின் வீட்டில் நடந்து கொண்டிருக்கிறது. ஆனால் அவனை நடத்த விடாமல் நிக் பாட்டம் என்னும் நெசவாளி தொடர்ந்து பேசிக் கொண்டும் அறிவுரை சொல்லிக் கொண்டும் இருக்கிறான். அவர்கள் ‘பயர்மஸ் மற்றும் திசுபேயின் வருத்தமான நகைச்சுவையும், கொடுமையான மரணமும்’ என்ற நாடகத்தை ஒத்திகை பார்த்துக் கொண்டிருக்கிறார்கள்.

அதில் பயர்மஸ் மற்றும் திசுபே என்னும் காதலர்கள், தங்கள் வீட்டுச் சுவற்றில் இருக்கும் துளை ஒன்றின் வழியாகப் பேசிப் பேசித் தங்களது காதலை வளர்க்கிறார்கள். அப்போது திசுபேயை ஒரு சிங்கம் தாக்கி அவளது உடையைக் கிழிக்கிறது. ரத்தத்துடன் கிடக்கும் திசுபேயின் உடையைக் காணும் பயர்மஸ், வருத்தத்தில் தற்கொலை செய்து கொள்கிறான். அவனது உடலைக் காணும் திசுபேயும் தற்கொலை செய்து கொள்கிறாள்.

யார் எந்தப் பாத்திரத்தை எடுத்துக் கொள்வது என்று அவர்களுக்குள் விவாதம் நடக்கிறது. நிக் பாட்டம் தன்னுடைய குரல் திசுபேவிற்குப் பொருத்தமாக இருக்கும் என்கிறான். அதே நேரத்தில் தன்னால் அருமையாக உறும முடியும் என்பதால், சிங்க வேடமும் தனக்குப் பொருத்தமாக இருக்கும் என்று குழப்புகிறான். ஒருவழியாகக் குவின்ஸ், அவனுக்குப் பயர்மசின் வேடம்தான் சரியாக இருக்கும் என்று ஒப்புக்கொள்ள வைக்கிறான்.

அதே நேரத்தில் சிங்க வேடம் போடப்போகும் ஸ்னக், தன்னால் அந்தப் பாகத்தைக் கற்றுக் கொள்ள முடியாது என்று சொல்கிறான். சிங்கத்துக்கு உறுமுவது மட்டுமே வேலை என்று ஒப்புக்கொள்ள வைக்கிறான். இப்போது அவர்கள் அனைவருக்கும் மேடையில் சிங்கம் உறுமுவது அரசகுலப் பெண்களைப் பயமுறுத்திவிடும் என்றும், உழைப்பாளிகளான அவர்கள் தூக்கு மேடைக்கும் அனுப்பப்பட்டலாம் என்றும் அஞ்சுகிறார்கள். மறுபடியும் குவின்ஸ் அவர்களை அமைதிப்படுத்திவிட்டு, மறுநாள் இரவில் ஏதென்ஸ் நகருக்கு அருகில் இருக்கும் காட்டில் ஒத்திகைக்காக ஒன்று கூடலாம் என்று சொல்கிறான். அனைவரும் கலைகிறார்கள்.

அங்கம் 2 – காட்சி 1

ஏதென்ஸ் நகருக்கு அருகில் இருக்கும் காடு. அங்கே இரண்டு தேவதைகள் சந்திக்கின்றன. அவர்களில் ஒருவன் தேவதைகளின் அரசன் ஓபரானின் வேலையாள். மற்றவன் அரசி டைட்டானியாவின் வேலையாள். அரசனும் அரசியும் ஒருவர்மீது கோபமாக இருப்பதால், அவர்களைச் சந்திக்கவிடாமல் பார்த்துக் கொள்ளவேண்டும் என்று பேசுகின்றனர். தனக்கு உதவியாக ஓர் இந்தியச் சிறுவனை டைட்டானியா வேலைக்கு எடுத்திருக்கிறாள். ஆனால் அந்தச் சிறுவன் அழகாக இருப்பதால் ஓபரான் அவனைத் தன்னிடம் கொடுக்கக் கேட்கிறான். அதற்கு டைட்டானியா மறுத்ததால் இருவரும் கோபத்தில் இருக்கிறார்கள் என்றும் பேசுகிறார்கள்.

ஓபரானின் வேலையாளாக வந்திருப்பது ராபின் குட்பெல்லோ என்னும் பக். பக் மிகவும் விஷமக்கார தேவதை. அவனுடைய விளையாட்டுகளும் வேடிக்கைகளும் மிகவும் பிரசித்திப் பெற்றவை.

அவர்கள் பேசிக் கொண்டிருக்கும்போதே, ஒருபுறம் ஓபரான் தன்னுடைய பரிவாரங்களுடனும் மறுபுறம் டைட்டானியா தன்னுடைய பரிவாரங்களுடனும் வருகிறார்கள். இருவரும் நேருக்கு நேராகச் சந்திக்கிறார்கள்.

தேசெஸ்சிற்கும் ஹிப்போலிட்டாவிற்கும் திருமணம் நடக்கவிருக்கும் நேரத்தில், ஏதென்ஸ் நகருக்கு அருகில் வரவேண்டிய காரணம் என்ன என்று மாறி, மாறி குற்றம் சொல்லிக் கொள்கிறார்கள். ஓபரான், ஹிப்போலிட்டாவின்மீது மயக்கம் கொண்டிருப்பதாலேயே அங்கு வந்திருக்கிறான் என்று டைட்டானியாவும் டைட்டானியாவிற்கு தேசெஸ்சின்மீது காதல் என்று ஓபரானும் குற்றம் சாட்டுகிறார்கள்.

உரையாடல் இந்தியச் சிறுவனைப் பற்றித் திரும்புகிறது. தன்னிடம் அவனை ஒப்படைக்க வேண்டும் என்று ஓபரான் கேட்கிறார். ஆனால் அந்தச் சிறுவனின் தாய் தன்னை உண்மையாக வழிபட்டு வந்தவள் என்றும் எனவே அவனை வளர்ப்பது தன்னுடைய கடமை என்றும் டைட்டானியா தெரிவிக்கிறாள். அத்துடன், தன்னுடைய கானகத்திற்குள் இரவு உலாவிற்கு வரவும் அழைக்கிறாள். ஆனால் அந்தச் சிறுவனைத் தன்னிடம் கொடுக்கும் வரை ஆவலுடன் எங்கும் வரப்போவதில்லை என்று ஓபரான் தெரிவிக்கிறார். டைட்டானியா கோபத்தில் அங்கிருந்து கிளம்புகிறாள். அன்றிரவு முடிவதற்குள் அவளைப் பழிவாங்கப் போவதாக ஓபரான் தெரிவிக்கிறார்.

வெள்ளையும் கருஞ்சிவப்பும் கலந்த காட்டுப்பூ ஒன்றைக் கொண்டு வருமாறு பக்கிற்கு ஓபரான் ஆணையிடுகிறார். அந்த மலரில் இருந்து சாறெடுத்து, அதைத் தூங்குபவரின் கண்களில் பிழிந்துவிட்டால், அவர்கள் கண் விழிக்கும் போது யாரை முதலில் பார்க்கிறார்களோ, அவர்கள்மீது காதல் கொண்டு விடுவார்கள். அந்தச் சாற்றை டைட்டானியாவின் கண்களில் பிழிய போவதாகவும், அவள் அந்தக் காட்டில் இருக்கும் எதாவது ஒன்றின்மீது காதல் கொள்வதைக் கண்டு ரசிக்கப்போவதாகவும், அவள் அந்த இந்திய சிறுவனைத் தன்னிடம் கொடுத்தால் மட்டுமே அவளை அந்த மலரின் தாக்கத்தில் இருந்து விடுவிக்கப்போவதாகவும் ஓபரான் தெரிவிக்கிறார்.

அங்கம் 2 – காட்சி 2

பூவைத் தேடி பக் சென்றவுடன் அங்கே ஹெலெனாவும் டெமெட்ரிசம் வருகிறார்கள். அவர்கள் வந்தவுடன் ஓபரான் தன்னை மறைத்துக் கொள்கிறார். தான் அவளைக் காதலிக்கவில்லை என்றும் அவளைப் பார்க்க விரும்பவில்லை என்றும் தன்னைப் பின் தொடர்வதை அவள் நிறுத்தவேண்டும் என்றும் டெமெட்ரிஸ், ஹெலெனாவிடன் கடுமையாகச் சொல்கிறான்.

லைஸாண்டரையும் ஹெர்மியாவையும் கோபமாகப் பேசிக் கொண்டே, அவர்களைக் கண்டவுடன் தான் ஹெர்மியவை திருமணம் செய்து கொண்டு, லைஸாண்டரைக் கொல்லப் போவதாகத் தெரிவிக்கிறான். தான் அவனை விரும்புவதாக மீண்டும், மீண்டும் ஹெலெனா தெரிவிக்கிறாள். ஆனால் டெமெட்ரிஸ் அவளை அவமானப்படுத்திக் கொண்டே இருக்கிறான். அவன் அந்தப் பகுதியில் இருந்து வெளியேறுகிறான். ஹெலெனா அவனைத் தொடர்ந்து செல்கிறாள். ஓபரான் மீண்டும் அங்கே தோன்றுகிறார். அன்றிரவிற்குள் தான் டெமெட்ரியசை ஹெலெனாவின் பின்னே செல்ல வைக்கப் போவதாகத் தெரிவிக்கிறார்.

காதலை வரவழைக்கும் பூக்களுடன் பக் அங்கே வருகிறான். அவனிடமிருந்து பூக்களை எடுத்துக்கொள்ளும் ஓபரான், டைட்டானியா, பூக்கள் மலர்ந்திருக்கும் கரையில் தூங்குவது தனக்குத் தெரியும் என்றும் எனவே அவளது கண்களில் தானே சாறைப் பிழிய போவதாகவும் தெரிவிக்கிறார். அதற்குமுன் ஓபரான் பக்கிடம்,காட்டில் ஒரு ஏதெனிய இளைஞனையும் அவனைத் தொடர்ந்து செல்லும் பெண்ணையும் கண்டால் அந்த இளைஞனின் கண்களிலும் சிறிது சாறு பிழிந்துவிடும்படி சொல்கிறார். அவனது ஏதெனிய உடைகளில் இருந்து அவனை அடையாளம் கண்டு கொள்ளலாம் என்கிறார்.

தன்னுடைய உலாவையும் நடனத்தையும் முடித்துவிட்டு, டைட்டானியா ஓடையின் கரையில் தூங்குகிறாள். ஓபரான் மெதுவாக அவளது கண்களில் பூவின் சாற்றைப் பிழிந்துவிடுகிறார். அத்துடன் சில மந்திரங்களும் சொல்கிறார்.

காட்டின் உள்ளே இப்போது லைஸாண்டரையும் ஹெர்மியாவையும் பார்க்கிறோம். தன்னுடைய அத்தை வீட்டிற்குப் புறப்பட்ட லைஸாண்டர், வழி தவறிவிட்டான், எனவே அவர்கள் காட்டில்

அலைந்து, திரிந்து களைத்திருந்தார்கள். இரவாகிவிட்டதால் காலை வரை அங்கே ஓய்வெடுத்துவிட்டுச் செல்லலாம் என்று லைஸாண்டர் சொல்கிறான். அப்படியே அவர்கள் அங்கே உறங்க இடம் பார்க்கிறார்கள். லைஸாண்டர் அவளைத் தன்னருகே படுக்கச் சொல்ல, ஹெர்மியா மறுக்கிறாள். திருமணம் முடியும் வரை அவர்கள் தள்ளி இருப்பது நல்லது என்கிறாள்.

பல இடங்களில் தேடியும் அந்த ஏதெனிய இளைஞனைக் கண்டுபிடிக்க முடியவில்லை என்று சலித்துக்கொண்டே, பக் அங்கே வருகிறான். தூங்கிக் கொண்டிருக்கும் லைஸாண்டரையும் சற்று தள்ளி படுத்திருக்கும் ஹெர்மியாவையும் பார்த்து அவர்கள்தான் அந்த இளைஞனும் அவனைப் பின்தொடரும் பெண்ணுமாக இருக்கவேண்டும் என்று நினைத்துக் கொள்கிறான். பூவின் சாற்றை லைஸாண்டரின் கண்களில் பிழிந்து விடுகிறான்.

அதே நேரத்தில் ஹெலெனா, டெமெட்ரிசைப் பின்தொடர்கிறாள். அவனோ அவளைத் தொடரவேண்டாம் என்று கோபமாகச் சொல்லிவிட்டு, வேகமாக அங்கிருந்து செல்கிறான். அவனைப் பின் தொடர முடியாமல், தன்னால் நடக்க முடியவில்லை என்று ஹெலெனா களைத்து அமர்கிறாள். ஆனால் இருளைக் கண்டு பயத்துடன் அவள் தன்னுடைய காதல் தோல்வியை எண்ணி வருந்திக் கொண்டிருக்கிறாள்.

அப்போது அங்கே தூங்கிக் கொண்டிருக்கும் லைஸாண்டரைப் பார்க்கிறாள். அவனை எழுப்பவே, அவன் எழுந்தவுடன் ஹெலெனாவின்மீது காதல் கொள்கிறான். அவளது அழகை வர்ணித்து, அவள்மீது காதல் கொண்டுவிட்டதாகப் பேசுகிறான். அவள் தன்னைக் கேலி செய்வதாக எண்ணும் ஹெலெனா, அவனுக்கு ஹெர்மியாவை நினைவுபடுத்துகிறாள். அவனோ ஹெலெனாவிற்கு முன் ஹெர்மியா ஒன்றுமில்லை என்கிறான். அவன் இன்னமும் தன்னைக் கேலி செய்வதாக எண்ணி கோபமடையும் ஹெலெனா அங்கிருந்து வெளியேறுகிறாள். லைஸாண்டரும் அவளைப் பின்தொடர்ந்து செல்கிறான். சிறிது நேரம் கழித்து எழும் ஹெர்மியா லைஸாண்டரைக் காணாமல் அதிர்ச்சியுடன் காட்டிற்குள் அவனைத் தேடி செல்கிறாள்.

அங்கம் 3 – காட்சி 1

காட்டின் உள்ளே நாடக ஒத்திகை நடந்து கொண்டிருக்கிறது. பல பிரபுக்களுக்கு முன் நாடகத்தை நடத்தவிருப்பத்தால், சில

மாற்றங்கள் செய்ய வேண்டும் என்று பாட்டம் சொல்கிறான். பயர்மஸின் தற்கொலையும் சிங்கமும் பெண்களைப் பயமுறுத்தும் என்பதால் நாடகத்திற்கு முன் சிங்கம் உண்மையில் சிங்கமல்ல என்றும் தற்கொலைக்கு உபயோகப்படுத்தும் வாளும் உண்மையில் வாள் இல்லை என்றும் ஓர் அறிவிப்பைச் சேர்க்க வேண்டும் என்கிறான்.

ஒத்திகை நடக்கும்போதே பக் அங்கே வருகிறான். அவர்கள் நடிக்க முயற்சி செய்வதை வேடிக்கையாகப் பார்த்துக் கொண்டிருக்கிறான். அப்போது மற்றவர்களிடம் இருந்து பாட்டம் சிறிது விலகி வரவே, அவனது தலையைக் கழுதையின் தலையாக மாற்றிவிடுகிறான். மீண்டும் ஒத்திகைக்குப் பாட்டம் நுழையும்போது, அவனைப் பார்த்து பயந்து அனைவரும் ஓடிவிடுகிறார்கள். குழப்பத்துடன் பாட்டம் அங்கே இருந்து மெல்ல நகர்கிறான்.

அதே இடத்தில் டைட்டானியா தன்னுடைய தூக்கத்தில் இருந்து எழுகிறாள். அங்கே கழுதை தலையுடன் இருக்கும் பாட்டம்மீது காதல் கொள்கிறாள். தன்னுடனே அவன் இருக்கவேண்டும் என்று சொல்லி, அவனைக் கட்டி தழுவுகிறாள். அவனது விருப்பத்தை எல்லாம் நிறைவேற்ற, அவனுக்கு நான்கு தேவதைகளை வேலையாட்களாக நியமிக்கிறாள். தன்னுடைய தலை, கழுதை தலையாக மாறிவிட்டதை அறியாத பாட்டம் தன்னுடைய தோழர்கள் முட்டாள்கள் என்று சொல்லி அந்தத் தேவதைகளுடன் பேசிக் கொண்டிருக்கிறான். அவன்மீது தீராத காதலோடு டைட்டானியா பார்த்துக் கொண்டிருக்க, அவர்கள் அங்கிருந்து கிளம்புகிறார்கள்.

அங்கம் 3 – காட்சி 2, 3

காட்டின் மறுபுறம் டைட்டானியா, கழுதை தலையுடன் இருக்கும் பாட்டம்மீது காதல் கொண்டுவிட்டதை பக், ஓபரானிடம் சொல்லிக்கொண்டிருக்கிறான். தன்னுடைய திட்டம் நன்றாக வேலை செய்வதாக ஓபரான் மகிழ்ச்சி அடைகிறார். லைஸாண்டரிடம் இருந்து பிரிந்துவிட்ட ஹெர்மியா, டெமெட்ரிசைப் பார்த்து அவனிடம் செல்கிறாள். தான் முன்பு பார்த்த பெண், வேறொரு ஆணுடன் இருப்பதைப் பார்த்து பக்கும், தான் காதலில் விழச்செய்யச் சொன்ன ஆண், வேறொரு பெண்ணுடனும் இருப்பதைப் பார்த்து ஓபரானும் ஆச்சரியப் படுகிறார்கள். தனது திட்டம் குழப்பப்பட்டுவிட்டதை உணரும்

ஓபரான், தன்னுடைய தவறைச் சரி செய்யும்படி பக்கிற்கு உத்தரவிடுகிறார்.

லைஸாண்டர் எங்கிருக்கிறான் என்று ஹெர்மியா டெமெட்ரிசைக் கேட்கிறாள். ஆனால் தன்னை நிராகரித்துவிட்டு ஹெர்மியா லைஸாண்டரை விரும்புகிறாள் என்று வெறுப்புடன் பேசும் டெமெட்ரிஸ், தனக்குத் தெரியாது என்று சொல்கிறான். ஆனால் ஹெர்மியா கோபமாக அவனது பின்னே சென்று கொண்டிருக் கிறாள். எரிச்சலடையும் டெமெட்ரிஸ் தான் அங்கேயே படுத்து ஓய்வெடுக்கப்போவதாகச் சொல்லிவிடுகிறான். சிறிது நேரம் காத்திருந்துவிட்டு ஹெர்மியா அங்கிருந்து சென்றுவிடுகிறாள்.

ஹெர்மியா அங்கிருந்து சென்றவுடன், ஹெலேனாவைக் கண்டு பிடித்து அழைத்துவர பக்கை அனுப்பிவிட்டு ஓபரான் டெமெட்ரிஸ்சின் கண்களில் பூவின் சாற்றைப் பிழிந்துவிடுகிறார். அப்போது லைஸாண்டர் தன்னுடைய காதலைச் சொல்லிக் கொண்டிருக்க, ஹெலெனா அங்கே வருகிறாள். இன்னமும் ஹெலெனா அவனிடம் கோபமாகத் தன்னைக் கேலி செய்வதை நிறுத்தும்படியாகக் கேட்கிறாள். இந்தச் சண்டையின் சத்தத்தில் எழுந்து கொள்ளும் டெமெட்ரிஸ், ஹெலெனாவைக் கண்டவுடன் காதலில் விழுந்துவிடுகிறான். அவனும் ஹெலெனாவிடம் தன்னுடைய காதலைத் தெரிவிக்கிறான். லைஸாண்டரும் டெமெட்ரிஸும் தங்களுக்குள் யார் ஹெலெனாவை உண்மையாகக் காதலிக்கிறார்கள் என்று சண்டையிட ஆரம்பிக்கிறார்கள். இருவரும் சேர்ந்து கொண்டு தன்னைக் கேலி செய்வதாக நினைக்கும் ஹெலெனா இருவரையும் நம்ப மறுக்கிறாள்.

லைஸாண்டரின் குரலைக் கேட்டு அங்கே வரும் ஹெர்மியா லைஸாண்டரும் டெமெட்ரிஸும் அங்கே ஹெலெனாவின் காதலுக்காக வாக்குவாதம் செய்து கொண்டிருப்பதை நம்ப முடியாமல் பார்க்கிறாள். தன்னைக் கேலிபண்ணும் இந்தத் திட்டத்தில் ஹெர்மியாவும் பங்கெடுத்திருக்க வேண்டும் என்று ஹெலெனா கோபப்படுகிறாள். தன்னுடைய நட்பை அவள் அவமானப்படுத்துவதாக ஹெர்மியா பதிலுக்குச் சொல்கிறாள். அதற்குள் லைஸாண்டரும் டெமெட்ரிஸும் வாள் சண்டையிடத் தயாராகிறார்கள். ஹெர்மியா லைஸாண்டரைத் தடுக்க முயல்கிறாள். சுற்றிவளைக்கும் பாம்பு போல அவள் தன்னைத் தொடுவதாக லைஸாண்டர் சொல்லவே, ஹெர்மியா அதிர்ச்சி அடைகிறாள். எப்படியோ ஹெலெனா, லைஸாண்டரை

மயக்கிவிட்டாள் என்று அவளுக்கும் கோபம்வர, ஹெலெனாவின் கண்களைத் தோண்டப்போவதாகக் கோபமாகச் சொல்கிறாள்.

தன்னைவிட ஹெர்மியா நன்றாகச் சண்டையிடுவாள் என்று ஹெலெனா பயப்படுகிறாள். அவளை ஹெர்மியாவிடம் இருந்து காப்பற்றுவதாக லைஸாண்டரும் டெமெட்ரிஸூம் உறுதியளிக்கின்றனர். அதற்கும் அவர்கள் இருவரும் மீண்டும் சண்டையிட ஆரம்பிக்கின்றனர். காட்டிற்குள் சென்று தங்களது பிரச்சினையை வாள் சண்டை மூலமாக முடித்துக்கொள்ள முடிவு செய்கின்றனர். ஹெலெனா ஹெர்மியாவிடமிருந்து ஓடுகிறாள். எல்லாம் தலை கீழாக மாறிவிட்டதாக ஹெர்மியா ஆச்சரியத்துடன் கூறுகிறாள்.

இரவுக்குள் எல்லாவற்றையும் சரி செய்துவிட வேண்டும் என்று அனைத்தையும் மறைந்து பார்த்துக் கொண்டிருக்கும் ஓபரான் பக்கிடம் சொல்கிறார். பக்கும் லைஸாண்டரையும் டெமெட்ரிசையும் தொடர்ந்து செல்கிறான். லைஸாண்டரும் டெமெட்ரிஸூம் காட்டிற்குள் தொலைந்துவிடுகின்றனர்.

அங்கம் 4 – காட்சி 1

ஏதெனிய காதலர்கள் அனைவரும் களைத்து தூங்கி கொண்டிருக்கிறார்கள். கழுதை தலையுடைய பாட்டமுடனும் மற்ற பரிவாரங்களுடனும் டைட்டானியா நுழைகிறாள். பாட்டமின் கழுதை தலையைத் தன்னுடைய மடியில் வைத்துக் கொண்டு, அவனது தலையில் ரோஜாப்பூக்களை வைத்துக் கோர்த்துக் கொண்டிருக்கிறாள். அவனது ‘பெரிய காதுகளில்’ முத்தமிடுகிறாள். சுற்றியுள்ளவர்களைத் தனது தலையைச் சொறிந்துவிடச் சொல்கிறான் பாட்டம். அவனுக்குப் பசியிருக்கிறதா என்று டைட்டானியா கேட்கிறாள். தனக்கு வினோதமாக வைக்கோல் சாப்பிடத் தோன்றுவதாகப் பாட்டம் கூறுகிறான். அவனுக்கு அணில்கள் சேகரித்து வைத்திருக்கும் பருப்புகளைக் கொண்டு வரப்போவதாக டைட்டானியா சொல்கிறாள். அப்படியே இன்னமும் பல காதல் வசனங்களைப் பேசிக் கொண்டே இருவரும் உறங்குகிறார்கள்.

ஓபரானின் பழிவாங்கும் படலம் வெற்றிகரமாக முடிந்ததாக பக், ஓபரானிடம் சொல்கிறான். கழுதை தலையை உடைய பாட்டமிடம் அவள் காதல் கொண்டிருப்பதைச் சொல்லி கேலி செய்ததாகவும் அந்த இந்தியச் சிறுவனைத் தன்னிடம் கொடுத்தால் தானே அவளை அந்த மயக்கத்தில் இருந்து விடுவிப்பதாகவும் அவளிடம்

சொல்லிவிட்டதாகத் தெரிவிக்கிறார். தூங்கி கொண்டிருக்கும் டைட்டானியாவின் காதுகளில் மாற்று மந்திரத்தைச் சொல்லி, அவளை மயக்கத்தில் இருந்து விடுவிக்கிறார். தான் ஒரு கழுதையுடன் தூங்குவதைக் கண்டு ஆச்சரியமடைகிறாள். இசை பரவுகிறது. டைட்டானியாவும் ஓபரானும் நடனமாடுகிறார்கள். காலை பொழுது விடியவே, அவர்கள் அங்கிருந்து மறைகிறார்கள். பக் பாட்டமின் காதுகளில் மாற்று மந்திரம் சொல்லி அவனையும் பழைய நிலைக்கு மாற்றிவிடுகிறான்.

விடியும்போது காட்டிற்குள் தேசெசும் ஹிப்போலிட்டாவும் ஏஜெஸ்சும் தங்களது வேட்டைநாய்கள் மற்றும் பரிவாரங்களோடு வந்துகொண்டிருக்கிறார்கள். அங்கே ஏதெனிய காதலர்கள் தூங்கிக் கொண்டிருப்பதைக் கண்டு அவர்களை எழுப்பிவிடுகிறார்கள். காதலர்களுக்கும் இரவில் நடந்தது எதுவும் நினைவில் இல்லை. அல்லது மிகவும் குறைவாகவே நினைவில் இருக்கிறது. அவர்களுக்கு நினைவில் இருப்பதெல்லாம் ஹெர்மியாவை லைஸாண்டரும் ஹெலெனாவை டெமெட்ரிசும் காதலிப்பது மட்டும்தான். தேசெஸ் அனைவரையும் தனது திருமண விருந்திற்கு வருமாறு ஆணையிடுகிறார். அவர்கள் சென்றவுடன் பாட்டமும் எழுந்து கொள்கிறான். தன்னுடைய கனவை எண்ணி ஆச்சரியப் பட்டுக் கொள்கிறான். அது குறித்துத் தங்களது நாடகத்தின் இறுதியில் ஒரு பாடலை எழுதச் சொல்லவேண்டும் என்றும் நினைத்துக் கொள்கிறான்.

அங்கம் 4 – காட்சி 2

குவின்ஸின் வீட்டில் நாடக 'நடிகர்கள்' அனைவரும் கவலையோடு இருக்கிறார்கள். தொலைத்துவிட்ட அவர்களது நண்பன் பாட்டமைப் பற்றிய கவலை. அவனை இறுதியாக அவர்கள் பார்த்தது அந்தக் கழுதைத் தலை பூதத்தைப் பார்த்தபோதுதான். அந்தப் பூதம் அவனைக் கொன்றிருக்குமோ? இன்னமும் சிலர் அவனைத் தேவதைகள் மந்திரம் செய்து மறைய செய்திருக்கலாம் என்றார்கள். ஆனால் பாட்டம் இல்லாமல் தங்களால் நாடகம் நடத்த முடியாது என்பதில் அனைவரும் ஒத்துப் போனார்கள். பாட்டம் மட்டுமே ஏதெனிய நகரத்தின் மிகவும் புத்திசாலியான, வேடிக்கையான மனிதன் என்று பேசிக் கொண்டிருந்தனர்.

அப்போது அங்கே வரும் ஸ்னக், தேசெஸ் திருமணம் செய்து கொண்டார் என்றும் அவருடன் இன்னமும் சில பிரபுக்களும்

திருமணம் செய்துகொண்டனர் என்றும் தெரிவிக்கிறான். அவர்கள் நாடகத்தைப் பார்க்க ஆவலாக இருப்பதாகவும் தெரிவித்தான். நாடகத்தில் மட்டும் பாட்டம் நடித்தால், தேசெஸ் பிரபு அவனுக்குப் பணம் கொடுத்து பாராட்டியிருப்பார் என்றும் வருத்தமாகச் சொல்கிறான்.

அவர்கள் பேசிக் கொண்டிருக்கும்போதே உள்ளே வரும் பாட்டம், அனைவரும் ஏன் சோகமாக இருக்கிறார்கள் என்று கேட்கிறான். முந்தைய இரவு காட்டில் தான் ஒரு ஆச்சரியமான சாகசத்தில் இருந்ததாகத் தெரிவிக்கிறான். ஆனால் அதைச் சொல்லிக் கொண்டிருக்க நேரமில்லை என்றும், அவர்கள் அனைவரும் நாடக உடைகளை அணிந்து, நாடகம் நடத்த கிளம்பவேண்டும் என்றும் தெரிவிக்கிறான்.

அங்கம் 5 – காட்சி 1

தேசெஸ்சின் மாளிகை. தேசெஸ், ஹிப்போலிட்டாவிடம் தன்னிடம் ஏதெனிய இளைஞர்கள் சொன்ன கதைகளைப் பற்றிப் பேசிக் கொண்டிருக்கிறார். ஆனால் தான் அந்தக் கதைகளை எல்லாம் நம்பவில்லை என்றும், இரவின் இருட்டும் காதலின் மயக்கமும் அவர்களின் கற்பனையைத் தூண்டியிருக்கும் என்றும் சொல்கிறார். ஆனால் ஹிப்போலிட்டா, அவர்கள் சொல்வது கதை என்றால், எப்படி அனைவரும் ஒன்றுபோலச் சொல்லமுடியும் என்று கேட்கிறாள்.

அப்போது லைஸாண்டரும் டெமிட்ரிசும் தங்களது மனைவி களோடு உள்ளே வருகிறார்கள். உற்சாகமாக அவர்களிடம் பேசிக் கொண்டிருக்கும் தேசெஸ், படுக்கைக்குச் செல்லும்முன் ஒரு நாடகம் பார்க்கலாம் என்று தெரிவிக்கிறார். ஏஜெஸ் நாடகங்களின் பட்டியலை வாசிக்கிறார். அதில் பயர்மஸ் மற்றும் திசுபேவின் கதையைத் தொழிலாளர்கள் நாடகமாக நடிக்க இருக்கிறார்கள் என்றும் ஆனால் மிகவும் மோசமாக இருக்கும் என்றும் தெரிவிக்கிறார். ஆனால் தேசெஸ் எவ்வளவு மோசமாக இருந்தாலும் அதையே பார்க்கலாம் என்று சொல்கிறார்.

நாடகம் ஆரம்பிக்கிறது, குவின்சும் பாட்டமும் நாடகத்தைப் பற்றிப் பேசுகிறார்கள். குவின்ஸ் தவறாக உச்சரித்து நாடகத்தை ஆரம்பிக்கிறான். அடுத்த நடிகர்கள் அனைவரும் ஒருவருக் கொருவர் மோசமாகப் பேசி நடித்துக் கொண்டிருக்கிறார்கள். பார்க்கும் பெண்கள் அனைவரும் அதையே கேலியாகப் பேசிச்

சிரித்துக் கொண்டிருக்கிறார்கள். சிங்கமாக வரும் ஸ்னக், உள்ளே நுழையும்போதே தான் உண்மையில் சிங்கமல்ல என்று நீண்ட விளக்கம் அளிக்கிறான். பயர்மசாக பாட்டம், திசுபேவை மிகவும் குழப்பமான காதலை நடத்திக் கொண்டிருக்கிறார்கள். ஒருவழியாகச் சிங்கம் திசுபேவை கொல்ல முயன்று, பயர்மஸ் தற்கொலை செய்து கொள்கிறான். திசுபேவும் தற்கொலை செய்து கொள்கிறாள். இறுதியாக ஒரு நடனமாடிக் கொள்வதாகச் சொல்லி, பாட்டம் நடனம் ஆடுகிறான்.

அங்கம் 5 – முடிவு

இரவு வந்தவுடன், பக் மாளிகைக்கு வருகிறான். இரவாகி விட்டதால் தேவதைகள் அங்கே வரப்போவதாகத் தெரிவிக்கிறான். ஓபரானும் டைட்டானியாவும் வருகிறார்கள். மாளிகையில் இருப்பவர்களைப் பாடலின் மூலமாக வாழ்த்துகிறார்கள். அவர்கள் அனைவரும் ஒருவருக்கொருவர் உண்மையாக அன்புடன் அழகான பிள்ளைகளைப் பெற்று வாழ்வார்கள் என்று வாழ்த்துகிறார்கள்.

பக்கைத் தவிர அனைவரும் மேடையில் இருந்து வெளியேறு கிறார்கள். நாடகம் மோசமாக இருந்ததாகப் பார்வையாளர்கள் நினைத்தால், அதைக் கனவாக எண்ணி மறந்துவிடலாம் என்று பக் தெரிவிக்கிறான். நன்றாக இருந்தால், அனைவரும் கைதட்டி வரவேற்கலாம் என்றும் சொல்கிறான்.

ஒரு கோடை இரவின் கனவு – அலசல்

நாம் காணும் உலகமே யாரோ ஒருவரின் கனவு என்று சொல்லப் படுவதுண்டு. ஷேக்ஸ்பியரின் நாடகங்களையும் நாம் ஒரு கனவுலக மாகவே காணலாம். அதிலும் ஷேக்ஸ்பியரின் மேதமையை 'ஒரு கோடை இரவின் கனவில்' பார்க்கலாம்.

நாம் முன்பே கேட்ட அதே கேள்வியை மீண்டும் கேட்போம். நாடகம் முழுவதுமே பாட்டம் விவரிப்பது போலவே இருப்பதால், இதைப் பாட்டம் கண்ட கனவாகக் கருதலாம். அதற்கான சில குறிப்புகளும் நாடகத்தில் இருக்கிறது. ஆனால், முடிவுரையில் பேசும் பக் நாடகத்தைப் பார்வையாளர்களின் கனவு என்று கூறுகிறான்.

Think but this, and all is mended:
That you have but slumbered here,
While these visions did appear.

பக், பார்வையாளர்களின் அனுபவத்தையே கேள்விக்கு உட்படுத்துகிறான். நாடகத்தில் நடந்த மாய நிகழ்வுகளை எல்லாம் நாடக பாத்திரங்கள் கனவாகவே எண்ணுகிறார்கள். அப்படியே நாடகத்தைப் பார்த்துக் கொண்டிருந்தவர்களும் இதை ஒரு கனவாக எண்ணிவிடவேண்டும் என்று கூறுகிறான்.

மற்ற நாடகங்களைப் போலில்லாமல் இங்கே நாம் கதையை நகர்த்துபவராக, கதையின் முன்னணிப் பாத்திரமாக பாட்டம் என்ற சாதாரண நெசவாளியை பார்க்கிறோம். அவனே கதையை முழுவதுமாக நெய்து முடிக்கிறான். அந்தச் சாதாரண மனிதனின் கனவின் கதையாகவும் நாடகத்தை நாம் பார்க்கலாம். பாட்டம் கதையில் கோமாளியாக அல்லாமல், வெகுளியாகவே வருகிறான். அவனது தலை கழுதையாக மாறிய பின்னரும், அவன் தன்னுடைய குணத்தைச் சிறிதும் மாற்றிக் கொள்ளவில்லை.

அது மட்டுமல்லாமல், நாடகத்தில் வரும் தேவதைகளுடன் பேசும் ஒரே பாத்திரமும் பாட்டம் மட்டுமே. அவனும், டைட்டானியாவும் கொண்ட காதலில் காமமும் இருந்ததா என்ற கேள்வி குறித்துப் பல்வேறு ஆராய்ச்சி கட்டுரைகள் எழுதப்பட்டிருக்கின்றன. அது ஒருபுறமிருக்க, பாட்டம் அந்தக் கனவுலகிலும் நனவுலகிலும் எந்த மாற்றமும் இல்லாமல் தன்னைப் போலவே இருக்கும் மனிதர்களிடமும் டைட்டானியாவின் பரிவாரங்களிடமும் ஒன்றுபோலவே நடந்து கொள்கிறான்.

அவனைப் பொறுத்தவரை கனவிற்கும், நனவிற்கும் நடுவே எந்தவித வித்தியாசமும் இல்லை. 16ஆம் நூற்றாண்டின் பிரெஞ்சு மறுமலர்ச்சியின் பெரும் தத்துவவாதியான மைக்கேல் மாண்டேய்ன், தன்னுடைய ‘அனுபவம் குறித்து’ என்ற கட்டுரையில் ‘உலகின் மிகப்பெரிய சிம்மாசனத்திலும் மனிதன் தன்னுடைய பிருஷ்டத்தின் மேலேயே அமரவேண்டும்’ என்று சொன்னது ஷேக்ஸ்பியருக்கும் தெரிந்திருக்கத்தான் வேண்டும்.

கதையின் இன்னொரு முக்கியப் பாத்திரம் பக் என்னும் ராபின் குட்பெல்லோ. அவனது சேட்டைகளும் வேடிக்கைகளும் பாட்டமின் பாத்திரத்திற்கு நேரெதிராக இருக்கிறது. ஆனால் அவனும் ஓபரானின் வேலையாளாக, ஒரு சாதாரண

‘தேவதையாகவே’ வருகிறான். அவனது பெயரின் அர்த்தமே சாத்தான் என்பதுதான். ஓபரானின் திட்டத்தை நிறைவேற்றுவதைத் தவிர, அவன் நாடகத்தில் செய்யும் ஒரே சேட்டை, பாட்டமின் தலையைக் கழுதை தலையாக மாற்றுவதுதான். எனவே கதையில் பக்கும், தன்னுடைய சாத்தான் என்ற அர்த்தத்தையும் மீறி, நல்லவனாகவே இருக்கிறான். பக்கிற்கும் பாட்டமிற்கும் இடையிலான வேறுபாட்டிலேயே கனவு நிகழ்கிறது.

ஷேக்ஸ்பியரின் நாடகங்கள் எல்லாம் பல்வேறு நாட்டுப்புறக் கதைகளில் இருந்தும் வேறு இடங்களில் இருந்தும் எடுக்கப் பட்டவை என்று பார்த்தோம். ஆனால் அதிலும் இந்த நாடகத்தின் பாத்திரங்கள் பல்வேறு முந்தைய கதைகளில் இருந்து எடுக்கப்பட்டு நெய்யப்பட்டவை. கிரேக்க வரலாற்று எழுத்தாளரான ப்ளுட்டாக் எழுதிய தேசெஸ்சின் வரலாற்றில் வரும் வரலாற்று கதாபாத்திரமான தேசெசே ஷேக்ஸ்பியரின் ஏதெனியப் பிரபு. ஆனால் ப்ளுட்டாக்கின் தேசெஸ் பெண் பித்தன். ஆனால் இங்கே நாம் காணும் தேசெஸ், அதைக் கடந்து திருமணத்திற்குத் தயாராகிவிட்டவன். அது போலவே ஆங்கிலக் கவியான எட்மண்ட் ஸ்பென்சரின் நீண்ட கவிதையான ‘ ஃபேரி குயினில்’ வரும் சிறு பாத்திரமான ஓபரான் இங்கே முதன்மை பாத்திரமாக வருகிறார்.

மற்ற நகைச்சுவை நாடகங்களைப் போலவே இங்கும் ஷேக்ஸ்பியர் காதலை அலட்சியமாகவே எடுத்துக் கொள்கிறார். கண்டதும் காதல் குறித்த அவரது புகழ்பெற்ற கதை இன்னமும் எழுதப்படவில்லை. ஆனால் இங்கே அவர் கண்டதும் காதல் என்பதை அபத்தமாகவே எழுதியிருக்கிறார். லைஸாண்டரும் டெமெட்ரிசும் மாறி, மாறிக் கண்டதும் காதல் கொள்கிறார்கள். களைத்துப் போய்த் தூங்கவும் செய்கிறார்கள். நமது கேள்வியெல்லாம் லைஸாண்டர் ஹெலெனாவையும் டெமெட்ரிஸ் ஹெர்மியாவையும் திருமணம் செய்திருந்தால் என்னவாகி இருக்கும்?

ஒன்றும் ஆகியிருக்காது என்றே ஷேக்ஸ்பியர் சொல்கிறார். அப்படியென்றால் காதல் என்பதற்கு என்னவிதமான மதிப்பை தரவேண்டும் என்ற கேள்வியும் எழுகிறது. இந்த நாடகத்திலோ அல்லது மற்றவற்றிலோ திருமணத்திற்குப் பிறகான வாழ்வு துயரத்தை நோக்கிச் செல்வதாக ஷேக்ஸ்பியர் கருதுவதாகவே கொள்ள வேண்டியிருக்கிறது. பக் தனது தவறைச் சரி செய்யாமல் விட்டிருந்தால், ஹெலெனாவும் ஹெர்மியாவும் வருந்தியிருப் பார்களா அல்லது தங்களது துணையை மாற்றிக்கொண்டு மகிழ்வாக

இருந்திருப்பார்களா என்பதை நாமே யோசித்துக் கொள்ள வேண்டியதுதான்.

ஷேக்ஸ்பியரின் மற்ற நாடகங்களைப் போலவே இங்கும் நாடகத்திற்குள் ஒரு நாடகம் நடத்தப்படுகிறது. மிகவும் மோசமாகத் தயாரிக்கப்பட்டு நடிக்கப்படும் அந்த நாடகத்தில் அனைவரும் ஒரு காதல் கதையை முழுவதுமாகச் சிதைத்து, அதையும் நகைச் சுவையாக்கி விடுகிறார்கள். தன்னுடைய நாடகத்தின் வெற்றியை தொடர்ந்து, தனது கனவையும் பாடலாக எழுத சொல்ல வேண்டும் என்று பாட்டம் சொல்கிறான்.

இந்த நாடகம் ஒரு பிரபுவின் திருமணக் கொண்டாட்டத்தின் பகுதியாக எழுதப்பட்டது என்று பார்த்தோம். அந்தத் திருமணக் கொண்டாட்டத்திற்கு முதலாம் எலிசபெத் மகாராணியும் வந்து, நாடகத்தைக் கண்டதாகவும் சொல்லப்படுகிறது. இறுதிவரை திருமணம் செய்து கொள்ளாமல் வாழ்ந்த அவர் நாடகத்தில் சொல்லப்படும் காதலின் அபத்தங்களைக் கண்டு ரசிக்கவே செய்திருப்பார் என்று நம்பலாம். இறுதியாக, இங்கே தூக்கத்தில் இருந்து எழும் பாட்டம் சொல்லும் வார்த்தைகளோடு முடிக்கலாம். அதுவே பொருத்தமாக இருக்கும்.

'மிகவும் அரிதான கனவை கண்டேன். என்ன கனவு என்று சொல்லக்கூடிய மனிதனின் அறிவிற்கும் அப்பாற்பட்டதான கனவு. இதை விவரிக்க முயலும் எவனையும் நான் கழுதை என்றே சொல்லுவேன்.'

நகைச்சுவை நாடகம் 9

வெனிஸ் நகர வணிகன்

(The Merchant of Venice)

ரோடெரிகோ லோபஸ் கி.பி.1517இல் போர்ச்சுகல் நாட்டில் பிறந்தவர். அவரது தந்தை அந்நாட்டின் அரசருக்கு மருத்துவராக இருந்தவர். பிறப்பின்போது யூதரான அவர், வற்புறுத்தலின் பேரில் ரோமன் கத்தோலிக்க மதத்தில் இணைந்தார். எனவே அவரது மகனும் பிறக்கும்போதே 'புதிய கிறிஸ்துவராக' பிறந்தார்.

லோபஸ் தன்னுடைய தந்தையைப் பின்பற்றி தானும் மருத்துவராக வேண்டும் என்று படித்தார். இந்தக் காலகட்டத்தில்தான் போர்ச்சுகலில் மீண்டும் கிறிஸ்தவர் அல்லாதவர்கள் மீது விசாரணை நடத்தப்பட்டது. லோபஸ் முந்தைய தலைமுறையிலேயே கிறிஸ்தவராக மாறியிருந்தாலும் அவர் ஒரு 'கிரிப்டோ-யூதர்' என்று குற்றஞ்சாட்டப்பட்டார். இதனால் அவர் உயிருக்குப் பயந்து அங்கிருந்து தப்பி இங்கிலாந்துக்கு வந்து சேர்ந்தார்.

கி.பி.1290இல் இங்கிலாந்தின் மன்னராக இருந்த முதலாம் எட்வர்ட், யூதர்கள் ஏழைகளாக இருப்பதால் வரி கட்டுவதில்லை என்று சொல்லி நாட்டில் இருந்த அனைத்து யூதர்களையும் வெளியேற்றி யிருந்தார். கிறிஸ்தவர்களாக மாறிய யூதர்களையும் அவர் விட்டு வைக்கவில்லை. இந்தச் சூழலில்தான் லோபஸ் லண்டன் நகருக்கு வந்து தன்னுடைய மருத்துவப்பணியைத் தொடங்கினார்.

தன்னுடைய துறையில் மிகத் திறமையானவராக இருந்த லோபஸ் 1581ஆம் வருடம் முதலாம் எலிசபெத் ராணியின் தனி மருத்துவராக

நியமிக்கப்பட்டார். ஆனால் அவரது யூதப் பாரம்பரியம் தொடர்ந்து விரட்டிக்கொண்டே இருந்தது. இத்தனைக்கும் அவர் தந்தை கிறிஸ்தவராக மாறி நூறாண்டுகள் கழிந்திருந்தது. 1593ஆம் வருடம் லோபஸ் முதலாம் எலிசபெத் ராணியை விஷம் கொடுத்து கொலை செய்யத் திட்டமிட்டுள்ளதாக எஸ்செக்ஸ் பிரபு குற்றம்சாட்டினார்.

இதற்கான முக்கியச் சாட்சியாக நெதர்லாந்து நாட்டின் ஆண்ட்வெர்ப் நகரில் இருக்கும் யூதர்களின் கோயிலுக்கு ரகசியமாக அவர் கொடுத்திருந்த நன்கொடை அவருக்கு எதிராக வைக்கப் பட்டது. 1594ஆம் வருடம் அவர் குற்றவாளியாக அறிவிக்கப்பட்டு, அரச துரோகத்துக்கு எதிரான உச்சபட்சத் தண்டனை வழங்கப் பட்டது. அவர் தூக்கிலிடப்பட்டு, இறப்பதற்குள் அதிலிருந்து இறக்கப்பட்டு, அவரது வயிற்றின் உள்பக்கங்கள் அகற்றப்பட்டு, தலை வெட்டப்பட்டது. அவரது உடல் நான்கு குதிரை வண்டிகளில் நான்கு திசைகளிலும் இழுக்கப்பட்டு நான்கு துண்டுகளாக வெட்டப்பட்டது. அவரது மரணத்தைப் பலர் கூட்டத்தில் நின்று பார்த்துக் கொண்டிருந்தனர். அதில் ஒருவராக ஷேக்ஸ்பியரும் இருந்தார் என்று கருதப்படுகிறது.

இந்தப் பின்னணியிலேயே நாம் ‘வெனிஸ் நகர வணிகன்’ நாடகத்தை அணுக வேண்டியிருக்கிறது. தன் வாழ்நாளில் இங்கிலாந்தை விட்டு வெளியேறியிராத ஷேக்ஸ்பியர், எந்த யூதரையும் நேரில் சந்தித்திருக்க வாய்ப்பில்லாத ஷேக்ஸ்பியர், ஒரு யூதரைத் தன்னுடைய நாடகத்தின் முக்கியமான எதிர் நாயகனாகக் காட்டியது ஏன் என்ற கேள்வி பல முறை எழுப்பப் பட்டிருக்கிறது. ஷேக்ஸ்பியர் யூதர்களின் மீது தனிப்பட்ட முறையில் வெறுப்பைக் கொண்டிருந்தாரா என்பது சந்தேகமே. அந்தக் காலகட்டத்தில் பொதுவாக இருந்த கருத்தையே அவரும் கொண்டிருக்க வேண்டும். அதுவும் இங்கிலாந்தில் யூதர்களே இல்லாத நிலையில், அவர் யூத வெறுப்பைக் கொண்டிருக்க வேண்டிய அவசியமே இல்லை என்பதே ஷேக்ஸ்பியரிய அறிஞர்களின் கருத்து.

அப்படியென்றால் ஷேக்ஸ்பியரிய எதிர்நாயகன்களில் மிகவும் கோமாளித்தனமாக இருக்கும் ஷைலாக்கைப் படைத்ததன் காரணம் என்னவாக இருக்கும் என்ற விவாதம் இன்னமும் தொடர்ந்து கொண்டுதான் இருக்கிறது. ஆனால் இது ஷேக்ஸ்பியருக்கு மட்டுமே சொந்தமானது அல்ல. இந்த நாடகத்திற்குப் பத்து வருடங்களுக்கு முன் கிறிஸ்டோபர் மார்லோ இதுபோன்ற யூத வெறுப்பை மையமாகக் கொண்ட ‘மால்டாவின் யூதன்’ என்ற

நாடகத்தை எழுதினார். அதில் மால்டாவைச் சேர்ந்த பரபாஸ் என்ற யூத வணிகன் தன்னுடைய பேராசையால் மால்டாவைத் துருக்கியர் களிடம் காட்டிக் கொடுக்கச் சதி செய்ததாகக் கதையைச் சொல்லிச் சென்றிருப்பார். அதன் அடிப்படையிலேயே ஷேக்ஸ்பியரும் எழுதியிருக்க வேண்டும் என்றும் சொல்லப்படுகிறது.

பேராசை என்பதை யூதர்களின் குணமாகவே காட்டி, அதையே அடிப்படையாகக் கொண்டு ஷேக்ஸ்பியர் நாடகத்தை எழுதியதற்கு இன்னுமொரு காரணமும் சொல்லப்படுகிறது. அன்றைய நாடக நடிகர்கள் தாங்கள் வேலை செய்யும் கம்பெனிகளுடன் ஒப்பந்தம் செய்துகொள்ள வேண்டும் என்ற நடைமுறை புதிதாக வந்தது. நடிகர்கள் வேறு இடங்களில் நடித்தால் அவர்கள் பெரும் தொகையை அபராதமாகக் கட்ட வேண்டி இருந்தது. கம்பெனி களின் பேராசை ஷேக்ஸ்பியர் போன்ற ஆசிரியர்களையும் பாதித்தது. அதன் காரணமாகவே அவரும் (மார்லோவும்) பேராசையை அடிப்படையாகக் கொண்ட நாடகங்களை எழுதினார்கள் என்றும் கூடக் கருதப்படுகிறது.

இந்த நாடகத்தின் அறிமுகமும் விமர்சனமும் இதன் யூத வெறுப்பின் அடிப்படையிலேயே இருக்க வேண்டி இருக்கிறது. ஏன் என்று மேலும் அலசுவதற்கு முன், நாடகத்தின் முழுச் சுருக்கத்தையும் பார்த்துவிடலாம்.

அங்கம் 1 - காட்சி 1,2

வெனிஸ் நகரத் தெரு ஒன்றில் நகர வணிகனான அன்டோனியோ, தனது நண்பர்கள் சலாரினோ, சொலாரியோ ஆகியோரிடம் சில நாட்களாகவே தான் காரணமின்றிச் சோகமாக இருப்பதாகச் சொல்லிக் கொண்டிருந்தான். அன்டோனியோவின் பல்வேறு வணிக முதலீடுகளே அவனது கவலைக்குக் காரணமாக இருக்க வேண்டும் என்று அவனது நண்பர்கள் கூறினர். அன்டோனியோவின் கப்பல்கள் பலவும் பல்வேறு துறைமுகங் களுக்குச் சென்றிருந்தன. எனவே கடலின் ஆபத்துகளை எண்ணி அன்டோனியோ சோகமாக இருக்க வேண்டும் என்று அவர்கள் நினைத்தனர். ஆனால் அன்டோனியோ தனது செல்வம் எந்த ஒரு கப்பலையும் நம்பி இல்லை என்று மறுத்துவிட்டான். அப்படியென்றால் அவன் காதலில் இருக்க வேண்டும் என்று அவர்கள் பதில் கூறினர். அதையும் அன்டோனியோ மறுத்தான்.

அப்போது அன்டோனியோவின் சொந்தக்காரனான பசானியோ தன்னுடைய நண்பர்களுடன் வருவதை எல்லோரும் பார்க்கின்றனர். இதனால் அன்டோனியோவின் நண்பர்கள் இருவரும் விடைபெற்றுக் கொள்கிறார்கள். அருகில் வரும் பசானியோவும் அன்டோனியோவின் முகத்தில் இருக்கும் வருத்தத்தைப் பார்த்து, அவன் தனது வணிகத்தைப் பற்றி மிகவும் கவலைப்படுகிறான் என்று சொல்கிறான். அன்டோனியோவின் நண்பர்கள் அன்டோனியோ தன்னைப் புத்திசாலியாகக் காட்டிக் கொள்ளவே அப்படி இருக்கிறான் என்று சொல்கிறார்கள். அன்டோனியோவும் பசானியோவையும் தவிர மற்றவர்கள் வெளியேறுகிறார்கள். பசானியோவிடன் அவனது காதலைப் பற்றிச் சொல்லுமாறு அன்டோனியோ கேட்கிறான்.

இதற்கு பசானியோ பெல்மொண்ட்டைச் சேர்ந்த போர்சியா என்ற பணக்காரப் பெண்ணின் மீது காதல் கொண்டிருப்பதாகத் தெரிவிக்கிறான். அவன் ஏற்கெனவே அன்டோனியோவிடம் பெரும்தொகையைக் கடனாக வாங்கியிருக்கிறான். இருந்தாலும் இன்னமும் தனக்குப் பணம் தேவைப்படுகிறது என்று உதவி கேட்கிறான். தன்னிடம் அப்போது பணமில்லை என்று கூறும் அன்டோனியோ, ஆனால் உனக்காக நான் எங்கு வேண்டு மென்றாலும் உறுதி கையெழுத்துப்போடத் தயாராக இருக்கிறேன் என்று சொல்கிறான்.

அங்கம் 2 - காட்சி 3

பசானியோவிற்கு 3000 டுகாட் பணத்தை மூன்று மாதங்களுக்குக் கடனாகத் தருவதாக ஷைலாக் என்ற பணக்கார யூதன் ஒப்புக் கொண்டான். தன்னுடைய கடனிற்கு உறுதி கையெழுத்தை அன்டோனியோ போடுவான் என்று பசானியோ கூறுகிறான். அன்டோனியோவின் செல்வம் முழுவதும் தற்போது வணிகத்தில் இருப்பதால் அவனது உறுதி கையெழுத்து போதாது என்று முதலில் மறுக்கும் ஷைலாக், பின்னர் அதற்கு ஒப்புக்கொள்கிறேன். அங்கே அன்டோனியோ அழைத்து வரப்படுகின்றான்.

அதற்கு முன் தனக்கு ஏன் அன்டோனியோவைப் பிடிக்காது என்று ஷைலாக் கூறுகிறான். அன்டோனியோ வட்டியின்றிப் பலருக்கும் கடன் கொடுப்பதால், அநியாய வட்டிக்குக் கடன் கொடுக்கும் தன்னுடைய தொழிலுக்கு இடைஞ்சலாக இருப்பதாகத் தெரிவிக்கிறான். அத்துடன், அன்டோனியோ தன்னைப் பற்றி

மோசமாகப் பலரிடமும் சொல்லி வருவதும் தனக்கு விருப்பமாக இல்லை என்று கூறுகிறான். அப்போது வரும் அன்டோனியோ தனக்குக் கடன் வாங்கும் பழக்கம் இல்லை என்றாலும் தன்னுடைய நண்பன் பசானியோவிற்காகவே தான் கையெழுத்திடச் சம்மதித்த தாகத் தெரிவிக்கிறான். அப்படியே வட்டிக்குப் பணத்தைக் கொடுத்து செல்வம் சேர்க்கும் ஷைலாக்கையும் கடுமையாகப் பேசுகிறான்.

பசானியோவின் கடனிற்கான வட்டியைக் கணக்கிட்டுக் கொண்டே பேசும் ஷைலாக், தன்னை அண்டனியோ இரக்கமில்லாதவன், நாய் என்றெல்லாம் திட்டியிருப்பதாகக் குற்றம்சாட்டுகிறான். இதற்கு அண்டனியோ, தான் இனிமேலும் அவனை அப்படியே பேச இருப்பதால் தன்னை எதிரியாக நினைத்துக் கடன் கொடுக்கும்படிச் சொல்கிறான். உடனே பேச்சை மாற்றும் ஷைலாக், தான் அன்டோனியோவை நண்பனாகவே கருதுவதாகவும், இதனால் கடனை வட்டியைத் தள்ளுபடி செய்து தருவதாகச் சொல்கிறான். ஆனால் விளையாட்டாகச் சொல்வதுபோல கடனைச் சொன்ன காலத்தில் திருப்பித் தரவில்லை என்றால் தனக்கு அன்டோனியோவின் ஒரு பவுண்ட் சதை வேண்டும் என்று கேட்கிறான். பசானியோ அப்படிப்பட்ட ஒப்பந்தத்தில் கையெழுத்திட வேண்டாம் என்று எச்சரிக்கிறான். ஆனால் தன்னுடைய கப்பல்கள் இரண்டு மாதத்தில் திரும்பி விடும் என்பதால் கடனைத் திருப்பிக் கொடுப்பது குறித்துத் தனக்கு எந்தக் கவலையும் இல்லை என்று அன்டோனியோ சொல்கிறான்.

ஷைலாக்கும் தனக்கு அன்டோனியோவின் சதையால் என்ன லாபம் கிடைக்கப் போகிறது என்று கேட்கிறான். கடன் பத்திரத்தைப் பதிவு செய்ய ஷைலாக் சென்றவுடன் அன்டோனியோ ஷைலாக்கைப் பாராட்டுகிறான். வட்டியில்லாமல் கடன் தருவதால் அவன் மனது அன்பால் மாறி வருகிறது என்றும், அவன் சீக்கிரமே கிறிஸ்தவனாக மாறி விடுவான் என்றும் சொல்கிறான். ஆனாலும் பசானியோ தன்னுடைய சந்தேகத்தை மாற்றிக் கொள்ளவில்லை.

அங்கம் 2 - காட்சி 1

பெல்மொண்டில் போர்சியாவைத் திருமணம் செய்துகொள்ள மொராக்கோ நாட்டின் இளவரசர் வந்திருக்கிறார். தன்னுடைய கறுப்பு நிறத்தைக் காரணமாகச் சொல்லி தன்னை நிராகரிக்க வேண்டாம் என்றும், தானும் எந்த ஐரோப்பியரின் வீரத்திற்கும் சளைத்தவன் அல்ல என்றும் அவர் தெரிவிக்கிறார்.

இதற்குப் போர்சியா, திருமண விஷயத்தில் தன்னுடைய தந்தை சொல்லியபடி நடத்தப்படும் சிறிய போட்டியில் வெற்றி பெறுபவரையே தான் திருமணம் செய்து கொள்ள முடியும் என்றும், தன்னுடைய தனிப்பட்ட விருப்பம் குறித்த கவலை தேவையில்லை என்றும் தெரிவிக்கிறாள். அவளது தந்தை ஒன்றுபோலவே இருக்கும் மூன்று பெட்டிகளில் ஒன்றில் தன்னுடைய சம்மதத்தை எழுதி வைத்திருக்கிறார். அந்தப் பெட்டியைச் சரியாக ஊகிப்பவருக்கு மட்டுமே போர்சியா சொந்தமாவாள் என்கிறார். அப்படிச் சரியாக ஊகிக்க முடியவில்லை என்றால் அந்த மனிதன் திருமணமே செய்து கொள்ளக்கூடாது என்றும் சொல்கிறார்.

இந்த நிபந்தனைகளுக்கு ஒப்புக்கொள்பவர்கள் மட்டுமே போட்டியில் கலந்துகொள்ள முடியும் என்று போர்சியா தெரிவிக்கிறாள். மொராக்கோவின் இளவரசரும் ஒப்புக் கொள்ளவே, முதலில் விருந்தை ஏற்றுக்கொண்டு பின்னர் போட்டியில் கலந்துகொள்ளலாம் என்று அவரை விருந்திற்கு அழைத்துச் செல்கிறாள்.

அங்கம் 2 - காட்சி 2,3,4

ஷைலாக்கின் வேலையாளான லான்சலாட், தன்னுடைய வேலையிலிருந்து விலகிவிடுவது குறித்துத் தனித்து யோசித்துக் கொண்டிருக்கிறான். ஷைலாக் குறித்துக் குறிப்பிடும்படியான எந்த வருத்தமும் அவனுக்கு இல்லை என்றாலும், ஷைலாக் ஒரு யூதர் என்பது அவனுக்குத் தொந்தரவாக இருக்கிறது. ஷைலாக்கை ஒரு சாத்தான் என்று கூறுகிறான். ஆனால் சொல்லாமல் வேலையை விட்டு ஓடி போகவும் அவனது மனம் ஒப்புக்கொள்ள மறுக்கிறது.

அப்போது லான்சலாட்டின் தந்தை வருகிறார். இருவரும் சிறிது நேரம் குழப்பமாகப் பேசிக் கொண்டிருந்த பின்னர், லான்சலாட் தான் ஷைலாக்கிடம் வேலையை விட்டுவிட்டு பசானியோவிடம் வேலைக்குச் செல்லப்போவதாகச் சொல்கிறான். அப்போது பசானியோவும் அங்கே வருகிறான். உடனே லான்சலாட் தன்னை வேலைக்குச் சேர்த்துக் கொள்ளும்படியாக அவனிடம் கேட்கிறான்.

அங்கே பசானியோவின் நண்பன் கிராட்டியானோ வருகிறான். இருவரும் பெல்மொண்டிற்குச் சென்று பசானியோவிற்குப் போர்சியாவைத் திருமணம் செய்யக் கேட்பது குறித்துப் பேசுகிறார்கள். கிராட்டியானோ தான் நல்ல விதமாக நடந்து கொள்வதாகவும், தன்னையும் அழைத்துச் செல்லும்படிக் கூறுகிறான்.

வேலையிலிருந்து செல்லும் லான்சலாட்டிற்கு, ஷைலாக்கின் மகள் ஜெஸ்ஸிகா விடை கொடுக்கிறாள். அவனுடைய துணையே தனக்கு ஆறுதலாக இருந்தது என்றும் கூறுகிறாள். மேலும் அவள் பசானியோவின் தோழன் லொரன்சோவிற்கு ஒரு கடிதமும் கொடுக்கிறாள். அதை வாங்கிக்கொண்டு லான்சலாட் விடைபெறுகிறான்.

தனியாக இருக்கும் ஜெஸ்ஸிகா தன்னுடைய தந்தையை எண்ணி அவமானம் அடைவதாகக் கூறுகிறாள். எனவே, தான் லொரன்சோவை மணந்து கிறிஸ்தவளாக மாறுவதன் மூலம் அவரது உறவைத் துண்டிக்க விரும்புவதாகவும் சொல்கிறாள்.

வெனிஸ் நகரத் தெரு ஒன்றில் பசானியோவின் நண்பர்களான கிராடியானோ, லொரன்சோ, சலாரினோ, சொலானியோ ஆகியோர் லொரன்சோவை ஜெஸ்ஸிகாவுடன் சேர்த்து வைப்பது குறித்துப் பேசிக் கொண்டிருக்கிறார்கள். அன்றிரவு அவர்கள் வேடமிட்டுக் கொண்டு ஜெஸ்ஸிகாவை கூட்டிவர வேண்டும் என்று பேசிக்கொள் கிறார்கள். அப்போது லான்சலாட் ஜெஸ்ஸிகாவின் கடிதத்தைக் கொண்டு வருகிறான். கடிதத்தைக் கண்டு லொரன்சா மிகவும் மகிழ்ச்சி அடைகிறான். தான் அன்றிரவே ஜெஸ்ஸிகாவைப் பார்க்க வருவதாகக் கூறும்படியாக லான்சலாட்டிடம் தெரிவிக்கிறான். அன்றிரவு ஜெஸ்ஸிகா ஷைலாக்கின் வீட்டிலிருந்து தப்பிக்க இருப்பதால் அனைவரையும் தயாராக இருக்கும்படியாக லொரன்சோ கூறுகிறான்.

அங்கம் 2 - காட்சி 5,6

பசானியோ தன்னைப்போல நல்ல முதலாளியாக இருக்க மாட்டான் என்று ஷைலாக் லான்சலாட்டிடம் தெரிவிக்கிறான். தன்னிடம் இருந்ததுபோலத் தின்று கொண்டும், தூங்கிக் கொண்டும் இருக்க முடியாது என்றும் கூறுகிறான். அப்போது அங்கு வரும் ஜெஸ்ஸிகாவிடம் தான் இரவு உணவிற்கு வெளியே செல்ல இருப்பதால் கதவை நன்றாகப் பூட்டிக் கொண்டு அன்று வெளியே செல்லவிருக்கும் ஊர்வலத்தை வேடிக்கை பார்க்காமல் தூங்கிவிடும் படியாகச் சொல்கிறான். அவளும் ஒப்புக் கொள்கிறாள். அன்றிரவு லொரன்சோ ஜன்னலுக்குக் கீழே வருவான் என்றும், அவள் ஜன்னல் வழியாக அவனைப் பார்த்துவிட்டு வெளியே வரவேண்டும் என்று லான்சலேட் ஜெஸ்ஸிகாவிடம் முணுமுணுக்கிறான். பசானியோவைப் பார்ப்பதற்கு ஷைலாக் கிளம்பும்போது ஜெஸ்ஸிகா அவனுக்கு விடை கொடுக்கிறாள்.

திட்டமிட்டபடியே, கிராடியானோவும் சலாரினோவும் ஷைலாக்கின் வீட்டின் முன் வருகிறார்கள். லொரன்சோ தாமதமாக அவர்களுடன் வந்து சேர்ந்துகொள்கிறான். காதலின் ஆரம்பத்தில் காதலியைத் துரத்தும்போது மட்டுமே காதல் சுவாரசியமாக இருக்கும் என்றும், திருமணம் முடிந்துவிட்டால் காதலன் களைத்து, சலிப்படைந்து விடுகிறான் என்று கிராடியானோ சொல்லிக் கொண்டிருக்கிறான். அப்போது மேலே ஜன்னலில் ஜெஸ்ஸிகா ஆண் வேடத்தில் தோன்றுகிறாள். லொரன்சோவைக் கண்டதும் சிறிய நகைப்பெட்டி ஒன்றை அவனிடம் தூக்கி போடுகிறாள். கீழே இறங்கி லொரன்சோவுடனும் அவனது நண்பர்களுடனும் கிளம்புகிறாள். பசானியோ பெல்மொண்ட்டிற்குக் கிளம்பி விட்டதால் கிராடியானோ மட்டும் அவனுடன் கிளம்புகிறான்.

அங்கம் 2 - காட்சி 7, 8, 9

பெல்மொண்டில் போர்சியா மொராக்கோவின் இளவரசரிடம் பெட்டிகளைக் காட்டுகிறாள். அதில் ஒன்றில் மட்டுமே அவளது படம் இருக்கிறது. அதைச் சரியாக ஊகிப்பவரை போர்சியா திருமணம் செய்துகொள்வாள். முதலாவது பெட்டி தங்கத்தால் செய்யப்பட்டிருந்தது. அதன் மீது 'என்னைத் தேர்ந்தெடுப்பவர்கள், பலரும் விரும்பும் ஒன்றை அடைவார்கள்' என்று எழுதியிருந்தது. இரண்டாவது, வெள்ளியால் செய்யப்பட்ட பெட்டி. அதில் 'என்னைத் தேர்ந்தெடுப்பவர், அவரது தகுதிக்குரியதை அடைவார்' என்றிருந்தது. மூன்றாவது, ஈயத்தால் செய்யப்பட்ட கனமான பெட்டி. அதில் 'என்னைத் தேர்ந்தெடுப்பவர் எல்லாவற்றையும் கொடுப்பதற்கும், இழப்பதற்கும் தயாராக இருக்க வேண்டும்' என்று எழுதியிருந்தது. இளவரசர் தங்கப்பெட்டியைத் தேர்ந்தெடுத்தார். ஆனால் அதைத் திறந்தவுடன் அதில் ஒரு மண்டையோடும், சிறிய தாளும் மட்டுமே இருந்தது. அந்தத் தாளில் தவறாகத் தேர்வைச் செய்ததாகக் குறிப்பிடப்பட்டிருந்தது. அவமானத்துடன் இளவரசர் விடை பெற்றார். போர்சியாவும் மகிழ்ச்சியடைந்தாள்.

ஜெஸ்ஸிகா ஓடிவிட்டதை அறிந்து ஷைலாக் கோபத்துடன் இருப்பதாக சொலானியோ சலாரினோவிடம் கூறுகிறான். மகளுடன் தன்னுடைய நகைகளும் பணமும் சென்றுவிட்டதாக அவன் மிகுந்த கோபத்துடன் இருப்பதாகச் சொல்கிறான். எனவே, அன்டோனியோ கவனத்துடன் இருக்க வேண்டும் என்றும், கடனைத் திருப்பிக் கொடுத்துவிட வேண்டும் தெரிவிக்கிறான். ஆனால், அன்டோனியோவின் கப்பல்கள் கடலில் மூழ்கிவிட்டதாக

வதந்தி பரவி இருப்பதாக சலாரினோ தெரிவிக்கிறான். பசானியோ விடைபெற்றபோது அன்டோனியோ அவனை வாழ்த்திவிட்டுக் கடனைப் பற்றிக் கவலைப்பட வேண்டாம் என்று சொன்னதாகவும் தெரிவிக்கிறான்.

பெல்மொண்டில் அரகோனின் இளவரசரும் தன்னுடைய அதிர்ஷ்டத்தைச் சோதித்துப் பார்க்கிறார். அவர் வெள்ளிப் பெட்டியைத் தேர்ந்தெடுக்கிறார். அதன் உள்ளே ஒரு முட்டாளின் படம் இருக்கிறது. அப்போது செய்தி கொண்டுவருபவன் வெனிஸில் இருந்து ஒருவன் அந்தப் போட்டியில் கலந்துகொள்ள வந்திருப்பதாகத் தெரிவிக்கிறான். அது பசானியோவாக இருக்க வேண்டும் என்ற நம்பிக்கையுடன் போர்சியாவும் அவளது தோழி நெரிஸ்ஸாவும் காத்திருக்கிறார்கள்.

அங்கம் 3 - காட்சி 1, 2

அன்டோனியோவின் மற்றுமொரு கப்பல் மூழ்கிவிட்டதாக வந்திருக்கும் செய்தி பற்றிச் சலாரினோவும் சொலானியோவும் பேசிக் கொண்டிருக்கிறார்கள். அங்கே ஷைலாக் வருகிறான். தன்னுடைய மகள் ஓடிப்போக அவர்கள் உதவியதாகக் குற்றம் சாட்டுகிறான். அவர்களும் அதை ஒப்புக் கொள்கிறார்கள். தந்தையைப்போல மகள் இல்லை என்பதாலேயே உதவியதாகவும் தெரிவிக்கிறார்கள். ஷைலாக் அவர்களை வெகுவாகத் திட்டுகிறான். அப்போது அன்டோனியோவின் கப்பல்கள் மூழ்கி விட்டதாக வந்திருக்கும் செய்திகள் குறித்து அவனிடம் கேட்கிறார்கள். சீக்கிரமே அன்டோனியோ தன்னுடைய பணம் அனைத்தையும் இழந்துவிடுவான் என்றும், தன்னுடைய கடன் பத்திரத்தின் விதிகளைத் தான் முழுமையாக அமுல்படுத்தப் போவதாகவும் தெரிவிக்கிறார்.

ஒரு பவுண்டு சதையை வைத்து ஷைலாக் என்ன செய்யப் போகிறான் என்று சலாரினோ கேட்கிறான். தன்னுடைய பழிவாங்கும் ஆசையை அது நிறைவேற்றும் என்று ஷைலாக் பதில் சொல்கிறான். அன்டோனியோ தன்னை யூதன் என்ற காரணத்தினாலேயே தவறாக நடத்தி, அவதூறாகப் பேசி வருகிறான் என்றும், அத்தகைய வெறுப்பிற்கு எதிராகத் தன்னுடைய வெறுப்பையும், பழி வாங்குவதையும் காட்ட இது ஒரு தருணம் என்று ஷைலாக் கூறுகிறான்.

சலாரினோவும் சொலானியோவும் அங்கிருந்து செல்கிறார்கள். அப்போது ஷைலாக்கின் நண்பனான டுபால் என்ற யூதன்

வருகிறான். ஜெஸ்ஸிகா எங்கிருக்கிறாள் என்று தெரியவில்லை என்று தெரிவிக்கிறான். தன்னுடைய மனைவி கொடுத்த மோதிரத்தையும் எடுத்துச் சென்றுவிட்டதாக ஷைலாக் வெறுப்புடன் கூறுகிறான். ஆனால் அன்டோனியோவின் கப்பல்கள் மூழ்கிவிட்டதாகவும், அவன் செல்வம் முழுவதையும் இழப்பது உறுதி என்றும் தெரிவிக்கிறான். அதுமட்டுமே ஷைலாக்கிற்கு மகிழ்ச்சியைக் கொடுக்கிறது.

பெல்மொண்டில் போர்சியாவும், பசானியோவும் பேசிக் கொண்டிருக்கிறார்கள். பெட்டியைத் தேர்ந்தெடுப்பதை ஓரிரண்டு நாட்கள் தள்ளி போடும்படியாகவும், அவன் நிராகரிக்கப்பட்டால் தன்னால் தாங்க முடியாது என்றும் போர்சியா சொல்கிறாள். ஆனால் அவளைத் தன்னுடைய மனைவியாக ஆக்காமல் தன்னால் இரவில் தூங்க முடியாது என்று சொல்லி, அன்றே இதற்குத் தீர்வு காணப்போவதாகவும் பசானியோ தெரிவிக்கிறான். பசானியோ மூன்று பெட்டிகளையும் வெகு நேரம் ஆராய்கிறான். நீண்ட சிந்தனைக்குப் பின் அவன் தங்க, வெள்ளி பெட்டிகளை நிராகரிக்கிறேன். ஈயத்தால் செய்யப்பட்ட பெட்டியைத் திறக்கிறான். அதில் போர்சியாவின் படம் அதில் இருக்கிறது. போர்சியாவுடனான திருமணம் உறுதி செய்யப்படுகிறது.

இருவரும் அன்போடு பேசிக் கொண்டிருக்கிறார்கள். பசானியோவின் விரல்களில் போர்சியா ஒரு மோதிரத்தைப் போட்டுவிடுகிறாள். அதை அவன் எந்த நேரத்திலும் அகற்றக் கூடாது என்றும் கூறுகிறாள். அதே நேரத்தில் கிராடியானோவும் நெரிஸ்ஸாவுடன் காதலில் இருப்பதால் அவர்களும் திருமணம் செய்து கொள்ளப்போவதாகச் சொல்கிறார்கள். அனைவரும் மகிழ்ச்சியாக இருக்கும்போது லொரன்சோவும் ஜெஸ்ஸிகாவும் சலாரினோவுடன் வருகிறார்கள். பசானியோவிடம் அவர்கள் ஒரு கடிதத்தைக் கொடுக்கிறார்கள். அதில் அன்டோனியோ தன்னுடைய கப்பல்கள் கடலில் தொலைந்துவிட்டதாகவும், ஷைலாக் தன்னுடைய ஒரு பவுண்டு சதையை எடுக்காமல் விடப்போவ தில்லை என்று சொல்லி இருப்பதாகவும் எழுதியிருக்கிறான்.

பசானியோவின் மனதில் குற்றவுணர்வு ஏற்படுகிறது. போர்சியா தன்னால் அதைப்போல இருபது மடங்கு அதிகமாகக் கொடுக்க முடியும் என்று சொல்கிறாள். ஆனால் தன்னுடைய தந்தை பழிவாங்குவதில் மட்டுமே ஆர்வமாக இருப்பதாக ஜெஸ்ஸிகா தெரிவிக்கிறாள். கடிதத்தில் தன்னுடைய மரணத்திற்கு

முன் நண்பர்களைப் பார்க்க விரும்புவதாக அன்டோனியோ தெரிவித்திருப்பதாக பசானியோ கூறுகிறான். உடனடியாக அவனைச் சென்று பார்க்கச் சொல்லி போர்சியா வற்புறுத்துகிறாள். பசானியோ உடனடியாக வெனிஸிற்குக் கிளம்புகிறான்.

அங்கம் 3 - காட்சி 3,4, 5

ஷைலாக் அன்டோனியோவைச் சிறைக்கு அழைத்துச் செல்கிறான். அன்டோனியோ தான் சொல்வதைக் கேட்கும்படியாகக் கேட்கிறான். ஆனால் ஷைலாக் எதையும் கேட்கத் தயாராக இல்லை. தன்னைப் பலமுறை அன்டோனியோ நாய் என்று சொல்லி இருப்பதாகவும், இப்போதுதான் தான் அவனைக் கடிக்கப் போவதாகவும் தெரிவிக்கிறான். தன்னிடம் யாரும் இரக்கம் பற்றிப் பேசத் தேவையில்லை என்றும் கூறுகிறான். தான் ஷைலாக்கிடம் இருந்து பல கடன்காரர்களைக் காப்பாற்றியதே அவனது கோபத்திற்குக் காரணம் என்று அன்டோனியோ தெரிவிக்கிறான்.

அதே நேரத்தில் சொலானியோ, வெனிஸ் மன்னர் இது போன்ற ஒரு கொடூரமான ஒப்பந்தத்தை ஒப்புக் கொள்ள மாட்டார் என்று கூறுகிறான். ஆனால் அன்டோனியோ அதை மறுக்கிறான். வெனிஸ் நகரம் வணிகத்தை அடிப்படையாகக் கொண்டது. அங்குக் கையெழுத்திடப்பட்ட ஒப்பந்தங்களைப் மன்னரே மதிப்பதில்லை என்று செய்தி பரவுமானால் அது வணிகத்தைப் பாதிக்கும். எனவே மன்னர் அப்படி எதுவும் செய்ய மாட்டார் என்று கூறுகிறான். பசானியோ வந்து கடனைத் திருப்பிக் கொடுத்தால் மட்டுமே தன்னைக் காப்பாற்ற முடியும் என்றும் கூறுகிறான்.

லொரன்சோ போர்சியாவிடம் அன்டோனியோவின் நல்ல குணங் களைக் குறித்துச் சொல்லிக் கொண்டிருக்கிறான். அன்டோனியோ அனைவருக்கும் உதவுபவன் என்றும், எல்லோரிடமும் அன்பாக நடந்துகொள்பவன் என்றும் சொல்கிறான். போர்சியா பதிலுக்குத் தன்னுடைய பசானியோவிற்கு உதவிய எவருக்கும் தானும் உதவத் தயாராக இருப்பதாகவும், தானும் முடிந்த அளவிற்கு அனை வருக்கும் நல்லது செய்வதை விருப்புவதாகவும் தெரிவிக்கிறாள்.

பசானியோவின் நண்பனைக் காப்பாற்றுவது பசானியோவைக் காப்பாற்றுவது போலவே தனக்கு முக்கியம் என்று சொல்கிறாள். பசானியோ வெற்றிகரமாகத் திரும்பும் வரை தான் பிரார்த்தனையில் தன்னுடைய நாட்களைக் கழிக்கப்போவதாகவும், அதற்காக அருகில் இருக்கும் கன்னியாஸ்திரி மடத்தில் சென்று தானும்

நெரிஸ்ஸாவும் இருக்கப்போவதாகவும் தெரிவிக்கிறாள். அதுவரை லொரன்சோவும் ஜெஸ்ஸிகாவும் தன்னுடைய வீட்டிலிருந்து கொள்ளலாம் என்றும் சொல்கிறாள்.

இதுமட்டுமில்லாமல், போர்சியா தன்னுடைய வேலையாள் பல்தசாரை அழைத்து, அருகில் இருக்கும் படுவா நகருக்குச் சென்று தன்னுடைய சொந்தக்காரரான டாக்டர் பெல்லாரியோ என்பவரைப் பார்த்து, அவர் கொடுக்கும் ஆவணங்களையும், உடைகளையும் எடுத்துக் கொண்டு வெனிஸ் நகருக்கு வரும்படி உத்தரவிடுகிறாள். நெரிஸ்ஸாவிடம் அவர்கள் இருவரையும் வெனிஸ் நகருக்குச் சென்று, அவர்களது கணவர்களுக்குத் தெரியாமல் மாறுவேடத்தில் இருக்கும்படித் தெரிவிக்கிறாள். நெரிஸ்ஸா எதற்காக என்று கேட்க, வெனிஸ் நகருக்குச் செல்லும் வழியில் அதைச் சொல்வதாகச் சொல்லி விடுகிறாள்.

அங்கம் 4 - காட்சி 1

வெனிஸ் நகரில் அன்டோனியோவின் வழக்கு மன்னரின் முன் வருகிறது. அன்டோனியோவின் நிலை குறித்து மன்னர் வருத்தம் தெரிவிக்கிறார். ஷைலாக் சிறிதும் மனிதத்தன்மை இல்லாதவன் என்று கூறுகிறார். இதற்கு அன்டோனியோ நன்றி கூறுகிறான். மன்னரால் என்னவெல்லாம் சட்டப்பூர்வமாகச் செய்ய முடியுமோ அத்தனையையும் அவர் செய்து விட்டார் என்று நன்றி தெரிவிக்கிறான். ஷைலாக்கை தன்னுடைய அவைக்கு அழைக்கும் மன்னர் அவனிடம் ஆரம்பிக்கிறார்.

தன்னுடைய கப்பல்களை இழந்திருக்கும் அன்டோனியோவின் மீது பயங்கரமான தண்டனையை நீ உண்மையிலேயே நிறைவேற்றப் போகிறாயா? அன்டோனியோவை பயமுறுத்தற்காகத்தானே இவ்வாறு நடந்துகொண்டாய் என்றும் கேட்கிறார். ஆனால் ஷைலாக் அதை மறுத்து, தனது ஒப்பந்தத்தை நிறைவேற்றாவிடில் வெனிஸ் நகரின் சட்டங்களுக்கு எந்த அர்த்தமும் இல்லை என்று கூறுகிறான். ஆனால் தான் எதற்காக அன்டோனியோவிற்குத் தண்டனை கொடுக்க வலியுறுத்துகிறேன் என்று அவன் காரணம் எதுவும் கூறவில்லை. தான் அன்டோனியோவை வெறுப்பதாகவும் அதுவே போதுமான காரணம் என்றும் கூறுகிறான். அப்போது பெல்மொண்டில் இருந்து திரும்பிய பசானியோ, ஷைலாக்கிடம் பேச முயலுகிறான். ஓநாய்க்கு எப்படி வேட்டையாடுதலோ, அதுபோல சில மனிதர்களுக்கு வெறுப்பும் இயற்கையாகவே வந்துவிடும் என்று அன்டோனியோ தெரிவிக்கிறான். மேலும் தான்

பெற்ற கடன் தொகையை விட இரண்டு மடங்கு பணத்தைத் திரும்பித் தரத் தயாராக இருப்பதாகவும் பசானியோ தெரிவிக்கிறான். அதையும் ஷைலாக் மறுத்துவிடுகிறான்.

இன்னமும் ஆறுமடங்கு பணத்தைக் கொடுத்தாலும் தான் ஒப்பந்தத்தின் படியே நடக்கப் போவதாகத் தெரிவிக்கிறான். இரக்கமே காட்டாத ஷைலாக், எப்படி இரக்கத்தை எதிர்பார்க்கலாம் என்று மன்னர் கேட்கிறார். வெனிஸின் கிறிஸ்தவர்கள் எப்படி விட்டுக்கொடுக்காமல் அடிமைகளை வைத்துக் கொண்டிருக் கிறார்களோ, அப்படியே தானும் தனக்குச் சொந்தமான ஒரு பவுண்டு சதையை விட்டுக்கொடுக்கப் போவதில்லை என்று ஷைலாக் பதிலளிக்கிறான்.

இந்த வழக்கு குறித்து விசாரித்து முடிவு செய்ய டாக்டர் பெல்லாரியோ என்ற பெரும் வழக்கறிஞரை வரச் சொல்லியிருப்ப தாகவும், அவர் வந்தவுடன் முடிவைத் தெரிவிப்பதாகவும் மன்னர் தெரிவிக்கிறார். அப்போது பெல்லாரியோவிடம் இருந்து தூதன் ஒருவன் வந்திருப்பதாகச் செய்தி வருகிறது. அவனை உள்ளே அழைக்கிறார்கள். வக்கீல் குமாஸ்தா வேடத்தில் நெரிஸ்ஸா வருகிறாள். வழக்கு முடிவிற்கு வரப்போகிறது என்று ஷைலாக் மகிழ்கிறான். அன்டோனியோவின் நண்பர்கள் அவனை ஓநாய் என்று வெறுப்புடன் சொல்கிறார்கள். மன்னர் கடிதத்தை வாசிக்கிறார். தனக்கு உடல்நிலை சரியில்லாமல் இருப்பதால், தன்னுடைய இளம் வக்கீல் பல்தசார் என்பவனை அனுப்பி வைத்திருப்பதாக பெல்லாரியோ எழுதியிருக்கிறார். மன்னர், மாறுவேடத்தில் இருக்கும் நெரிஸ்ஸாவிடம் அவனை அழைத்து வரச்சொல்கிறார்.

பல்தசார் வேடத்தில் போர்சியா உள்ளே வருகிறாள். தனக்கு வழக்கை பற்றிய விவரங்கள் நன்றாகத் தெரியும் என்பதால் விசாரணையைத் தொடங்கலாம் என்று போர்சியா கூறுகிறாள். ஷைலாக்கும் அன்டோனியோவும் உள்ளே நுழைகிறார்கள். தான் கடன் வாங்கியதை அன்டோனியோ ஒப்புக்கொள்கிறான். அன்டோனியோவிற்கு இரக்கம் காட்டும்படியாகப் போர்சியா ஷைலாக்கிடம் கேட்கிறாள்.

ஆனால் தான் எதற்காக இரக்கம் காட்டவேண்டும் என்று ஷைலாக் கேட்கிறான். இந்த இடத்தில் போர்சியா இரக்கம் என்பது குறித்து நீண்ட பேச்சை நிகழ்த்துகிறாள். இரக்கம் கொடுப்பவருக்கும் கொடுக்கப்படுபவருக்கும் நன்மையைத்தான் கொடுக்கும். மேலும் இரக்கம் என்பது கடவுளின் குணம் என்பதால் அதைக் காட்டும்

போது மனிதர்கள் கடவுளுக்கு அருகே செல்கிறார்கள் என்றும் சொல்கிறாள். ஆனால் ஷைலாக் அதை நிராகரித்துவிட்டு, தனக்கு நீதியும் பழிவாங்குவதும்தான் வேண்டும் என்றும் சொல்கிறான்.

பசானியோ தான் இரண்டு மடங்கு பணம் தரவும் தயாராக இருப்பதாகத் தெரிவிக்கிறான். இதுமட்டும் இல்லாமல் இன்னும் பத்து மடங்கு பணத்தையோ, தன்னுடைய உயிரையோ தரத் தயாராக இருப்பதாகவும் கூறுகிறான். நீதிமன்றம் இரக்கம் காட்டி சட்டத்தைச் சிறிது வளைக்க வேண்டும் என்று பசானியோ கேட்கிறான். ஆனால் சட்டத்தை உடைக்க முடியாது என்று போர்சியா மறுக்கிறாள். ஷைலாக்கிடம் இருந்து ஒப்பந்தத்தை வாங்கி சரி பார்த்து போர்சியா ஒப்புதலும் கொடுத்து விடுகிறாள். மீண்டும் இரக்கம் காட்டும்படியாகக் கேட்டுக் கொள்கிறாள். ஷைலாக் மறுக்கிறான். அன்டோனியோ ரத்தம் வீணாகி இறந்துவிடாமல் இருக்க ஒரு மருத்துவரை அழைக்கும் படியாகப் போர்சியா ஷைலாக்கிடம் கேட்கிறாள். ஒப்பந்தம் அப்படியாக எதுவும் சொல்லவில்லை என்று அதற்கும் ஷைலாக் மறுக்கிறான்.

அன்டோனியோ அனைவரிடமும் விடைபெற்றுக் கொள்கிறான். தன்னுடைய மரணத்திற்கு வருந்தவேண்டாம் என்று தன்னுடைய நண்பர்களைக் கேட்டுக் கொள்கிறான். தங்களது மனைவிகளைக் காதலித்தாலும், அன்டோனியோவின் உயிருக்காக அவர்களை இழக்கவும் தயாராக இருப்பதாகப் பசானியோவும் கிராட்டியானோவும் தெரிவிக்கிறார்கள். ஆனால் அவர்களது மனைவிகள் அதை அவ்வளவு விரும்ப மாட்டார்கள் என்று போர்சியா நெரிஸ்ஸாவிடம் முணுமுணுக்கிறாள். தன்னுடைய கத்தியைத் தீட்டிக் கொண்டு ஷைலாக் கடனைப் பெற்றுக் கொள்ளத் தயாராகிறான். அப்போது போர்சியா சட்டென்று எதுவோ நினைவிற்கு வந்ததுபோல ஷைலாக்கிடம் பேசுகிறாள். அவனுடைய ஒரு பவுண்டு சதையை அவன் எடுத்துக் கொள்ளலாம் என்றும், ஆனால் அப்படி எடுக்கும்போது ஒரு துளி ரத்தம் கூடக் கீழே சிந்தக் கூடாது என்றும் கூறுகிறாள்.

ஒப்பந்தம் ஒரு பவுண்டு சதையை மட்டுமே எடுத்துக் கொள்ள உரிமை அளிக்கிறது என்றும், அதைத் தவிரச் சிந்தும் ஒவ்வொரு துளி ரத்தமும் ஷைலாக் மீது ஒரு வெனிசிய குடிமகனைக் கொலை செய்ததற்கான குற்றச்சாட்டின் அடையாளமாகும் என்றும் தெரிவிக்கிறாள். அதிர்ச்சியில் ஷைலாக் பின்வாங்குகிறான். தான் மூன்று மடங்கு பணத்தை வாங்கிக் கொள்வதாகத் தெரிவிக்கிறான். ஆனால் அவன் தனக்குப் பணம் வேண்டாம் என்று மன்றத்திலேயே

மறுத்து இருப்பதால், அவன் ஒரு பவுண்டு சதையை எடுத்துக் கொள்ள வேண்டும் அல்லது அவனுக்கு எதுவும் இல்லை என்று போர்சியா தெரிவிக்கிறாள். வழக்கைத் திரும்பப் பெற்றுக் கொள்வதாக ஷைலாக் தெரிவிக்கிறான். ஆனால் போர்சியா, ஷைலாக் வெனிசிய குடிமகனைக் கொலை செய்த முயற்சிக்கான தண்டனையை அனுபவிக்க வேண்டும் என்கிறாள். அதன்படி, ஷைலாக்கின் சொத்தில் பாதி வெனிஸ் அரசிற்கும், மீதி பாதிக்கப் பட்ட அன்டோனியோவிற்கும் செல்ல வேண்டும் என்கிறாள்.

போர்சியா கேட்டுக் கொண்டபடி ஷைலாக் மன்னரை இரக்கம் காட்டும்படியாகக் கெஞ்சுகிறான். பிரபுவும் அவனை மன்னித்து அவனுக்கு அபராதம் மட்டுமே விதிக்க இருப்பதாகவும், அவனது சொத்தை அவனே வைத்துக் கொள்ளலாம் என்றும் தெரிவிக்கிறார். ஷைலாக் கிறிஸ்தவத்திற்கு மாறி, தன்னுடைய காலத்திற்குப் பின் சொத்துக்களை லொரன்சோவிற்கும் ஜெஸ்ஸிகாவிற்கும் எழுதி வைப்பதாக இருந்தால் தனக்கும் ஷைலாக்கின் சொத்துக்கள் வேண்டாம் என்று அன்டோனியோ தெரிவிக்கிறான். ஷைலாக் ஒப்புக் கொண்டு அங்கிருந்து செல்கிறான்.

ஷைலாக் சென்றவுடன் போர்சியாவை தன்னுடன் உணவருந்த மன்னர் அழைக்கிறார். தான் உடனடியாகத் திரும்ப வேண்டி இருப்பதால் தன்னால் முடியாது என்று போர்சியா மறுக்கிறாள். அன்டோனியோ தன்னுடைய உயிரைக் காப்பாற்றப் பரிசுகள் தரப்போவதாகச் சொல்கிறான். பசானியோவும் தான் பணமும் தரத்தயாராக இருப்பதாகத் தெரிவிக்கிறான். போர்சியா அனைத்தையும் மறுத்து விடுகிறாள். பசானியோ தொடர்ந்து வற்புறுத்தவே, போர்சியா தான் ஒரு பரிசை மற்றும் பெற்றுக் கொள்வதாகத் தெரிவிக்கிறாள். அன்டோனியோவிடம் இருந்து அவனது கையுறைகளையும் பசானியோவிடம் இருந்து அவனது மோதிரத்தையும் கேட்கிறாள். அன்டோனியோ கொடுத்து விடுகிறான். ஆனால் பசானியோ தன்னுடைய மோதிரம் சாதாரணமானது என்றும், வெனிஸின் விலையுயர்ந்த மோதிரத்தை வாங்கித் தருவதாகவும் கூறுகிறான். அதைப் போர்சியா மறுத்துவிடுகிறாள். தன்னுடைய மோதிரம் தன்னுடைய மனைவி தனக்கு அணிவித்தது என்று பசானியோ மறுத்து விடுகிறான். போர்சியா அங்கிருந்து சென்றுவிடுகிறாள். தனக்காக அந்த இளம் வக்கீலுக்கு அந்த மோதிரத்தை கொடுக்க வேண்டும் என்று அன்டோனியோ கேட்கிறான். எனவே பசானியோ மோதிரத்தைத் தன்னுடைய நண்பன் கிராடியானோ கொடுத்து விடுகிறான்.

அங்கம் 4 - காட்சி 2

லொரன்சோவிற்கும் ஜெஸ்ஸிகாவிற்கும் தன்னுடைய சொத்துக்களை விட்டுச்செல்வதாகப் பத்திரத்தில் எழுதி ஷைலாக்கிடம் வாங்கி வர போர்சியா நெரிஸ்ஸாவை ஷைலாக்கின் வீட்டிற்கு அனுப்புகிறாள். அந்த வேலை முடிந்தவுடன் பெல்மொண்டிற்குத் திரும்பத் திட்டமிடுகிறார்கள். அப்போது கிராடியானோ அங்கே வருகிறான். பசானியோவின் மோதிரத்தைக் கொடுக்கிறான். நெரிஸ்ஸாவிற்கு ஷைலாக்கின் வீட்டிற்கு வழி காட்ட வேண்டி கிராடியானோவை போர்சியா கேட்கிறாள். தானும் கிராடியானோவின் மோதிரத்தைப் பெறப்போவதாக நெரிஸ்ஸா தெரிவிக்கிறாள். மறுநாள் அவர்களது கணவர்கள் மோதிரம் இல்லாமல் தங்களிடம் சிக்கப் போவதை எண்ணி இருவரும் வேடிக்கையாகப் பேசிக் கொள்கிறார்கள்.

அங்கம் 5 - காட்சி 1

பெல்மொண்டில் ஜெஸ்ஸிகாவும் லொரன்சோவும் காதல் வசனம் பேசிக் கொண்டிருக்கிறார்கள். தங்களை உலகின் புகழ்பெற்ற காதலர்களுடன் சேர்த்துப் பேசி மகிழ்ந்து கொண்டிருக்கிறார்கள். அப்போது அங்கு வரும் தூதுவன் ஒருவன், போர்சியா மடத்திலிருந்து திரும்ப இருப்பதாகத் தெரிவிக்கிறான். எனவே அவளை வரவேற்க இசையை இசைக்கும்படியாக லொரன்சோ கேட்டுக் கொள்கிறான். காதலர்கள் இருவரும் புல்தரையில் அமர்ந்து கொள்கிறார்கள். இசைக்கலைஞர்கள் அங்கு வந்து வாசிக்க ஆரம்பிக்கிறார்கள்.

போர்சியாவும் நெரிஸ்ஸாவும் தங்களது மாளிகையை நெருங்கும் போதே இசையைக் கேட்க ஆரம்பிக்கிறார்கள். இரவு நேரமும், அங்கங்கே ஒளிரும் மெழுகுவர்த்திகளும் சூழலை அழகாக ஆக்குகிறது. லொரன்சோ அவர்களை வரவேற்கிறான்.

அவர்கள் வந்த சிறிது நேரத்தில் பசானியோ, அன்டோனியோ அவர்களது நண்பர்களுடன் வருகிறார்கள். பசானியோ அன்டோனியோவை அறிமுகம் செய்து வைக்கிறான். கிராடியானோவின் கைகளில் மோதிரம் இல்லை என்று நெரிஸ்ஸா அவனுடன் சண்டை பிடிக்கிறாள். பசானியோ அப்படியெல்லாம் தன்னுடைய மோதிரத்தை யாருக்கும் கொடுக்க மாட்டான் என்று போர்சியா தெரிவிக்கிறாள். கிராடியானோ பசானியோவும் தனது

மோதிரத்தை கொடுத்துவிட்டான் என்று தெரிவிக்கிறான். போர்சியா மிகவும் கோபித்துக் கொள்கிறாள்.

பசானியோ தன்னை மன்னிக்கும்படியாகப் போர்சியாவிடம் கேட்கிறான். ஆனால் போர்சியா அவன் மோதிரத்தை வேறொரு பெண்ணிற்குக் கொடுத்திருக்க வேண்டும் என்கிறாள். நெரிஸ்ஸாவும் அப்படியே சொல்கிறாள். அன்டோனியோ தனக்காக அவர்களை மன்னிக்கும்படியாகக் கேட்கிறான். அவர்களும் மன்னித்து, புது மோதிரங்களை வழங்குகிறார்கள். அவை தாங்கள் வெனிஸில் வக்கீலுக்கு அவனது குமாஸ்தாவிற்கும் கொடுத்தது என்று அறியும் பசானியோ, உண்மையைக் கேட்க, போர்சியா தான்தான் வேடமிட்டு வந்தது என்று ஒப்புக் கொள்கிறாள். அப்போது அன்டோனியோவின் மூன்று கப்பல்கள் மூழ்காமல் வந்து சேர்ந்தது என்று செய்தி வருகிறது. அனைவரும் மகிழ்கிறார்கள்.

வெனிஸ் நகர வணிகன் - அலசல்

நாடகத்தின் மையக் கருத்து பழிவாங்குவது பற்றியது. பழி வாங்குவதில் குறியாக இருக்கும் ஷைலாக்கிற்கும் மற்றவர் களுக்குமான போராட்டமே நாடகம்.

'கிறிஸ்தவ நாடகம்', 'யூத வெறுப்பு நாடகம்' போன்ற பெயர்கள் எல்லாம் பின்னாட்களில் வைக்கப்பட்டவை என்பதையும், ஷேக்ஸ்பியர் தன்னுடைய காலத்தில் எந்த நாடகத்தையும் அவ்வாறாகப் பிரிக்கவில்லை என்பதையும் நினைவில் கொள்ள வேண்டும். எனவே, நாடகத்தில் யூதர்களைப் பற்றிப் பேசுவதற்கு முன், நாடகத்தின் கிறிஸ்தவர்களையும் பார்த்துவிடலாம்.

நாடகத்தின் மையமே போர்சியாவிற்கும் ஷைலாக்கிற்கும் இடையிலான போராட்டமே. இதில் ஷைலாக்கின் மீது வைக்கப் படும் பல குற்றங்களையும் நாம் பார்க்க வேண்டும். ஷேக்ஸ்பியர் எழுதிய நாடகங்களின் வில்லன்களில் முக்கியமானவன் ஷைலாக். அது அவனது பழிவாங்கும் வெறியை மையமாகக் கொண்டது. கதையில் நாம் அன்டோனியோவிற்கும் ஷைலாக்கிற்கும் ஏற்கெனவே முன்பகை இருப்பதைப் பார்க்கிறோம். அன்டோனியோ வட்டியில்லாமல் கடன் கொடுப்பது ஷைலாக்கின் வியாபாரத்தைப் பாதிக்கிறது. இதுவே அவர்களுக்குள் இருக்கும்

பகையின் ஆரம்பம். இங்கே ஷேக்ஸ்பியர் இதை வட்டி வாங்கும் யூதன் x தாராள மனமுடைய கிறிஸ்தவன் என்று நிறுத்துகிறார். யூதர்கள் பற்றிய இந்தப் பிம்பம் இன்று வரை தொடர்கிறது என்பதையும் நினைவில் கொள்வோம். இந்தப் பகையே அவர்களை நீதிமன்றத்தில் நிறுத்துகிறது.

பசானியோ ஒரு பணக்காரப் பெண்ணைத் திருமணம் செய்துகொள்ள வேண்டி வாங்கும் கடனிற்கே அன்டோனியோ கையெழுத்திடுகிறார். லொரன்சோவும் பணக்கார ஷைலாக்கின் பெண்ணைக் காதலிக்கிறான். இவர்கள் அன்டோனியோவைபோல வணிகம் செய்பவர்களாக இல்லாமல், திருமணத்தின் மூலமாகச் செல்வத்தை அடைவதை நோக்கமாக வைத்திருப்பதாகவே தெரிகிறது. பசானியோ விரும்பும் போர்சியாவும் என்ன காரணத்திற்காக இளவரசர்களைத் தவிர்த்து பசானியோவைத் திருமணம் செய்கிறாள் என்று தெளிவில்லை. காதல், மற்ற எந்த ஷேக்ஸ்பியரிய நாடகங்களை விடவும் இங்கே மிகவும் எளிதாகவும், புரிதலின்றியும் இருக்கிறது. ஆனால் நாடகம் அதன் மையமான நான்காவது அங்கத்தை நோக்கி வேகமாக நகர்கிறது.

போர்சியாவிற்கும் ஷைலாக்கிற்குமான போராட்டமே நாடகத்தின் மையம். ஒரு விதத்தில் ஷேக்ஸ்பியர் ஷைலாக்கை ஒரு வேடிக்கையான, கோமாளித்தனமான வில்லனாகவே காட்டுகிறார். நகைச்சுவையில் மிகை என்பது சாதாரணம். இங்கும் ஷைலாக்கின் அனைத்துக் குணங்களும் மிகையாகவே இருக்கிறது. அவனது பேராசையும், பழி வாங்கும் வெறியும்கூட அப்படியே இருக்கிறது. ஆனாலும் ஓர் இடத்தில் ஷைலாக் மனிதனாகப் பேசுகிறான். தான் பழிவாங்குவதன் காரணத்தை நீதிமன்றத்திற்குச் செல்வதற்கு முன்பாகப் பேசுகிறான்.

‘நான் ஒரு யூதன். யூதர்களுக்குக் கண்கள் இல்லையா? யூதர்களுக்குக் கைகள், உறுப்புக்கள், உணர்வுகள், பாசம் போன்றவை இல்லையா? நாங்களும் அதே உணவை உண்ணவில்லையா? அதே ஆயுதங்களால் காயப்படுவதில்லையா? அதே நோய்களால் பிடிக்கப்படுவதில்லையா? அதே முறையில் குணமாகவில்லையா? கிறிஸ்தவர்களைப் போலக் குளிர்காலத்தில் வெப்பத்தையும், கோடையில் குளிரையும் நாங்களும் நாடுவதில்லையா? எங்களைக் குத்தினாலும் ரத்தம்தானே வருகிறது? எங்களைத் தொட்டாலும் கூச்சம் இருக்கிறதுதானே? விஷமருந்தினால் இறக்கத்தானே செய்கிறோம்? அது போலத் தவறிழைத்தால் பழிவாங்கத்தான் செய்வோம்.’

என்கிறான். இன்னமும் கூட அவன் பேசுகிறான். ஆனால் இந்த வார்த்தைகளை அவன் வாயில் சொல்ல வைத்ததன் மூலமாக ஷேக்ஸ்பியர், அர்த்தமில்லாத மதம் சார்ந்த வெறுப்பைச் சந்தேகத்துடனே பார்த்தார் என்று எடுத்துக் கொள்ளலாம்.

அதுபோலவே பழிவாங்குவதை விடுத்து, இரக்கம் காட்டுமாறு பல முறை ஷைலாக்கைக் கேட்கும் போர்சியா, இறுதியில் ஷைலாக்கிற்கு இரக்கம் காட்ட மறுக்கிறாள். அவனது பணத்தை இழந்தது மட்டுமன்றி, சொத்தையும் இழக்க வைக்கிறாள். ஆனால் அத்துடன் போர்சியா நிறுத்தவில்லை. அவன் கிறிஸ்தவனாக மாற வேண்டும் என்று வற்புறுத்தி, அவனைச் சம்மதிக்க வைக்கிறாள். அவனது நம்பிக்கையையும் இழக்கிறான். எந்த இடத்திலும் அவள் தான் போதித்ததை முன்னெடுக்க முயலவில்லை.

இங்கே இன்னொன்றையும் குறிப்பிட வேண்டும். யூதர்களுக்கு எல்லாக் கிறிஸ்தவ நாட்டிலும் குடியுரிமை இருக்கவில்லை. எனவே பெரும்பான்மை கிறிஸ்துவர்கள் வாழ்ந்த நாட்டின் கிறிஸ்தவச் சட்டங்களின் விதிகளுக்கு உள்ளேயே அவர்களும் நீதி வழங்கப்பட்டு வந்தது. அத்தகைய நீதியை நாடியே ஷைலாக் தோல்வியடைந்தான். இங்கே நாம் ஷைலாக்கைத் தியாகியாக்க முயலவில்லை. ஆனால் அவன் ஏன் இன்றும் இரண்டு வகையான உணர்வுகளை ஏற்படுத்துகிறான் என்றே பார்க்கிறோம். ஒருபுறம் அவனது ஒடுக்கப்பட்ட நிலையை நினைத்து வருத்தமும், மறுபுறம் அவனின் பழிவாங்கும் வெறியைக் கண்டு அசூயையும் ஏற்படுவது இயல்பு.

இன்றும் இஸ்ரேல் நாட்டில் இந்த நாடகத்தை மேடையேற்றுவது மிகவும் சிரமமான விஷயம். ஐரோப்பாவிலும் அமெரிக்காவிலும் இன்றும் பல விதங்களில் இந்த நாடகம் உணர்வுகளை எழுப்புகிறது. பள்ளிகளில், கல்லூரிகளில் என்று பல இடங்களிலும் நாடகம் சார்ந்த விவாதங்கள் நடந்துகொண்டே இருக்கின்றன.

ஒருவேளை மதம் சார்ந்த வெறுப்பும், அது சார்ந்த ஒடுக்குமுறையும், அதே வெறுப்பின் எச்சங்களும் இன்னமும் சிறிதும் குறையாமல் அதிகரித்துக் கொண்டே செல்வதாலேயே இன்றும் நாம் இந்த நாடகம் குறித்து விவாதித்துக் கொண்டே இருக்கிறோம் போலும்.

நகைச்சுவை நாடகம் 10

நீ விரும்பியபடியே

(As You Like It)

ஜார்ஜ் பெர்னார்ட் ஷா ஷேக்ஸ்பியரின் ரசிகர் அல்ல. கடுமையான நாடக ரசிகரான அவர், ஷேக்ஸ்பியரின் நாடகங்களை மிகவும் தீவிரமாக விமர்சித்திருக்கிறார். அவரது நாடகமான 'ஷேக்ஸ் வெர்சஸ் ஷா'வில் ஷேக்ஸ்பியரை ஒரு கதாபாத்திரமாகவே வைத்து, அவருடன் ஷா எனும் கதாபாத்திரம் நாடகங்களைப் பற்றி விவாதம் பண்ணுவதுபோல வைத்திருப்பார். கூரிய நக்கலும், வெட்டும் நகைச்சுவையும் கொண்ட அந்த நாடகத்தின் இறுதியில் ஷாவின் திறமையைக் கண்டு பொறாமைப்பட்டு பரிதாபமாக மேடையிலிருந்து வெளியேறுவார் ஷேக்ஸ்பியர். ஷா, ஷேக்ஸ்பியரின் கதாபாத்திரங்களுக்கு 'மதமில்லை, அரசியல் உணர்வில்லை, நம்பிக்கையில்லை, மனசாட்சி இல்லை, எந்தவிதமான சித்தாந்தமும் இருப்பதில்லை' என்றெல்லாம் எழுதியிருக்கிறார். ஆனாலும், ஷாவிற்குப் பிடித்தமான ஷேக்ஸ்பியரியக் கதாநாயகி ஒருத்தியும் இருக்கிறாள்.

'ரோசலிண்டின் புகழுக்கு மூன்று காரணங்கள் - ஒன்று, அவள் சில நிமிடங்களுக்குக் கவிதையாகப் பேசுகிறாள். இரண்டு, அவள் சில நிமிடங்கள் மட்டுமே பாவாடை அணிகிறாள். மூன்று, ஆணிற்காகக் காத்திராமல் அவளே நேராகக் காதல் செய்கிறாள். இதுவே ஷேக்ஸ்பியரின் நாயகிகளைக் காலம் கடந்தும் வரலாற்றில் வைத்திருக்கிறது. இதனாலேயே தலைமுறைகளாக ஆண்களிடம் மூன்று முறை மறுத்து, பின்னரே அவர்களது காதலை ஒப்புக்

கொள்ளும் நன்றாக வளர்க்கப்பட்ட பெண்பிள்ளைகள் வரலாற்றில் பரிதாபமாக மறக்கப்பட்டு விட்டார்கள்.'

என்றெல்லாம் ஷா புகழும் ரோசலிண்ட்தான் நாம் இப்போது பார்க்கப்போகும் நாடகத்தின் கதாநாயகி. அதற்குக் காரணம் இல்லாமல் இல்லை. ஷாவே சொல்வது போல ரோசலிண்ட் அவளது காலத்திற்கு மிகவும் முற்போக்கான கதாநாயகி. நாடகத்தின் போக்கில் அவள் நாடகத்தை முழுவதுமாக ஆக்கிரமித்து விடுகிறாள். ஷேக்ஸ்பியரின் புகழ்பெற்ற நாயகிகளாக நால்வரை சொல்வார்கள் - போர்சியா (வெனிஸ் நகர வணிகன்), பீட்ரைஸ் (வெற்று ஆரவாரம்), ரோசலிண்ட் மற்றும் ஜூலியட் (ரோமியோவும், ஜூலியட்டும்). ஆனால் தனிப்பட்ட முறையில் எனக்கு விருப்பமான நாயகிகள் இன்னமும் சிலர் இருக்கிறார்கள். என்றாலும், இந்த நால்வரில் ரோசலிண்ட் மட்டுமே தன்னைச் சுற்றி எந்தத் தீங்கும் நடக்காது என்ற முழுமையான நம்பிக்கையுடன் மேடையைத் தனதாக்கிக் கொள்கிறாள். நாடகத்தை வாசித்துவிட்டு நாம் ரோசலிண்டை மீண்டும் பார்ப்போம்.

ஷேக்ஸ்பியரின் மேதைமை வெளிப்படும் முதல் பத்து நாடகங்கள் என்று தயாரிக்கப்படும் எந்தப் பட்டியலிலும் 'நீ விரும்பியபடியே' இருக்கும். பட்டியலில் இந்த நாடகம் இருக்கும் இடம் வேறுபடலாமே ஒழிய, கட்டாயம் இருக்கும் என்பதுதான் இதன் சிறப்பு. மற்றொன்று, இது ஆங்கிலத்தில் மேய்ச்சல் நகைச்சுவை என்றழைக்கப்படும் வகைமையைச் சேர்ந்தது. அதாவது நாடகம் இயற்கை சார்ந்த பகுதியில், சாதாரண மக்களான ஆடு, மாடு மேய்ப்பர்கள் போன்றோர் நடிக்க, சாதாரண நிகழ்வுகளால் நகர்த்தப்படுகிறது. ஷேக்ஸ்பியரின் நாடகத்திலும் நாம் அதையே காண்கிறோம். எந்த இடம் என்று தெரியாத ஒரு காட்டில் கதை முழுவதுமாக நடக்கிறது. இங்கும் நாம் ஆண் வேடமிடும் கதாநாயகியைப் பார்க்கிறோம். அவளும் ஒரு பெண்ணைக் காதலிக்கிறாள். இந்த ஆண்/பெண் பாத்திர மாற்றங்களை ஷேக்ஸ்பியரின் நாடகங்களில் நாம் தொடர்ச்சியாகவே பார்க்கிறோம். இதை ஷேக்ஸ்பியர் உணர்ந்தே செய்ததாகத் தெரிகிறது. அதனாலேயே பெண் சுதந்திரம், உரிமைகள் பேசும் இன்றைய முற்போக்கு நாயகிகளில் ஷேக்ஸ்பியரிய நாயகிகளையும் பார்க்கிறோம்.

ஷேக்ஸ்பியர் நாடக ஆசிரியர் மட்டுமல்ல, நடிகரும் கூட. ஆனால் அவர் எந்த நாடகத்தில் எப்போது நடித்தார் என்று நமக்குச் சரியான தரவுகளில்லை. ஆனால் ஷேக்ஸ்பியர் நாடகங்களின் ஆர்டென்

பதிப்பில் இருக்கும் குறிப்பின்படி, ஷேக்ஸ்பியர் 'நீ விரும்பிய படியே' நாடகத்தில் வரும் கிழ வேலைக்காரனான ஆதாம் என்பவனின் வேடத்தை அணிந்ததாகத் தெரிய வருகிறது. எனவே, ஷேக்ஸ்பியர் நடித்ததாக நமக்கு ஓரளவிற்கு உறுதியாகத் தெரியும் நாடகம் இது என்றும் சொல்லலாம்.

மிகவும் சாதாரணமான கதையைக் கொண்ட நாடகம் என்றாலும், இந்த நாடகம் மிகவும் பிரபலமான வசனங்கள் பலவற்றையும் கொண்டிருக்கிறது. அத்துடன், அந்த நேரத்தில் நடைபெற்ற ஒரு கொலை பற்றிய குறிப்பும்கூட உள்ளே இருக்கிறது. நாடக சுருக்கத்தைப் பார்த்துவிட்டு அவற்றைப் பற்றி அலசுவோம்.

அங்கம் 1 - காட்சி 1

ஆர்லாண்டோ தன்னுடைய வேலையாள் ஆதாமிடம் பேசிக் கொண்டிருக்கிறான். ஆர்லாண்டோவின் தந்தை சர் ரோலாண்ட் சமீபத்தில் இறந்திருந்தார். அவரது இறப்பிற்குப் பின்னர் வாசிக்கப்பட்ட உயிலில் ஆர்லாண்டோவிற்கு அவர் வெறும் 1000 கிரௌன் பணம் மட்டுமே எழுதியிருக்கிறார் என்று தெரிய வருகிறது. அவரது மொத்தச் சொத்தையும் மூத்த மகனான ஆலிவருக்கு எழுதி வைத்துவிட்டார். எனவே ஆர்லாண்டோவிற்கு வாழ்வில் முன்னேற இருக்கும் ஒரே வழி, அவனது தந்தை எழுதியபடி அவனது சகோதரன் ஆலிவரின் தயவில் நல்ல கல்வியைப் பெறுவதுதான். ஆனால் ஆலிவர் அவனது தந்தையின் விருப்பத்தை மீறி ஆர்லாண்டோவிற்கு உதவவில்லை. அவர்களது இன்னொரு சகோதரனான ஜாக்குவிசை ஆலிவர் படிக்க வைத்தாலும், ஆர்லாண்டோவிற்கு எந்த உதவியும் செய்யவில்லை. இதையே ஆர்லாண்டோ ஆதாமிடம் சொல்லிப் புலம்பிக் கொண்டிருக்கிறான். தன்னுடைய நிலை கால்நடைகளைவிட மோசமாக இருப்பதாகச் சொல்கிறான். நீண்ட காலமாக இதைச் சகித்துக் கொண்டிருந்தாலும், இப்போது தன்னுடைய அடிமை நிலையை நினைத்துக் கோபமும் வெறுப்பும் அதிகமாக இருப்பதாகவும், இனியும் இதைப் பொறுத்துக் கொள்ள முடியாது என்று சொல்கிறான்.

ஆலிவர் அப்போது அங்கே வருகிறான். சிறிது நேரத்திலேயே அவர்களது பேச்சு தடித்து, இருவரும் வன்முறையில் ஈடுபடுகிறார்கள். மூத்த மகனுக்குச் சட்டப்படி சொத்து முழுவதும் சென்றாலும் அவர்களது பரம்பரை ரத்தம் அவர்கள் அனைவரின் உடலிலும் ஒன்றாகவே ஓடுகிறது என்று ஆர்லாண்டோ

சொல்கிறான். ஆர்லாண்டோவின் இந்தப் பேச்சைக் கேட்டுக் கோபமடையும் ஆலிவர், ஆர்லாண்டோவை அடிக்கப் பாய்கிறான். ஆர்லாண்டோ ஆலிவரின் கழுத்தைப் பிடிக்கிறான். ஆதாம் அவர்களைப் பிரித்துவிட முயலுகிறான். அவர்கள் ஒரே தந்தையின் மகன்கள் என்று சொல்கிறான். ஆனால் இருவரும் கேட்காமல் சண்டையிடுகிறார்கள். இருவரில் ஆர்லாண்டோ வலுவுள்ளவன் என்பதால், அவன் ஆலிவரை இறுக்கமாகப் பிடித்துக் கொண்டு ஒன்று தனக்குக் கனவானாக வாழும்படியான ஒரு நிலையை ஏற்படுத்தித் தரவேண்டும், இல்லையென்றால், தந்தையின் சொத்தில் தனக்கு ஒரு பங்கைக் கொடுத்துவிட வேண்டும் என்று கேட்கிறான். வேறுவழியில்லாத ஆலிவர், சொத்தில் ஒரு பங்கைக் கொடுக்கச் சம்மதிக்கிறான். கழுத்தை விடுவித்துவிட்டு ஆர்லாண்டோ ஆதாமை அழைத்துக் கொண்டு செல்கிறான்.

இன்னமும் கோபத்தில் இருக்கும் ஆலிவர், தன்னுடைய வேலையாளை அனுப்பி அரசவை மல்யுத்த வீரனான சார்லஸை அழைத்து வரச் சொல்கிறான். சார்லஸ் நுழைகிறான். அரசவைச் சேதி என்ன என்று ஆலிவர் கேட்கிறான். மூத்த பிரபுவிற்கும், அவரது இளையச் சகோதரர் பிரெடெரிக் பிரபுவிற்கும் நடந்த போட்டியில் இளைய சகோதரர் வெற்றி பெற்று, மூத்த பிரபுவை அவரை ஆதரிக்கும் பிரபுக்களுடன் நாட்டை விட்டு அனுப்பிவிட்டார். அவர்கள் அனைவரும் நாட்டின் அருகில் இருக்கும் ஆர்டென் காட்டில் அலைந்து திரிவதாகத் தெரிகிறது.

மூத்த பிரபுவும், அவரை ஆதரிக்கும் மற்றவர்களும் தங்களது சொத்துக்களையும் பதவிகளையும் அங்கேயே விட்டுவிட்டுச் சென்று விட்டதால், பிரெடெரிக் பிரபுவும் அவர்களைப் பின்தொடர முயலவில்லை என்கிறான். மூத்த பிரபுவின் மகளான ரோசலிண்டின் கதி என்ன என்று ஆலிவர் கேட்கிறான். ரோஸலிண்டைத் தன்னுடைய மகளைப்போலக் கருதுவதால் பிரெடெரிக் பிரபு அவளை ஒன்றும் செய்யவில்லை என்றும், அவள் இன்னமும் மாளிகையில்தான் இருக்கிறாள் என்றும் சொல்கிறான். மேலும் பிரெடெரிக் பிரபுவின் மகளான சீலியாவும் ரோஸலிண்டும் உயிர்த்தோழிகள் என்பதால் அவர்கள் ஒன்றாகவே இருக்கிறார்கள் என்றும் தெரிவிக்கிறான்.

தான் வந்ததன் காரணத்தைச் சார்லஸ் இப்போது தெரிவிக்கிறான். அரசவையில் நடக்கப் போகும் மல்யுத்தப் போட்டியில் ஆர்லாண்டோ கலந்து கொள்ள இருக்கிறான். அரசவை வீரனான தான் அவனைக் கடுமையாகத் தாக்கி வெற்றி பெற வேண்டும்

என்பதால், ஆர்லாண்டோவிடன் சொல்லி போட்டியிலிருந்து விலகக் கேட்டுக் கொள்ள வந்ததாகத் தெரிவிக்கிறான். ஆனால் ஆலிவர், ஆர்லாண்டோ ஒரு பொறுக்கி என்றும், அவனைப் போட்டியில் கடுமையாகத் தாக்குவது குறித்துத் தனக்கு எந்தக் கவலையும் இல்லை என்றும் தெரிவிக்கிறான். உண்மையில் ஆர்லாண்டோ விஷத்தைக் கொண்டோ, வேறு விதத்திலோ வெற்றி பெற முயல்வான் என்றும், இதனால் சார்லஸ் எச்சரிக்கையாக இருப்பது நல்லது என்றும் ஆலிவர் தெரிவிக்கிறான். இதனால் கோபமடையும் சார்லஸ், போட்டியில் தான் இரக்கம் காட்டப் போவதில்லை என்று தெரிவித்து விடுகிறான்.

அங்கம் 1 - காட்சி 2,3

தன்னுடைய தந்தை நாட்டை விட்டுத் துரத்தப்பட்டது குறித்து ரோசலிண்ட் வருத்தமாக இருந்தாள். இதனை உணர்ந்து கொண்ட சீலியா, தன்னுடைய தந்தைக்குப் பின் தான்தான் அரசியாக பதவியேற்க இருப்பதால் அரசப் பதவியை ரோசலிண்டிடமே கொடுத்துவிடுகிறேன் எனச் சொல்கிறாள். சிறிது நேரத்தில் அவர்கள் இருவரும் வாழ்வில் 'அதிர்ஷ்டம்', 'இயற்கை' போன்றவற்றின் தாக்கம் குறித்துப் பேசுகிறார்கள். அப்போது அங்கே அரசவை கோமாளி டச்ஸ்டோனும், லா பியூ என்ற இளைஞனும் வருகிறார்கள். அரசவை மல்யுத்த வீரனான சார்லசின் மல்யுத்தப் போட்டி ஒன்று நடக்க இருப்பதாகவும், அதற்கு அழைக்க வந்ததாகவும் லா பியூ தெரிவிக்கிறான்.

அரசவையில் அனைவரும் கூடி இருக்கிறார்கள். உள்ளே நுழையும் பிரெடெரிக் பிரபு, ரோஸலிண்டையும் சீலியாவையும் பார்த்துப் பேசுகிறார். அன்று அரசவை வீரனோடு புதியவன் ஒருவன் சண்டையிடப் போவதாகவும், சார்லசிடம் தேவையில்லாமல் மோதி அவன் இறக்க நேரிடலாம் என்று தெரிவிக்கிறார். எனவே, அவர்கள் அந்தப் புதியவனிடம் பேசி, அவனைச் சண்டையில் இருந்து விலகிக் கொள்ளச் செய்ய வேண்டும் என்றும் கேட்டுக் கொள்கிறார்.

அப்படியே ரோஸலிண்டும் சீலியாவும் ஆர்லாண்டோவிடம் பேசுகிறார்கள். ஆனால் அவன் தன்னுடைய முடிவை மாற்றிக் கொள்ள மறுக்கிறான். மல்யுத்தம் நடைபெறுகிறது. ஆர்லாண்டோ வெற்றி பெறுகிறான். அவனது பெயர் என்ன என்று பிரெடெரிக் பிரபு கேட்கிறார். அவன் பெயரை சொல்ல, தானும் சர் ரோலாண்ட்டும் எதிரிகள் என்று பிரபு சொல்கிறார். ரோஸலிண்டும்

சீலியாவும் அவனுக்கு வாழ்த்துத் தெரிவிக்கிறார்கள். ஆர்லாண்டோவும் ரோஸலிண்டும் ஒருவரையொருவர் விரும்ப ஆரம்பிக்கிறார்கள்.

அவர்கள் சென்ற உடன் அங்கே வரும் லா பியூ, ஆர்லாண்டோ வெற்றி பெற்றாலும் பிரபு அவனைப் பாராட்டப் போவதில்லை என்றும், அவன் மீது கோபப்படவே செய்வார் என்றும் தெரிவிக்கிறான். எனவே ஆர்லாண்டோ அங்கிருந்து சென்றுவிட முடிவு செய்கிறான்.

அங்கம் 2 - காட்சி 1,2,3,4

காடுகளில் அலைந்துகொண்டிருக்கும் மூத்த பிரபு, காட்டில் வாழ்வதைப் பற்றிச் சிந்தித்துக் கொண்டிருக்கிறார். அரசவையை விடக் காட்டில் வாழ்வது நன்றாக இருப்பதாகக் கூறுகிறார். காட்டில் வீசும் குளிர் காற்றைத் தவிர வேறெதுவும் ஆபத்தாக இருக்கவில்லை என்று கூறுகிறார். காட்டில் அனைத்தும் அவருக்குப் பிடித்திருக்கிறது. அவருடன் இருக்கும் பிரபுவும் ஒப்புக் கொள்கிறார். மான்களை வேட்டை ஆடலாம் என்று கூறுகிறார். ஆனால் அவற்றைக் கொல்வது தனக்குப் பிடித்தமானதாக இல்லை என்றும் கூறுகிறார். அப்போது அங்கு வரும் இன்னொருவர், ஜாக்குவஸ் பிரபு மூத்த பிரபுவின் மீதுதான் தவறு என்று சொல்வதாகக் கூறுகிறார். அவரும் தான் ஜாக்குவஸ் பிரபுவிடம் பேசுவதை விரும்புவதாகத் தெரிவிக்கிறார்.

ரோசலிண்ட், சீலியா, டச்ஸ்டோன் மூவரும் அரசவையிலிருந்து மறைந்துவிட்டதை எண்ணி பிரெடெரிக் பிரபு கோபமாக இருக்கிறார். யாருக்கும் தெரியாமல் அவர்கள் எப்படி மறைந் திருக்கலாம் என்று அனைவரையும் யோசிக்கிறார். அப்போது சீலியாவின் பணிப்பெண் ஒருத்தி ஆர்லாண்டோவைக் குறித்து அவர்கள் பேசிக் கொண்டிருந்ததைத் தான் கேட்டதாகவும், அதனால் அவர்கள் ஆர்லாண்டோவைத் தேடியே சென்றிருக்க வேண்டும் என்றும் தெரிவிக்கிறாள். உடனடியாக பிரெடரிக் பிரபு, ஆலிவரைக் கொண்டு அவனது சகோதரனைக் கண்டுபிடிக்க உத்தரவிடுகிறார்.

ஆர்லாண்டோ தன்னுடைய வீட்டிற்கு வந்து சேர்கிறான். அப்போது ஆதாம் அவனை நிறுத்தி, அவனது வெற்றி பற்றிய செய்தி வந்துவிட்டதாகவும், ஆர்லாண்டோவின் வீரமும் பலமும் அவனை வீழ்த்துவதற்கும் காரணமாகி விடும் என்று ஆதாம் எச்சரிக்கிறான். ஆர்லாண்டோ அன்றிரவு வீட்டில் உறங்கும்போது வீட்டை

எரித்துவிட ஆலிவர் திட்டமிட்டிருப்பதாக ஆதாம் தெரிவிக்கிறான். அதனால் வீட்டில் நுழையாமல் அப்படியே திரும்பிச் சென்றுவிடும் படியாகச் சொல்கிறான். வீடில்லாமல் தான் வழிப்பறித் திருடனாகத்தான் இருக்க வேண்டும் என்று ஆர்லாண்டோ சொல்கிறான். தன்னுடைய சேமிப்புடன் வருவதாகவும், முதலில் அங்கிருந்து கிளம்பலாம் என்றும் ஆதாம் தெரிவிக்கிறான். நன்றியுடன் அவனுடன் ஆர்லாண்டோ கிளம்புகிறான்.

ரோசலிண்ட், சீலியா, டச்ஸ்டோன் ஆகியோர் ஆர்டென் காட்டிற்கு வந்து சேர்கிறார்கள். அங்கே மரத்தடியில் அமர்ந்திருக்கும்போது இரண்டு ஆடு மேய்ப்பவர்களான கோரினும் சில்வியஸும் வந்து சேர்கிறார்கள். சில்வியஸ் தன்னுடைய காதலைப் பற்றிப் பேசிக் கொண்டிருக்கிறான். ரோசலிண்ட் முதலியோர் அங்கிருப்பதைக் கவனிக்காமல், அவர்கள் காதலைப் பற்றிப் பேசிக் கொண்டே அங்கிருந்து சென்று விடுகிறார்கள். ரோசலிண்ட் அவர்களை நிறுத்தி, அருகில் தங்குவதற்கு இடம் எதுவும் இருக்கிறதா என்று கேட்கிறாள். தனது முதலாளியின் இடம் விற்பனைக்கு வந்திருப்பதாகச் சொல்கிறான். ரோஸலிண்டும், சீலியாவும் அந்த இடத்தை வாங்கிவிடலாம் என்று முடிவு செய்கிறார்கள்.

அங்கம் 2 - காட்சி 5,6,7

எமியன்ஸ் பிரபு காட்டில் பாட்டுப் பாடிக் கொண்டு இருக்கிறார். எந்த எதிரிகளும் அங்கே இல்லை என்று மகிழ்வுடன் பாடிக் கொண்டிருக்கிறார். அப்போது அங்கு ஜாக்குவஸ் பிரபு வருகிறார். எமியன்ஸ் பிரபுவைத் தொடர்ந்து பாடச் சொல்கிறார். மற்ற பிரபுக்கள் எல்லாம் மூத்த பிரபுவின் விருந்திற்காகப் பல்வேறு வேலைகளைத் தயார் செய்து கொண்டிருக்கிறார்கள். அவர்களும் எமியன்ஸ் பிரபுவுடன் சேர்ந்து பாடுகிறார்கள். கூடவே ஜாக்குவஸ் பிரபுவும் பாடுகிறார். ஆனால் அவர் வார்த்தைகளை மாற்றி, காட்டில் வாழ்வதற்காகச் செல்வத்தையும் மகிழ்ச்சியையும் இழந்திருக்கும் முட்டாள்களை நினைத்துப் பாடுகிறார். மூத்த பிரபுவை விருந்திற்கு எமியன்ஸ் பிரபு அழைக்கச் செல்கிறார்.

ஆர்டென் காட்டிற்குள் ஆர்லாண்டோவும் ஆதாமும் நுழைகிறார்கள். ஆதாம் மிகுந்த களைப்புடனும் பசியுடனும் இருப்பதாகத் தெரிவிக்கிறான். வேட்டையாடச் செல்வதற்கு முன் ஆதாமைப் பாதுகாப்பாக ஓர் இடத்தில் தங்க வைக்க ஆர்லாண்டோ செல்கிறான்.

மூத்த பிரபு விருந்து நடக்கும் இடத்திற்கு வருகிறார். ஜாக்குவஸ் பிரபு மிகவும் மகிழ்ச்சியுடன் இருந்ததாகவும், ஆனால் அவர் எங்கே சென்றார் என்று தெரியவில்லை என்றும் சொல்லப்படுகிறது. எப்போதும் கவலையுடன் இருக்கும் ஜாக்குவஸ் பிரபு, மகிழ்ச்சியுடன் இருப்பது பிரபஞ்சத்தில் ஏதோ முரண்பாடு ஏற்பட்டிருக்கிறது என்று காட்டுகிறது என்று மூத்த பிரபு சொல்கிறார். அப்போது அங்கே ஜாக்குவஸ் பிரபுவும் மிகுந்த மகிழ்ச்சியுடன் வருகிறார். காட்டில் ஒரு முட்டாளைக் கண்ட தாகவும், அவன் மிகுந்த புத்திசாலித்தனமாக 'அதிர்ஷ்டம்' குறித்துப் பேசியது மிகுந்த வேடிக்கையாக இருந்தது என்றும் தெரிவிக்கிறார். எனவே தானும் முட்டாளாக இருக்க விரும்புவதாகக் கூறுகிறார். அப்போது தானும் தன்னுடைய மனதில் நினைத்ததை எல்லாம் பேசலாம் என்றும் கூறுகிறார். மற்றவர்களின் தவறுகளைச் சுட்டிக்காட்டுவது எப்படிப்பட்ட பாவம் என்றும் சொல்கிறார்.

அப்போது அங்கே உருவிய வாளுடன் வரும் ஆர்லாண்டோ, தனக்கு உணவு வேண்டும் என்று கேட்கிறான். ஆர்லாண்டோ தனக்கேற்பட்ட சிரமத்தினால் உணவைக் கேட்கிறானா, இல்லை அவனது வளர்ப்பின் காரணத்தினாலா என்று மூத்த பிரபு கேட்கிறார். ஆர்லாண்டோ தன்னிலைக்கு வந்தவுடன், அவனையும் தங்களுடன் விருந்தில் கலந்து கொள்ள அழைக்கிறார். ஆதாமை அழைத்து வர ஆர்லாண்டோ செல்கிறான். அவனைக் கண்டு மூத்த பிரபு உலகில் தங்களைத் தவிர மகிழ்ச்சியில்லாமல் இன்னமும் பலரும் இருக்கிறார்கள் என்று கூறுகிறார்.

உலகமே ஒரு நாடக மேடை, அதில் நாம் அனைவரும் வெறும் நடிகர்கள், நாம் அனைவரும் அதில் குழந்தைப் பருவத்தில் இருந்து வயோதிகம் வரை வாழ்ந்து, காதலை உணர்ந்து, கௌரவத்தைத் தேடுகிறோம். ஆனால் அனைவரும் வயதாகி இறந்து, மறைந்து போகிறோம் என்று ஜாக்குவஸ் பிரபு நீண்ட பேச்சை நிகழ்த்துகிறார். ஆர்லாண்டோ ஆதாமுடன் திரும்பவே, அனைவரும் உணவருந்த அமர்கிறார்கள். அப்போதுதான் ஆர்லாண்டோ தன்னுடைய நண்பர் சர் ரோலாண்ட்டின் மகன் என்று அறிந்து மூத்தபிரபு மகிழ்ந்து அவனை வரவேற்கிறார்.

அங்கம் 3 - காட்சி 1,2

ஆர்லாண்டோவைக் கண்டுபிடிக்க முடியவில்லை என்று பிரெடெரிக் பிரபுவிடம் ஆலிவர் தெரிவிக்கிறான். ஆர்லாண்டோவை ஒரு வருடத்திற்குள் கண்டுபிடிக்க

முடியவில்லை என்றால் ஆலிவரின் சொத்துக்களை முழுவதுமாகப் பறித்துவிடுவதாகப் பிரெடெரிக் பிரபு கூறுகிறார். அதுவரையும் அவனது சொத்துக்களைத் தானே பறிமுதல் செய்து வைத்துக் கொள்வதாகவும் தெரிவிக்கிறார்.

ஆர்லாண்டோ காதலில் தத்தளிக்கிறான். ஆர்டென் காடுகள் முழுவதும் காதல் உற்சாகத்தில் ஓடிக் கொண்டிருக்கிறான். அங்கிருக்கும் மரங்களில் தன்னுடைய காதலி ரோசலிண்ட் குறித்த கவிதைகளை எழுதி தொங்கவிடுகிறான். அவளது புகழைப் படிப்பவர்கள் தெரிந்து கொள்வார்கள் என்று பேசுகிறான். அங்கே ஆடு மேய்க்கும் கோரினும், அரசவை முட்டாள் டச்ஸ்டோனும் வருகிறார்கள். ஆனால் அவர்கள் ஆர்லாண்டோவின் கவிதைகளை வாசிக்காமல், வேறு எதையோ பற்றிப் பேசி வாக்குவாதம் செய்கிறார்கள்.

அப்போது அங்கே கானமீட் என்ற ஆண் வேடத்தில் ரோசலிண்ட் வருகிறாள். ஆர்லாண்டோவின் கவிதைகளை வாசிக்கிறாள். அங்கே வரும் கோமாளி டச்ஸ்டோன், அந்தக் கவிதைகளைக் கேலி செய்கிறான். மோசமாக எழுதப்பட்டிருக்கும் அந்தக் கவிதைகளைப் போலவே தன்னாலும் எழுதமுடியும் என்று கூறிய அவர், ரோஸலிண்டை இணையைத் தேடும் பூனை, முள்ளுள்ள ரோஜா, தூக்கிற்குச் செல்லும் வேசி போன்ற உவமைகளைக் கொண்டு வர்ணித்துக் கவிதைகளைச் சொல்கிறான். ரோசலிண்ட் அவனைக் கோபத்துடன் கடிந்து கொள்கிறாள். அங்கே சீலியா ஆடு மேய்க்கும் பெண் எலியானா வேடத்தில் வருகிறாள். இருவரும் கவிதைகளை வாசிக்கிறார்கள். ஆர்லாண்டோவின் கவிதைகள் மோசமாகத்தான் இருக்கிறது என்று இருவரும் ஒப்புக்கொள்கிறார்கள். ஆர்லாண்டோதான் கவிதைகளை எழுதியது என்று சீலியா தெரிவிக்கிறாள். மகிழ்ச்சியடையும் ரோசலிண்ட், ஆர்லாண்டோ பற்றிப் பல கேள்விகளைச் சீலியாவுடன் கேட்கிறாள்.

அப்போது ஆர்லாண்டோவும் ஜாக்குவசும் அங்கே வருகிறார்கள். ஆனால் இருவரும் வாக்குவாதம் செய்து கொண்டிருக்கிறார்கள். பெண்கள் இருவரும் மறைந்து கொள்கிறார்கள். ஆர்லாண்டோவின் காதலை ஜாக்குவஸ் கேலி செய்கிறான். ஜாக்குவஸின் குணத்தை ஆர்லாண்டோ கேலி செய்கிறான். ஜாக்குவஸ் அங்கிருந்து செல்கிறான். ரோசலிண்ட் ஆண் வேடத்தில் அவனிடம் செல்கிறாள். மரங்களில் 'ரோசலிண்ட்' என்று கிறுக்கி வைத்திருப்பவனைப் பற்றிப் பேசுகிறாள். ஆர்லாண்டோ தானே

அவ்வாறு கிறுக்கியது என்று தெரிவிக்கிறான். தான் ரோசலிண்டின் மீது அளவில்லாத காதலுடன் இருப்பதாகவும் தெரிவிக்கிறான். ஆண் வேடத்தில் இருக்கும் ரோசலிண்ட், காதலில் இருப்பவர் களைத் தனக்குத் தெரியும் என்றும், கட்டாயம் ஆர்லாண்டோ காதலில் இல்லை என்றும் தெரிவிக்கிறாள். அவன், ஆண் வேடத்தில் இருக்கும் தன்னை ரோசலிண்ட் என்று எண்ணி காதல் செய்தால், தான் அவனது காதல் நோயைக் குணப்படுத்துவதாகத் தெரிவிக்கிறாள்(ன்). ஆர்லாண்டோவும் ஒப்புக்கொள்கிறேன்.

அங்கம் 3 - காட்சி 3,4,5

கோமாளி டச்ஸ்டோன் காட்டிற்குள் ஆடு மேய்க்கும் பெண் ஆட்ரேயுடன் வருகிறேன். ஆட்ரே கவிதை எழுதுவதில்லை என்று டச்ஸ்டோன் வருத்தப்படுகிறான். கவிதை எழுதுபவர்கள் உண்மையாக இருக்க மாட்டார்கள் என்றும், அப்படிப்பட்ட பெண்ணையே தான் விரும்புவதாகவும் கூறுகிறான். அவர்களுடன் பின்தொடர்ந்து ஜாக்குவஸ் வருகிறான். அழகும், உண்மையும் சேர்ந்திருப்பது நல்லதில்லை என்று டச்ஸ்டோன் கூறுகிறான். ஆனாலும் அன்று அவளைத் திருமணம் செய்து கொள்ளப் பக்கத்துக் கிராமத்திலிருந்து பாதிரியை வரச்சொல்லி இருப்பதாகத் தெரிவிக்கிறான்.

மனைவிகள் கணவர்களை எப்போதும் ஏமாற்றுவார்கள் என்று டச்ஸ்டோன் தெரிவிக்கிறான். அப்படி ஏமாறுவது ஒன்றும் அவமானகரமானது அல்ல என்றும் சொல்கிறான். அப்போது அங்கே பாதிரி வருகிறார். பெண்ணைக் கைபிடித்து ஒருவர் கொடுக்க வேண்டும் என்று சொல்கிறார். ஜாக்குவஸ் தான் அப்படிச் செய்யத்தயார் என்றும் ஆனால் திருமணம் தேவாலயத்தில்தான் நடக்க வேண்டும் என்றும் கூறுகிறான். இன்னமும் சிறிது விவாதத்திற்குப் பின்னர், திருமணத்தைத் தேவாலயத்தில் நடத்திக் கொள்ளலாம் என்று பாதிரியைக் காட்டில் விட்டுவிட்டு மற்றவர்கள் கிளம்புகிறார்கள்.

ஆண் வேடத்தில் இருக்கும் ரோஸலிண்டைப் பார்க்க ஆர்லாண்டோ சொன்னபடி வரவில்லை. முதலில் கோபமடையும் ரோசலிண்ட், பின்னர் தேம்பி அழ ஆரம்பிக்கிறாள். ஆர்லாண்டோவின் முடியின் நிறம், யூதாஸின் முடியின் நிறத்துடன் ஒத்ததா என்ற அவளும் சீலியாவும் பேசிக் கொள்கிறார்கள். ஆர்லாண்டோ துரோகம் செய்பவன் அல்ல என்றும், காதலர்களின் சத்தியம் என்பது

குடிகாரர்களின் பேச்சைப் போன்றது என்றெல்லாம் சொல்லி சீலியா சமாதானப்படுத்துகிறாள்.

அப்போது நுழையும் ஆடு மேய்க்கும் கோரின், அவனது நண்பன் சில்வியஸ் பிபீயிடம் காதலைத் தெரிவிக்கப் போவதாகவும், அந்த அறிவில்லாத காதலனையும், அவனது காதலையும் வேடிக்கை பார்க்க போவதாகச் சொல்கிறான். ரோசலிண்ட் ஆண் வேடத்தில் தானும் வருவதாகத் தெரிவிக்கிறாள்.

அங்கம் 4 - காட்சி 1,2

ஆண் வேடத்தில் இருக்கும் ரோசலிண்டும் ஜாக்குவஸூம் பேசிக் கொண்டிருக்கிறார்கள். ஜாக்குவஸ் எப்போதும் சோகமாக இருப்பது வெறும் நடிப்பு என்று ரோசலிண்ட் தெரிவிக்கிறாள். ஜாக்குவஸ் மறுத்து பேசுகிறான். ஆனால் இறுதியில் வாக்கு வாதத்தில் ரோசலிண்ட் வெற்றி பெறுகிறாள். ஜாக்குவஸ் வெளியேறுகிறான்.

தன்னுடைய காதல் பாடத்தைக் கற்றுக் கொள்ள ஒரு மணி தாமதமாக ஆர்லாண்டோ வருகிறான். கானிமீட் என்ற ஆண் வேடத்தில் இருக்கும் ரோசலிண்டைத் தன்னுடைய காதலியாக எண்ணித் தாமதமாக வந்ததற்கு மன்னிப்புக் கேட்கிறான். காதலில் ஒரு நொடியைக் கூட வீணாக்கக்கூடாது என்று ரோசலிண்ட் தெரிவிக்கிறாள். அதிலும் ஆர்லாண்டோ நத்தையைவிட மெதுவாக வருகிறான் என்று சொல்கிறாள்.

நத்தையாவது தன்னுடைய வீட்டைச் சுமந்து வருகிறது. ஆனால் ஆர்லாண்டோ அதைவிடவும் மெதுவாக இருக்கிறான் என்றெல்லாம் கூறுகிறாள். ஒருவழியாகக் காதல் பாடம் தொடங்குகிறது. முதலில் அவனை(ளை) முத்தமிடலாமா என்று கேட்கிறான். ஆண் வேடத்தில் இருக்கும் ரோசலிண்ட் மறுக்கிறாள். அவர்களின் காதல் பாடம் இப்படியாகச் செல்கிறது. ஆண் வேடத்தில் ரோசலிண்ட் அவனது காதலை மறுக்கவே, ஆர்லாண்டோ தான் இறக்கப் போவதாகத் தெரிவிக்கிறாள். ஆனால் கவிஞர்களின் கற்பனையில் தவிரக் காதலின் பொருட்டு எவனும் இறந்ததில்லை என்று ரோசலிண்ட் பதில் கூறுகிறாள்.

இப்போது ரோசலிண்ட்டும் காதலிப்பதாகப் பேச ஆரம்பிக்கிறாள். ஆண் வேடத்தில் இருக்கும் ரோசலிண்டிற்கும் ஆர்லாண்டோ விற்கும் திருமணம் செய்து வைக்கச் சீலியா வருகிறாள்.

திருமணத்திற்குப் பின் பெண்களின் குணம் மாறிவிடுகிறது என்று பேசிக் கொண்டிருக்கிறார்கள். தான் மூத்த பிரபுவின் விருந்திற்குச் செல்ல வேண்டியிருப்பதால் இரண்டு மணி நேரம் கழித்து வருவதாக ஆர்லாண்டோ தெரிவிக்கிறான். மீண்டும் தாமதமாக வரக்கூடாது என்று ரோசலிண்ட் தெரிவிக்கிறாள். ஆர்லாண்டோ சென்றவுடன் பெண்களைப் பற்றி மோசமாகப் பேசியது குறித்துச் சீலியா பேசுகிறாள். ஆனால் ஆர்லாண்டோவின் மீது தனக்கு அளவில்லாத காதல் இருப்பதாக ரோசலிண்ட் தெரிவிக்கிறாள்.

அங்கம் 4 - காட்சி 3

இரண்டு மணி நேரம் கழிந்தும் ஆர்லாண்டோ வரவில்லை. மாறுவேடத்தில் இருக்கும் சீலியாவும் ரோசலிண்டும் அது குறித்துப் பேசிக் கொண்டிருக்கிறார்கள். அப்போது ஆடு மேய்க்கும் சில்வியஸ், தான் திருமணம் செய்து கொள்ளப்போகும் பீபி, கானிமீட் என்ற ஆண் வேடத்தில் இருக்கும் ரோசலிண்ட்டிற்கு ஒரு கடிதம் கொடுத்திருப்பதாகத் தெரிவிக்கிறான். ரோசலிண்டும் அந்தக் கடிதத்தை வாசிக்கிறாள். அதில் தன்னைப் பீபி மிகவும் கடுமையாக நிந்தித்து எழுதியிருப்பதாகத் தெரிவிக்கிறாள். சில்வியஸ் கடிதத்தை வாசித்துக் காட்டச் சொல்கிறான். கடிதத்தில் பீபி, தான் கானிமீட் மீது காதல் கொண்டிருப்பதாக எழுதி, தன்னைக் காதல் செய்யக் கேட்டு எழுதியிருக்கிறாள். இதுவா கடுமையான கடிதம் என்று சில்வியஸ் கூறுகிறான். அவனைப் பார்த்துப் பரிதாபப்படுவதாகச் சீலியா கூறுகிறாள். அது தேவையில்லை என்று சொல்லும் ரோசலிண்ட், பீபி சில்வியசை காதலித்தால் மட்டுமே தன்னால் அவளைக் காதலிக்க முடியும் என்று பதில் கொடுக்கிறாள்.

சில்வியஸ் வெளியேறியவுடன் ஆலிவர் நுழைகிறான். அவன் கானிமீட் மற்றும் எலியானாவின் இடத்திற்கு வழி கேட்கிறான். ரோசலிண்டும் சீலியாவும் தாங்கள்தான் அவர்கள் என்று கூறுகிறார்கள். ஆர்லாண்டோவின் சார்பாக ஒரு ரத்தம் தோய்ந்த கைக்குட்டையைக் கொண்டு வந்திருப்பதாக ஆலிவர் தெரிவிக்கிறான். என்ன நடந்தது என்று ரோசலிண்ட் கேட்கிறாள்.

இங்கே ஒரு நீண்ட கதையை ஆலிவர் கூறுகிறான். காட்டில் பெரிய பச்சைப் பாம்பு விழுங்கிக் கொண்டிருக்கும் மனிதன் ஒருவனை ஆர்லாண்டோ கண்டான். பாம்பை அங்கிருந்து துரத்தி, அந்த மனிதனை ஆர்லாண்டோ காப்பாற்றினான். ஆனால் அதற்குள் அங்கே ஒரு சிங்கம் பசியுடன் வந்தது. தான் தப்புவித்த மனிதன் தன்னுடைய சகோதரன் ஆலிவர் என்று ஆர்லாண்டோ உணர்கிறான்.

ஒரு நொடி ஆலிவரைச் சிங்கத்திற்குப் பலியாக்க எண்ணினாலும், அடுத்த நொடியே ஆர்லாண்டோ அவனைக் காப்பாற்றச் சிங்கத்துடன் சண்டையிட ஆரம்பிக்கிறான்.

தோளில் காயம்பட்டாலும் அவன் வெற்றி பெறுகிறான். தன்னைக் காப்பாற்றிய சகோதரன் மீது அன்புடனும், தன் செய்கைகளின் மீது வருத்தத்துடனும் ஆலிவர் மன்னிப்புக் கேட்கிறான். ஆலிவரை அழைத்துக் கொண்டு மூத்த பிரபுவின் இடத்திற்கு ஆர்லாண்டோ செல்கிறான். அங்கே பேசிக் கொண்டிருக்கும்போதே ஆர்லாண்டோ மயங்கிவிட்டான். சிங்கத்துடன் போட்ட சண்டையில் அவன் ரத்தத்தை நிறைய இழந்துவிட்டான். மயங்குவதற்கு முன் அந்தக் கைக்குட்டையைக் கொடுத்து கானிமீட்டைப் பார்க்க சொன்னதாகத் தெரிவிக்கிறான்.

இதைக் கேட்டவுடன் ஆண் வேடத்தில் இருக்கும் ரோசலிண்ட் மயங்குகிறாள். சீலியாவும் ஆலிவரும் அவளை மீண்டும் தன்னிலைக்குக் கொண்டு வருகிறார்கள். தன்னுடைய வேடத்திற்கு ஏற்றவாறு தான் போலியாக மயங்கியதாக ரோசலிண்ட் தெரிவிக்கிறாள். ஆனால் ஆலிவர் அதை நம்பவில்லை. ரோசலிண்ட் தான் நடித்ததாகத் தெரிவிக்கிறாள்.

அங்கம் 5 - காட்சி 1-3

டச்ஸ்டோனும் ஆட்ரேயும் காட்டில் தள்ளி வைக்கப்பட்டிருக்கும் தங்களது திருமணத்தைப் பற்றிப் பேசிக் கொண்டிருக்கிறார்கள். திருமணத்தைத் தள்ளி வைத்தது தவறோ என்று இருவரும் யோசிக்க ஆரம்பிக்கிறார்கள். அப்போது அங்கு வரும் கோரின், அவர்களை ரோசலிண்ட் அழைத்ததாகத் தெரிவிக்கிறான்.

தான் எலியானாவின் (சீலியா) மீது காதல் கொண்டுவிட்டதாக ஆலிவர் ஆர்லாண்டோவிடம் தெரிவிக்கிறான். ஆர்லாண்டோவால் அதை நம்பமுடியவில்லை. எலியானாவைத் திருமணம் செய்த பின்னர் தங்களது தந்தையின் சொத்துக்கள் முழுவதையும் ஆர்லாண்டோவிடம் கொடுத்துவிடுவதாகவும் தெரிவிக்கிறான். அனைவரும் ஒப்புக்கொள்ள, மறுநாளே திருமணம் என்று நிச்சயிக்கப் படுகிறது.

ஆலிவர் அங்கிருந்து கிளம்பும்போது ரோசலிண்ட் ஆண் வேடத்தில் கானமீட்டாக வருகிறாள். தான் ரோசலிண்டை விட்டுப் பிரிந்திருப்பது வருத்தமாக இருந்தாலும், தனது சகோதரனின் காதலை எண்ணி மகிழ்வதாகச் சொல்கிறான். ரோசலிண்ட்

இரட்டை அர்த்தத்துடன் ஆர்லாண்டோ கானமீடைத் திருமணம் செய்துகொள்ளத் தயாரா என்று கேட்கிறான்(ள்). ரோசலிண்ட் என்று நினைத்து ஓர் ஆடவனைக் காதல் செய்தது தனக்குச் சலிப்பாக இருப்பதாகத் தெரிவிக்கிறான். தனக்கு மந்திரம் தெரியும் என்றும், மறுநாள் அவனது சகோதரனின் திருமணத்தின்போதே அவனுக்கும் ரோசலிண்டுடன் திருமணம் நடக்கும் என்றும் சொல்கிறாள்.

அப்போது அங்கு வரும் பீபி, கானமீட் தன்னை ஏமாற்றிவிட்டதாகக் குற்றம் சொல்கிறாள். கானமீட் வேடத்தில் இருக்கும் ரோசலிண்ட், கானமீட் பெண்ணைத் திருமணம் செய்ய விரும்பினால் மறுநாளே செய்வான் என்று சொல்கிறாள். பீபி சில்வியசை காதல் செய்ய முயற்சிக்க வேண்டும் என்று கூறுகிறாள். மறுநாள் திருமணத்திற்கு அனைவரும் வர வேண்டும் என்றும் கூறுகிறாள். அனைவரும் வருவதாக ஒப்புக் கொள்கிறார்கள்.

அங்கம் 5 - காட்சி 4

மறுநாள் கானமீட் சொல்லியபடி திருமணங்கள் நடைபெறுமா என்று பார்க்க மூத்த பிரபுவும், அவரது ஏனைய பிரபுக்களும் கூடியிருக்கிறார்கள். ஆண் வேடத்தில் ரோசலிண்ட் அங்கே வருகிறாள். அனைவரும் அவளுக்குக் கொடுத்த உறுதிகளை நினைவுபடுத்துகிறாள். ஆர்லாண்டோவை ரோசலிண்ட் மணக்க மூத்த பிரபு உறுதி கொடுக்கிறார். தன்னால் கானமீடைத் திருமணம் செய்யாமல் போனால் தான் சில்வியசை திருமணம் செய்து கொள்வதாகப் பீபி தெரிவிக்கிறாள். அனைவரும் ஒப்புக் கொண்டவுடன் சீலியாவும் ரோசலிண்டும் காட்டிற்குள் செல்கிறார்கள்.

அவர்கள் சென்றவுடன் கானமீட் தன்னுடைய மூத்தமகளைப் போல இருப்பதாக மூத்த பிரபு தெரிவிக்கிறார். அப்போது டச்ஸ்டோனும் ஆட்ரேயும் அங்கே வருகிறார்கள். அவர்கள் பேசிக் கொண்டிருக்கும்போதே ரோசலிண்டும் சீலியாவும் தங்களது வேடங்களைக் களைந்துவிட்டு வருகிறார்கள். அவர்களுடன் திருமணங்களின் கடவுளான ஹைமெனும் வருகிறார். தன்னால் ஒரு பெண்ணைத் திருமணம் செய்ய முடியாது என்று பீபி சில்வியசை திருமணம் செய்யச் சம்மதிக்கிறாள். நான்கு ஜோடிகளுக்கு - ஆர்லாண்டோ - ரோசலிண்ட், ஆலிவர் - சீலியா, டச்ஸ்டோன் - ஆட்ரே, பீபி - சில்வியஸ் - ஹைமென் திருமணம் செய்து வைக்கிறார்.

திருமணக் கொண்டாட்டம் நடைபெறுகிறது. அப்போது அங்கு வரும் ஆலிவர், ஆர்லாண்டோவின் இன்னொரு சகோதரனான ஜாக்குவஸூம் பிரெடெரிக் பிரபுவும் அவர்களுடைய படையுடன் ஆர்டென் காடுகளை நோக்கி வந்ததாகவும், ஆனால் அங்கிருந்த பாதிரி ஒருவர் பிரெடெரிக் பிரபுவின் மனதை மாற்றி விட்டதாகவும், அதனால் பிரெடெரிக் பிரபு அமைதியான வாழ்வை வாழத் தீர்மானித்து விட்டதாகவும் தெரிவிக்கிறான். தன்னுடைய ஆட்சியையும் மூத்த பிரபுவிடம் திருப்பிக் கொடுத்துவிட்டதாகவும் தெரிவிக்கிறான். அனைவரும் மீண்டும் அரசவைக்குத் திரும்புவது குறித்து மகிழ்கிறார்கள். திருமண விருந்து தொடர்கிறது.

முடிவுரை

ரோசலிண்ட் முன்னே வந்து பேச ஆரம்பிக்கிறாள். நாடகப் பாரம்பரியத்தை உடைத்து ஒரு பெண் முன்னே வந்து பேசுவது குறித்துப் பேச ஆரம்பிக்கிறாள். ஆனாலும் பார்வையாளர்கள் இதை ஒப்புக் கொள்ள வேண்டும் என்று கூறுகிறாள். அதற்காகப் பார்வையாளர்களிடம் தான் அது குறித்துக் கெஞ்சப் போவதில்லை என்றும், ஏனென்றால் தான் பிச்சைக்காரி அல்ல என்றும் தெரிவிக்கிறாள். அதற்குப் பதிலாகத் தான் அவர்களை மயக்கப் போவதாகத் தெரிவிக்கிறாள். பின் பார்வையாளர்களில் இருக்கும் ஆண்களையும் பெண்களையும் நாடகத்தை விரும்பச் சொல்கிறாள். தான் மட்டும் ஒரு பெண்ணாக இருந்தால், (ஷேக்ஸ்பியரின் காலத்தில் பெண் வேடங்களும் ஆண்களால் நடிக்கப்பட்டது!), அங்கிருக்கும் அழகான, சுத்தமான ஆண்களை முத்தமிட்டிருப்பேன் என்றும் சொல்கிறாள். அவர்களும் அப்படியே பதிலுக்குப் பெருத்த கரவொலி எழுப்பிப் பாராட்டுவார்கள் என்று சொல்லி முடிக்கிறாள்.

நீ விரும்பியபடியே - அலசல்

முதலில் ஒரு சிறிய மர்மக் கதையோடு ஆரம்பிப்போம். இந்தத் தொடர் கட்டுரைகளில் நாம் கிறிஸ்டோபர் மார்லோவைப் பல முறை சந்தித்திருக்கிறோம். கிறிஸ்டோபர் மார்லோ, ஷேக்ஸ்பியருக்கு சம காலத்திய நாடகாசிரியர். ஒரு விதத்தில் ஷேக்ஸ்பியரின் முன்னோடி எனலாம். ஷேக்ஸ்பியரின் பல ஆரம்பக் கால நாடகங்களில் நாம் மார்லோவின் பாதிப்பைக் காணலாம். அது குறித்து முன்பே பேசவும் செய்திருக்கிறோம். ஷேக்ஸ்பியர் நாடக

வாழ்வைத் தொடங்கிய நாட்களில் மார்லோ நாடு முழுவதும் புகழ் பெற்றிருந்தார். அவரது நாடகங்கள் பதிப்பிலும், நாடக மேடைகளிலும் கோலோச்சிக் கொண்டிருந்தது. அப்படிப்பட்ட கிறிஸ்டோபர் மார்லோ, 1593ஆம் வருடம் தன்னுடைய 29ஆம் வயதில் கொலை செய்யப்பட்டார்.

அவரைக் கொலை செய்தது யார், எப்படி என்று இன்று வரை தெளிவாக எந்த விவரமும் இல்லை. மது விடுதி ஒன்றில் நடந்த சண்டையில் அவர் கொல்லப்பட்டதாகப் பொதுவாகச் சொல்லப் படுகிறது.

முதலாம் எலிசபெத் ராணியின் தந்தை எட்டாம் ஹென்றி புதிதாக ஆங்கிலிகன் சபை என்ற சீர்திருத்தச் சபையை நிறுவியிருந்தார். ரோமக் கத்தோலிக்கத்தைத் தன்னுடைய முதல் எதிரியாகப் பார்த்த இந்தச் சபைக்கு இங்கிலாந்தின் இருந்த அனைத்து மக்களும் மாறுவது அரசரால் கட்டாயமாக்கப்பட்டது. மறுத்தவர்களும், ரகசியமாகக் கத்தோலிக்கராக இருக்கிறார் என்று கருதப் பட்டவர்களும் கொல்லப்பட்டனர். முதலாம் எலிசபெத்தின் காலத்தில் இந்தக் கொலைகள் குறைந்துவிட்டன என்றாலும், முழுவதுமாக மறைந்துவிடவில்லை. மார்லோ தன்னை நாத்திகர் என்று சொல்லிக் கொண்டார். மேலும் அவர் ரகசியமாக ஐரோப்பாவில் சென்று கத்தோலிக்கத்தில் இணைகிறார் என்ற செய்தியும் உலாவிக் கொண்டிருந்தது. அப்படியான நாட்களில் ஒன்றில், மது விடுதி அதிகமாக விலை வைத்திருப்பதாக ஏற்பட்ட தகராறில், மார்லோ அங்கிருந்த சிலரால் கண்களில் குத்தப்பட்டுக் கொலை செய்யப்பட்டார்.

ராணி எலிசபெத்தின் உளவுத்துறையின் தலைவர் வால்சிங்கம். நாடு முழுவதும் அவரது உளவாளிகள், ரகசிய கத்தோலிக்கர்கள், ஸ்பெயின் அரசரை ஆதரிப்பவர்கள், அரசிக்கு எதிராகப் பேசுபவர்கள் என்று பலரையும் வேவு பார்த்து, தாங்களே நீதியை வழங்கிக் கொண்டும் இருந்தார்கள். மார்லோவைக் கொலை செய்தவர்கள் வாலசிங்கத்தின் உளவாளிகள். மார்லோ தன்னுடைய நம்பிக்கைகளுக்காகவே அரச உளவாளிகளால் கொலை செய்யப் பட்டார் என்றே ஷேக்ஸ்பியர் நம்பினார். நமக்கு எப்படி அது தெரியும்? மார்லோவின் மரணத்திற்குப் பின்னர் எழுதப்பட்ட இந்த நாடகத்தில் அதை மேடையில் தன்னுடைய பாத்திரத்தின் மூலமாகச் சொல்லவும் வைக்கிறார். அங்கம் 3இல் டச்ஸ்டோன் ஓரிடத்தில் ஆட்ரேயிடம் கீழ்க்கண்ட வார்த்தைகளைத் தெரிவிக்கிறான்.

‘ஒரு மனிதனின் பாடல்கள் புரிந்து கொள்ளப்படாதபோது, அவனது வேடிக்கையான பேச்சுக்கள் பாராட்டப்படாதபோது, அது சிறிய அறைக்குப் பெரிய வாடகை கொடுப்பதற்குக் கொலை செய்வதை விட மோசமானது.’

கொலை நடந்த சில நாட்களில் அதை நேரடியாகக் குறிப்பிட்டு நாடகத்தில் வசனம் வைத்தது ஷேக்ஸ்பியரின் அரசியல் குறித்து நமக்கு நேரடியாகக் கிடைக்கும் குறிப்புகளில் ஒன்று. அது மட்டுமல்ல, அவர் நேரடியாகவே இதே நாடகத்தில், இரண்டு இடங்களில் மார்லோவின் வார்த்தைகளை நேரடியாக எடுத்துச் சொல்கிறார். ஆனால் பொதுவாக ஷேக்ஸ்பியர் என்ன விதமான அரசியல் நம்பிக்கைகளைக் கொண்டிருந்தார் என்று நமக்கு வேறு குறிப்புக்கள் எதுவும் தெளிவாக இல்லை என்றே சொல்ல வேண்டும்.

ஆனால் முன்பே குறிப்பிட்டதுபோல அவரது பெண் பாத்திரங்கள், அவர் பெண்களைப் பற்றிக் கொண்டிருந்த எண்ணங்களைச் சிறிது கோடிட்டுக் காட்டுகிறது. முன்பே கூறியபடி, ‘நீ விரும்பியபடியே’ நாடகத்தில் ரோசலிண்ட் மட்டுமே முதன்மையாக இருக்கிறாள். அவளே நாடகத்தின் அச்சாணி.

காதல் செய்து கொண்டே அதன் அபத்தத்தை உணர்ந்து கேலி செய்வது என்பது ரோசலிண்டால் மட்டுமே முடிகிறது. நாடகம் முழுவதும் அவள் பல வேடங்களில் காதலித்துக் கொண்டே இருக்கிறாள். ஆண் வேடத்தில் பெண்களையும், பெண்ணாக ஆண்களையும் காதலிக்கிறாள். நாடகத்தில் பால் வேறுபாடு என்பது மெல்லிய கோடாகவே ஓடுகிறது. எந்த இடத்திலும் ரோசலிண்ட் தடுமாறுவதில்லை. ஆண் வேடத்தில் இருக்கும் அவளைப் பீபி திருமணம் செய்து கொள்ளக் கேட்கும்போதும் அவள் மறுப்பதில்லை. ஆண் வேடத்திலேயே ஆர்லாண்டோவைக் காதலித்துக் காட்டவும் அவள் தயங்கவில்லை. சீலியாவிற்கும் ரோசலிண்டிற்கும் இடையிலான உறவும் அப்படியான ஒரு விளங்க முடியாத இடத்திலேயே இருக்கிறது.

அதே நேரத்தில் ஆண் வேடத்தில் இருக்கும் ரோசலிண்டை ஆர்லாண்டோ தெரிந்து கொள்ளவில்லையா என்ற கேள்வியும் எழுகிறது. அவன் பெரிதாகப் படிப்பறிவோ அல்லது புத்திசாலியோ கொண்டவன் இல்லை என்றாலும், அவனது நிலை அவனுக்கு வேடிக்கையாகவே இருந்திருக்க வேண்டும் எனலாம். மல்யுத்த வீரனான அவனுக்கு ஆண் வேடத்தில் காதலின் நுணுக்கங்களை

ரோசலிண்டே சொல்லித் தருகிறாள். காதலுக்காக அவன் உயிரை விடுவதாகச் சொன்னதையும், அதற்கு ரோசலிண்டின் பதிலையும் முன்பே பார்த்தோம்.

அதே நேரத்தில் நாடகத்தில் ஓரளவிற்கு நமது கவனத்தைப் பெறுவது நாடகம் முழுவதும் சோகமே உருவாக வரும் ஜாக்குவஸ் பிரபுவின் கதாபாத்திரம். அவரும் டச்ஸ்டோனும் பேசுமிடங்களும், ரோசலிண்டின் வாதங்களும் நாடகத்தின் அருமையான இடங்களில் சில. ஆனால், நாடகத்தைக் கடுமையாக விமர்சித்தவர்களும் இருக்கிறார்கள்.

புகழ்பெற்ற ஆங்கில எழுத்தாளரான ஜி.கே. செஸ்டர்ட்டன், ரோசலிண்டை ஆண் வேடத்தின் வழியே அன்றைய விழுமியங் களிலிருந்து உடைத்து வெளியில் எடுத்திருந்தாலும் அதை மேடையில் நடிப்பவர்கள் நூற்றாண்டுகளில் மீண்டும் ஆண் வேடத்தையே அவளது அடையாளமாக மாற்றி விட்டார்கள் என்று எழுதுகிறார். அதாவது, ரோசலிண்டின் சுதந்திரமே அவளது சிறையாக்கப் பட்டுவிட்டது என்கிறார். அதுவும் ஒருவிதத்தில் சரியே எனலாம்.

அனைத்துச் சிறந்த நாடகங்களையும் போலவே ‘நீ விரும்பியபடியே’, (ஒரு வேலை ‘ரோசலிண்ட் விரும்பியபடியே’ என்ற பெயர் இன்னமும் பொருத்தமாக இருந்திருக்கலாம்.) பல ஆண்டுகள் கழித்தும் பலராலும் பலவிதங்களில் அர்த்தம் கொள்ளப்பட்டு விவாதிக்கப்படுகிறது. எந்த விவாதமும் இல்லாமல் வெறும் கேளிக்கை நாடகமாகவும் பார்க்கப்படுகிறது. நாடகத்தில் ஷேக்ஸ்பியரே எழுதியது போல ‘நாடகமே இந்த உலகம்’.

நகைச்சுவை நாடகம் 11

அடங்காப்பிடாரியை அடக்கியவன்

(The Taming of the Shrew)

ஷேக்ஸ்பியரின் நாடகங்களில்லில் சிலவை 'சங்கடமான நாடகங்கள்' என்று அழைக்கப்படுகின்றன. இதில் ஏற்கெனவே ஒன்றை நாம் பார்த்துவிட்டோம். அந்த நாடகங்கள் குறித்துப் பலருக்கும் பல கருத்துக்கள் இருக்கும். அதில் நான் முதன்மையாகக் கருதுவது இதைத்தான்.

திமிர் பிடித்த பெண்ணையும், அவளை அடக்கும் ஆணையும் நாம் பல தமிழ்ப்படங்களில் பார்த்திருக்கிறோம். எந்தக் காலத்திலும் வெற்றியைத் தரக்கூடிய கதை அது. அதற்கு முன்னே நாடகங்களிலும் நாம் இத்தகைய கதைகளைப் புராணப் பின்னணியில் பார்த்திருக்கிறோம். அதற்கெல்லாம் முன்னோடியான ஷேக்ஸ்பியரிய கதைதான் இது.

தொடர்ச்சியாகத் தன்னுடைய நாயகிகளை முதன்மையாகக் கொண்டே நாடகங்களை எழுதிய ஷேக்ஸ்பியர், எதற்காக இத்தகைய கதையை எழுதினார் என்றும் கேள்விகள் எழுப்பப் படுவதுண்டு. இன்று மேற்கில் இந்த நாடகத்தை நாடகமேற்றும் பல பெண் இயக்குநர்களும் இது குறித்த காத்திரமான விமர்சனங்களை வைக்கிறார்கள். பிரதியைத் தங்களது பார்வையில் பிற்போக்கான தாகப் பார்க்கிறார்கள். கிட்டத்தட்ட இந்த நாடகம் எழுதப்பட்ட காலத்தில் இருந்தே அதன் 'பிற்போக்கான' கருத்துக்களுக்காகக் கடுமையான விமர்சனத்தைச் சந்தித்துக் கொண்டே இருக்கிறது.

இன்றைய பெண்ணியப் பின்னணியில் இந்த விமர்சனங்கள் அதிகரிக்கவே செய்திருக்கின்றன.

இப்படியெல்லாம் கோபமேற்படுத்தும் அளவிற்கு இந்த நாடகம் உண்மையிலேயே பிற்போக்கானதா? அல்லது, நாம் நம்முடைய இந்த நூற்றாண்டு விழுமியங்களைக் கொண்டு பார்ப்பதால் நமக்கு அப்படித் தெரிகிறதா என்ற கேள்விகள் எழுவது நியாயமே. எனவே நாம் இருபக்கங்களிலும் உள்ள கருத்துக்களை ஒன்றாகவே பார்க்கப் போகிறோம். அதற்கு முன்னே நாடகத்தைக் குறித்த சில குறிப்புகளைப் பார்த்து விடலாம்.

ஷேக்ஸ்பியரின் பெரும்பாலான நாடகங்களைப் போலவே இந்த நாடகமும் பல முந்தைய கதைகளை ஆதாரமாகக் கொண்டு எழுதப் பட்டதுதான். இந்த நாடகம் எழுதப்பட்ட அதே நேரத்தில், இதே பெயரில் இன்னொரு நாடகமும் இருந்தது. அதுவும் சில வருடங்களுக்குள் எழுதப்பட்டிருந்தது. இதுவே இன்று வரை பல குழப்பங்களுக்கும் காரணமாக இருக்கிறது. இரண்டு நாடகங்களும் ஒரே மையக்கதை, பாத்திரங்கள், பெயர்கள், நிகழ்வுகள், முடிவு போன்றவற்றைக் கொண்டிருப்பது குழப்பத்தை அதிகரிக்கவே செய்கிறது. அது மட்டுமல்லாமல் இரண்டிலும் ஒரே வசனங்களும் சில இடங்களில் வருகின்றன. ஷேக்ஸ்பியர் வசனங்களையும் மாற்றாமல் எடுத்தாண்டார் என்பதும் நம்பக் கடினமாக இருக்கிறது.

எனவே இந்த நாடகம் பல விதங்களில் ஆராயப்பட்டிருக்கிறது. கவிஞரும், மொழிபெயர்ப்பாளருமான அலெக்சாண்டர் போப், இரண்டு நாடகங்களையும் ஷேக்ஸ்பியர்தான் எழுதியிருக்க வேண்டும் என்று எழுதுகிறார். அவருக்குப் பின் வந்த பலரும் இதை ஒப்புக் கொள்வதில்லை.

இது குறித்த ஓரளவிற்கு ஒத்துக்கொள்ளும்படியான விளக்கத்தைப் பத்தொன்பதாம் நூற்றாண்டின் ஷேக்ஸ்பியரிய அறிஞரும், ஆராய்ச்சியாளருமான ரிச்சர்ட் கிராண்ட் வைட் கொடுக்கிறார். எழுத்து நடையையும், வன்மையையும் வைத்து எழுத்தாளர்களைக் கண்டறியும் ஆய்வை மேற்கொண்ட அவர், இந்த நாடகத்தின் எழுத்து நடை மூன்று வெவ்வேறு நபர்களுடையதாக இருக்கிறது என்கிறார். அவற்றில் ஒன்று ஷேக்ஸ்பியர். இன்னொன்று, நாடகத்தின் மற்றொரு பிரதியின் பெயர் தெரியாத ஆசிரியர். மூன்றாமவரும் நமக்கு யாரென்று தெரியாது. அப்படியென்றால், ஷேக்ஸ்பியர் வேறொருவரின் கதையை நகல் எடுத்துவிட்டதாகக் கருதலாமா என்றால் அதுவும் தேவையில்லை என்கிறார்.

பதினாறாம் நூற்றாண்டின் நாடகங்கள் எப்போதும் ஒரு நபரால் எழுதப்படவில்லை என்றும், அவை பெரும்பாலும் கூட்டு முயற்சிகளே என்றும் தெரிவிக்கிறார். ஷேக்ஸ்பியரின் ஏனைய நாடகங்களிலும் இதைப் பார்க்கலாம் என்கிறார். அப்போதைய காலத்தில் நாடகம் என்பது முதன்மையாக ஒருவராலும், மற்றவர்களின் உதவியோடும் எழுதப்பட்டதே இந்தக் குழப்பங் களுக்குக் காரணம் என்றும், நாடகத்தின் ஆசிரியர் ஷேக்ஸ்பியர் என்பதை மறுக்கமுடியாது என்றும் கூறுகிறார். ஆனாலும், நாடகத்தில் நடிகர்களுக்கு வசனத்தை எடுத்துக் கொடுக்க உபயோகிக்கப்படும் 'prompt book' என்பது பற்றியும் முன்பே பார்த்தோம். ஷேக்ஸ்பியரின் நாடகங்கள் இது போன்ற பல பிரதிகளிலிருந்து, மெய்ப்பு பார்த்து எழுதப்பட்டு இருப்பதால் இன்றும் இந்தக் குழப்பங்கள் இருந்து கொண்டே இருக்கின்றன.

மேலும் நாடகத்தைக் குறித்துப் பேசுவதற்கு முன் அதன் சுருக்கத்தைப் பார்த்துவிடலாம்.

அறிமுகம்

இங்கிலாந்தின் கிராமம் ஒன்றின் மது விடுதி. கிறிஸ்டோபர் சிலே என்பவன் மிகுதியாகக் குடித்துவிட்டு மது விடுதியை நடத்தும் பெண்ணிடம் சண்டையிட்டுக் கொண்டிருக்கிறான். அவளோ அவனை அங்கிருந்து அகற்றுவதற்காகக் காவலர்களைக் கூட்டிவர அங்கிருந்து செல்கிறாள். நிறையக் குடித்திருந்த அவன், மயக்கமாகி விழுகிறான்.

அப்போது அந்த வழியே வந்த பிரபு ஒருவர் அவனை வைத்து வேடிக்கை செய்ய எண்ணுகிறார். அவரது வேலையாட்களைக் கூப்பிட்டு, மயங்கிக் கிடக்கும் அவனை அவரது வீட்டிற்குத் தூக்கிச் சென்று அவனைப் பிரபுவைப்போல நடத்த வேண்டும் என்கிறார். அப்படியே அவர்களும் அவனைத் தூக்கிச் செல்கிறார்கள்.

அடுத்து அங்கே ஒரு நாடக நடிகர்கள் குழு வருகிறது. அந்தக் குழு அன்றிரவு பிரபுவின் வீட்டில் தங்களது நாடகத்தை நடிக்கலாம் என்று பிரபு அனுமதி கொடுக்கிறார். ஆனால் வீட்டில் இருக்கும் இன்னொரு பிரபுவின் விசித்திரமான நடவடிக்கையைக் கண்டு அவர்கள் சிரிக்கக் கூடாது என்றும் சொல்கிறார். அத்தோடு தனக்குப் பணியாளாக இருக்கும் சிறுவன் பார்த்தலோமியூ என்பவனைப்

பெண் வேடமிடச் செய்து, கிறிஸ்டோபர் சிலேயின் மனைவியாக நடிக்கவும் சொல்கிறார்.

பிரபுவின் பணியாளர்கள் சிலேவுக்கு ஆடம்பர உடைகளையும் நகைகளையும் அணிவித்து பிரபுவின் படுக்கையில் படுக்க வைக்கின்றனர். அவன் விழித்தவுடன் பதினைந்து வருடங்களாக அவன் பைத்தியமாக இருந்ததாகவும், தான் ஒரு பானை செய்பவன் என்று சொல்லிக் கொண்டிருந்ததாகவும் தெரிவிக்கிறார்கள். சிலே தான் பானை செய்பவன் என்று சாதிக்கிறான். ஆனாலும் அவனை நம்ப வைக்கிறார்கள். அவனுக்கு மனைவி ஒருத்தி இருக்கிறாள் என்றும் சொல்கிறார்கள். இப்போது சிலே உடனே நம்பி, தன்னுடைய மனைவியைப் பார்க்க வேண்டும் என்கிறான். அவர்களும் அவளை அழைத்து வருகிறார்கள். உடனே அவன், அவளுடன் இரவைக் கழிக்கவேண்டும் என்று சொல்கிறான். அன்றிரவு அங்கே நாடகம் ஒன்று நடக்கப்போவதாகவும், அதைச் சிலே பிரபு பார்க்க வேண்டும் என்றும் சொல்கிறார்கள். அவர்கள் அனைவரும் 'அடங்காப்பிடாரியை அடக்கியவன்' நாடகத்தைப் பார்க்க ஆரம்பிக்கிறார்கள்.

அங்கம் 1 - காட்சி 1

லூசென்டியோ என்னும் இளைஞன், தன்னுடைய வேலையாள் ட்ரானியோவுடன் இத்தாலியின் படுவா நகருக்கு வருகிறான். அதற்கு முன் அவன் பைசா, பிளோரென்ஸ் ஆகிய நகரங்களில் படித்துவிட்டு மேற்படிப்பிற்காக அங்கே வந்திருக்கிறான். வெறும் படிப்பை மட்டுமே பார்த்துக் கொண்டிருந்தால் வாழ்வின் மற்ற சுகங்கள் மறந்துவிடும் என்று ட்ரானியோ சொல்கிறான். அப்போது அங்கு வரும் கும்பல் ஒன்று, அவர்களது பேச்சைத் தடை செய்கிறது.

அந்தக் கும்பலில் பாப்டிஸ்ட்டா மினோலா தனது மகள்கள் காதரின் மற்றும் பியன்காவுடன் வருகிறார். பியன்காவைத் திருமணம் செய்ய விரும்பும் ஹார்டென்சியோவும், க்ரேமியோவும் அவர்களுக்குப் பின்னே வந்து கொண்டிருக்கிறார்கள். ஆனால் அங்கே காதரின் மட்டுமே யாரையோ திட்டிக்கொண்டு கோபமாக இருக்கிறாள். காதரினைத் திருமணம் செய்ய விரும்புபவர்கள் வரலாம் என்று பாப்டிஸ்ட்டா கூறுகிறார். காதரினின் திருமணத்திற்குப் பின்னரே பியன்காவிற்குத் திருமணம் என்றும் அறிவிக்கிறார்.

கூட்டத்தில் பியன்காவைக் காணும் லூசென்டியோவ அவள் மீது காதல் கொள்கிறான். பாப்டிஸ்ட்டாவும் அவரது மகள்களும்

அங்கிருந்து சென்றவுடன், ஹார்டென்சியோவும் க்ரெமியோவும் பேசிக் கொண்டிருக்கிறார்கள். எப்படியாவது காதரினைத் திருமணம் செய்து கொள்ள ஒருவனைக் கண்டறிய வேண்டும் என்றும், பியன்காவிற்குப் பாடம் சொல்ல ஒரு வாத்தியாரை பாப்டிஸ்ட்டா தேடிக் கொண்டிருப்பதால் அவனையும் கண்டறிய வேண்டும் என்று பேசிக் கொள்கிறார்கள்.

அவர்கள் சென்றவுடன் லூசென்டியோவும் ட்ரானியோவும் பேசிக் கொள்கிறார்கள். தான் பியன்காவை விரும்புவதால் வாத்தியாராக அவர்களது வீட்டிற்குச் செல்லப் போவதாகவும், தனக்குப் பதிலாக ட்ரானியோ பல்கலைக்கழகத்திற்குச் செல்ல வேண்டும் என்றும் தெரிவிக்கிறான். ட்ரானியோவும் ஒப்புக் கொள்கிறான்.

அங்கம் 1 - காட்சி 2

புதிதாகப் படுவாவிற்கு வந்திருக்கும் பெட்ருசியோ என்னும் இளைஞன், தன்னுடைய வேலையாள் கிறுமியோவுடன் தனது நண்பன் ஹார்டென்சியோவைப் பார்க்க வருகிறான். அவன் படுவா வந்திருப்பதன் காரணம் என்னவென்று ஹார்டென்சியோ கேட்கிறான். தன்னுடைய தந்தை சமீபத்தில் இறந்துவிட்டதாகவும், அவருடைய சொத்துக்கள் எல்லாம் தன்னிடம் வந்து சேர்ந்து விட்டதாகவும், எனவே தகுந்த பெண்ணாகப் பார்த்துத் திருமணம் செய்து கொள்ளவே வந்திருப்பதாகத் தெரிவிக்கிறான்.

காதரினை திருமணம் செய்து கொள்ளச் சரியான நபர் கிடைத்து விட்டதாக நினைத்து ஹார்டென்சியோ அவனிடம் காதரின் பற்றித் தெரிவிக்கிறான். அவளது குணத்தையும் அவன் எடுத்துச் சொன்னாலும், பெட்ருசியோவின் கவனம் முழுவதும் அவளது தந்தை பெரிய செல்வந்தர் என்பதில் இருக்கிறது. தன்னை அவளிடம் அழைத்துச் செல்லச் சொல்கிறான். தானும் வாத்தியாராகச் சென்று பியன்காவைக் காதலிக்க முயலலாம் என்று ஹார்டென்சியோவும் அவனை அழைத்துச் செல்கிறான்.

ஹார்டென்சியோவும் பெட்ருசியோவும் பாப்டிஸ்ட்டாவின் வீட்டில் நுழையும்போதுதான் தெரிகிறது, அதற்கு முன்பே க்ரேமியோ லூசென்டியோவுடன் அவரைச் சந்தித்து பியன்காவிற்குப் பாடம் சொல்லச் சேர்த்துவிட்டான். அது குறித்து அவன் ஹார்டென்சியோவிடம் சொல்லும்போது, ஹார்டென்சியோவும் பெட்ருசியோவை அறிமுகம் செய்து, அவன் காதரினைத் திருமணம் செய்யத் தயாராக இருப்பதாகச்

சொல்கிறான். பெட்ருசியோவும் மிகுந்த நம்பிக்கையுடன் தன் முயற்சி வெற்றி பெறும் என்கிறான்.

அப்போது அங்கே ட்ரானியோ வருகிறான். தானும் பியன்காவைக் காதலிப்பதாகத் தெரிவிக்கிறான். இப்போது தங்களுக்குப் போட்டியாக இன்னொருவன் வந்துவிட்டான் என்று ஹார்டென்சியோவும் க்ரேமியோவும் கோபத்துடன் பேசுகிறார்கள். லூசென்டியோ வாத்தியாராக வேடமிட்டு பியன்காவைக் காதலிக்கும்போது மற்றவர்கள் கவனத்தைத் திசை திருப்பவே ட்ரானியோ அப்படிப் பேசுகிறான். தீஆம் அனைவரும் நண்பர்களாக இருக்கலாம் என்று சொல்லி ட்ரானியோ மற்றவர்களை மது அருந்த அழைக்கிறான். அனைவரும் செல்கிறார்கள்.

அங்கம் 2 - காட்சி 1

பாப்டிஸ்ட்டாவின் வீடு. காதரினும் பியன்காவும் சண்டையிட்டுக் கொண்டிருக்கிறார்கள். உண்மையில், காதரின் பியன்காவைத் துரத்தி அவளை அடிக்க முயன்று கொண்டிருக்கிறாள். பியன்கா யாரைத் திருமணம் செய்து கொள்ளப் போகிறாள் என்று சொல்லவில்லை என்பதுதான் சண்டைக்குக் காரணமாகத் தெரிகிறது. சண்டையைப் பிரிந்துவிடும் பாப்டிஸ்ட்டா, பியன்காவை ஆதரிப்பது காதரினை இன்னமும் கோபப்படுத்துகிறது. சகோதரிகள் இருவரும் கோபித்துக் கொண்டு செல்கிறார்கள்.

இப்போது மது விடுதிக்குச் சென்ற குழு பாப்டிஸ்ட்டாவின் வீட்டிற்குள் நுழைகிறது. க்ரேமியோ, லூசென்டியோ (வாத்தியார் வேடத்தில்), பெட்ருசியோ, ஹார்டென்சியோ (இவனும் வாத்தியார் வேடத்தில்), ட்ரானியோ (லூசென்டியோ வேடத்தில்) ஆகியோர் தங்களது அறிமுகத்தைச் செய்து கொள்கின்றனர். காதரினைக் காதல் செய்ய வந்திருப்பதாகப் பெட்ருசியோ நேரடியாகச் சொல்கிறான்.

அதற்குப் பரிசாகக் காதரினிற்கு இசை கற்பிக்க (வாத்தியார் வேடத்தில் இருக்கும்) ஹார்டென்சியோவை அழைத்து வந்திருப்பதாகத் தெரிவிக்கிறான். அதற்குப் பாப்டிஸ்ட்டா ஒப்புக் கொண்டாலும், காதரினைக் காதலிக்க பெட்ருசியோவிற்குப் பைத்தியம் பிடித்திருக்க வேண்டும் என்று சொல்கிறார். அதற்குள் குறுக்கிடும் க்ரேமியோ, தன்னுடைய வாத்தியாரை, அதாவது மாறுவேடத்தில் இருக்கும் லூசென்டியோவை கம்பியோ என்ற

பெயரில் அறிமுகப்படுத்துகிறான். ட்ரானியோவும் தன்னை லூசென்டியோ என்று அறிமுகப்படுத்திக் கொள்கிறான். புத்தகங்களைப் பரிசாகக் கொடுக்கிறான். பியன்காவை காதலிக்க அனுமதி கேட்கிறான்.

வாத்தியார்கள் இருவரும் தங்களது மாணவிகளைத் தேடிச் செல்கிறார்கள். பெட்ருசியோ பாப்டிஸ்ட்டாவுடன் காதரின் குறித்து விசாரிக்கிறான். அவளைத் திருமணம் செய்தால் மணப் பெண்ணிற்குக் கொடுக்கப்படும் பணத்தைக் குறித்துப் பேசுகிறான். அப்போது காதரினிற்கு இசை கற்பிக்கச் சென்ற ஹார்டென்சியோ, தலையில் ரத்தம் ஒழுக ஓடி வருகிறான். யாழ் வாசிக்கக் காதரினிற்குக் கற்றுத் தரும் போது அவள் அதைக் கொண்டே அவனது தலையில் அடித்துவிட்டாள் என்கிறான். ஆனாலும் பெட்ருசியோ தனது முடிவை மாற்றிக் கொள்ளவில்லை என்று சொல்லி காதரினை அழைத்து வரச்சொல்கிறான்.

அறையில் நுழைந்த நொடியிலிருந்து காதரின் பெட்ருசியோவிடம் கடுமையாக நடந்து கொள்கிறாள். ஆனால் பெட்ருசியோவும் அவளது ஒவ்வொரு வார்த்தைக்கும் பதிலுக்கு அதே போன்ற வார்த்தைகளில் பதில் சொல்கிறான். இருவரும் இப்படியாக நீண்ட நேரம் வார்த்தைகளால் சண்டையிட்டுக் கொள்கிறார்கள். புதிது புதிதான வார்த்தைகளைக் கொண்டு காதரின் பெட்ருசியோவைத் திட்டிக் கொண்டிருக்கிறாள். ஆனால் அதை எல்லாம் பெட்ருசியோ காதல் வார்த்தைகளாக மாற்றிப் பேசுகிறான். கோபத்தின் உச்சிக்கே செல்லும் காதரின் இறுதியில் அவனை அடித்து விடுகிறாள். ஆனாலும் அவனோ என்ன ஆனாலும் அவளைத் திருமணம் செய்து கொள்வேன் என்று சொல்கிறான்.

மீண்டும் பாப்டிஸ்ட்டா, க்ரேமியோ, ட்ரானியோ ஆகியோர் அறைக்குள் வருகிறார்கள். தானும் காதரினும் வரப்போகும் ஞாயிற்றுக்கிழமையே திருமணம் செய்துகொள்ள முடிவு செய்துள்ளதாகப் பெட்ருசியோ தெரிவிக்கிறான். காதரின் அதை மறுக்கிறாள். ஆனால் அவன் அதைப் பொருட்படுத்தாமல் காதரின் தன்னை மிகவும் விரும்புவதாகச் சொல்கிறான். இப்போது காதரின் எதுவும் சொல்லவில்லை. பெட்ருசியோ மீண்டும் தாங்கள் ஞாயிற்றுக்கிழமை மணம் புரிந்துகொள்ளப் போவதாகத் தெரிவிக்கிறான். இந்த முறை காதரின் எதுவும் சொல்லவில்லை.

நடந்தவற்றை எல்லாம் பார்க்கும் க்ரேமியோவும் ட்ரானியோவும், ஞாயிற்றுக்கிழமைக்குப் பின்னர் பியன்காவின் திருமணப் பேச்சை

ஆரம்பிக்கலாம் என்பதை உணர்கிறார்கள். ஆனால் பாப்டிஸ்ட்டா புதிதாக ஒரு நிபந்தனையை விதிக்கிறார். கிரேமியோவையும் ட்ரானியோவையும் பார்த்துப் பேசும் பாப்டிஸ்டா, அவர்களில் எவரால் பியன்காவை கைம்பெண்ணானாலும் செல்வச் செழிப்புடன் வைத்திருக்க முடியுமோ அவர்களுக்கே திருமணம் செய்து கொடுக்கப் போவதாகத் தெரிவிக்கிறார். அதாவது அவர்களும் மிகுந்த செல்வம் கொண்டவனுக்கே திருமணம் செய்து வைப்பதாகத் தெரிவிக்கிறார்.

லூசென்டியோ வேடத்தில் இருக்கும் ட்ரானியோ, க்ரேமியோ எத்தனைப் பணம் இருப்பதாகச் சொல்கிறானோ, அது போலப் பத்து மடங்கு செல்வம் தன்னிடம் இருப்பதாகத் தெரிவிக்கிறான். பாப்டிஸ்ட்டாவும் அதை லூசென்டியோவின் தந்தை வந்து உறுதியாகத் தெரிவிக்க வேண்டும் என்கிறார். தன்னால் லூசென்டியோவாக நடிக்க முடியும் என்றால், லூசென்டியோவின் தந்தையையும் தன்னால் கொண்டு வர முடியும் என்ற தைரியத்தில் ட்ரானியோ அதற்குச் சம்மதிக்கிறான்.

சனிக்கிழமை. 'வாத்தியர்கள்' ஹார்டென்சியோவும் லூசென்டியோவும் பியன்காவைக் காதலிக்க முயற்சி செய்து கொண்டிருக்கிறார்கள். லத்தீன் மொழிப் பாடத்தில் காதல் வார்த்தைகளைப் புகுத்தி லூசென்டியோ பியன்காவின் உள்ளதைத் தெரிந்துகொள்ள முயல்கிறான். தானும் அவனை விரும்பினாலும், அவனை நம்பவில்லை என்று அவளும் லத்தீனில் தெரிவிக்கிறாள்.

ஹார்டென்சியோ அவர்களுக்கு இடையில் புகுந்து தானும் பேச முயலுகிறான். அவனது இசை வகுப்பு ஆரம்பமாகிறது. ஹார்டென்சியோவும் தன்னுடைய இசைக் குறிப்புகளில் காதல் வார்த்தைகளைப் புகுத்தி இருக்கிறான். ஆனால் பியன்கா அவனை இன்னமும் நேரடியாகவே நிராகரிக்கிறாள்.

அங்கு வரும் வேலையாள் ஒருவன், மறுநாள் நடக்கவிருக்கும் அவளது சகோதரியின் திருமண வேலைகளுக்காக அவளை அழைப்பதாகத் தெரிவிக்கிறான்.

நடந்ததைத் தனியே எண்ணிப்பார்க்கும் ஹார்டென்சியோ, தன்னுடைய வாய்ப்புகள் மிகவும் குறைவு என்பதை உணருகிறான். எனவே பியன்கா மறுத்துவிட்டாள் எனக்கூறி இன்னொரு மனைவியைத் தேடிக் கொள்ள முடிவு செய்கிறான்.

அங்கம் 3 - காட்சி 2,3

ஞாயிற்றுக் கிழமை. பாப்டிஸ்ட்டா வீட்டின் வெளிப்புறம். திருமணத்திற்குத் தயாராக அனைவரும் நின்று கொண்டிருக் கிறார்கள். ஆனால் மாப்பிள்ளையை மட்டும் காணவில்லை. மனம் மாறிவிட்டானோ என்று பாப்டிஸ்ட்டா கவலைப்படுகிறார். பெட்ருசியோ இப்படிப் பெண்களைக் கைவிட்டுச் செல்வது வழக்கம் போல என்று காதரினும் புலம்புகிறாள். அழுதுகொண்டே உள்ளே செல்கிறாள். அப்போது அங்கு வரும் வேலையாள் ஒருவன், பழையதும் கொஞ்சமும் சம்பந்தமில்லாத வண்ணங்களில் இருப்பதுமான உடைகளை அணிந்துகொண்டு எலும்பும் தோலுமான பல நோய்கள் வந்த குதிரை ஒன்றில் பெட்ருசியோ வந்து கொண்டிருக்கிறான் என்று தெரிவிக்கிறான்.

அவனுடன் வேலையாள் க்ரேமியோவும் வருவதாகத் தெரிகிறது. ஒருவழியாக பெட்ருசியோ அங்கே வந்து சேர்கிறான். வேலையாள் சொன்னது அத்தனையும் உண்மை என்று அங்கிருப்பவர்கள் உணர்கிறார்கள். நல்ல உடைகளுக்கு மாறும்படியாக பாப்டிஸ்ட்டா அவனைக் கெஞ்சிக் கேட்டுக் கொள்கிறார். ஆனால் அப்படியெல்லாம் செய்யமுடியாது என்று சொல்லிவிட்டுத் தான் காதரினை இழுத்துக் கொண்டு தேவாலயத்திற்கு வருவதாகத் தெரிவிக்கிறான். அவனை ஆச்சரியமாகவும் வேடிக்கையாகவும் பார்த்துக் கொண்டே கூட்டமும் பின்னே செல்கிறது.

ட்ரானியோவும் லூசென்டியோவும் மட்டும் பின்தங்கிப் பேசிக் கொண்டிருக்கிறார்கள். லூசென்டியோவிற்கு ஒரு தந்தையைத் தயார் செய்ய வேண்டும் என்று ட்ரானியோ சொல்கிறான். அதைவிட எளிதாக பியன்காவுடன் ஓடிப் போய்விடுவது எளிது என்று லூசென்டியோ கூறுகிறான். அப்போது அங்கு வரும் க்ரேமியோ, தேவாலயத்தில் நடந்ததைத் தெரிவிக்கிறான். தேவாலயப் பீடத்தில் பெட்ருசியோ மோசமாக நடந்து கொண்டு பாதிரியை அடித்து விட்டான். அதைப் பார்க்க முடியாமல் தான் சீக்கிரமே வந்துவிட்டதாக க்ரேமியோ தெரிவிக்கிறான். அதற்குள் திருமணம் முடிந்து அனைவரும் வந்து சேர்கிறார்கள். திருமண விருந்து ஆரம்பிப்பதற்கு முன்பே தான் காதரினை அழைத்துக் கொண்டு கிளம்புவதாகப் பெட்ருசியோ தெரிவிக்கிறான். காதரினை அவளது தோழிகளிடம் இருந்து வாழ்த்துகளைப் பெற கூட அவன் விடவில்லை.

எனவே, காதரின் மறுத்துப் பேச முயலுகிறாள். ஆனால் பெட்ருசியோ அவளைப் பேச விடவில்லை. அவள் தனது சொத்து என்றும், அவளைத் திருடர்களிடம் இருந்து காப்பாற்றவே அழைத்துச் செல்ல முயலுவதாகச் சொல்லி, அவளை இழுத்துச் சொல்கிறான். அவனது வினோதமான காரணத்தைக் கேட்டு, அனைவரும் அவர்கள் இருவரும் எப்படி ஒன்றாக இருக்கப் போகிறார்கள் என்று பேசிக் கொள்கிறார்கள். திருமண விருந்து மணமக்கள் இல்லாமல் தொடர்கிறது. பாப்டிஸ்ட்டா, லூசென்டியோ- பியன்கா திருமணம் குறித்துப் பேச ஆரம்பிக்கிறார்.

அங்கம் 4 - காட்சி 1,2

பெட்ருசியோவும் காதரினும் பெட்ருசியோவின் வீட்டிற்கு அருகில் வந்து கொண்டிருக்கிறார்கள். அவர்களுக்கு முன்பே கிறுமியோ வீட்டைச் சென்றடைகிறான். பெட்ருசியோவும் அவனது மனைவியும் வருவதால், வீட்டில் இருக்கும் வேலையாட்களைத் தயார் செய்யவே தான் முன்பே வந்திருப்பதாகத் தெரிவிக்கிறான். அப்போது வரும் வேலையாள் ஒருவனிடம், படுவாவில் இருந்து வரும் வழியில் நடந்ததைத் தெரிவிக்கிறான். காதரின் சகதியில் விழுந்துவிட்டாள் என்றும், அதனால் பெட்ருசியோ மிகுந்த கோபம் கொண்டுவிட்டான் என்றும், அவர்களது குதிரைகளும் ஓடிவிட்டன என்றும் தெரிவிக்கிறான். எனவே வேலையாட்கள் அனைவரும் சரியான முறையில் ஆடை அணிந்து, நல்ல முறையில் நடந்து கொள்ள வேண்டும் என்று தெரிவிக்கிறான்.

பெட்ருசியோவும் காதரினும் வீட்டிற்கு வந்து சேர்கிறார்கள். வந்தவுடன், பெட்ருசியோ எல்லாவற்றின் மீதும், எல்லோரின் மீதும் கோபம் கொள்கிறான். என்ன செய்தாலும் அவனைத் திருப்தி செய்ய முடியவில்லை. உடனடியாக இரவு உணவை அவர்கள் தயார் செய்ய வேண்டும் என்று ஆணையிடுகிறான். அவர்களும் அப்படியே செய்கிறார்கள். பெட்ருசியோவும் காதரினும் சாப்பிட அமர்கிறார்கள். ஆனால் இறைச்சி கருகிவிட்டதாகக் கூறி உணவு முழுவதையும் கீழே தள்ளி விடுகிறான். களைப்புடனும் பசியுடனும் இருக்கும் காதரின், அவனைப் பொறுமையாக இருக்கும்படியாகக் கெஞ்சுகிறாள்.

ஆனால் பெட்ருசியோ, தான் அவளுக்காகவே இதை எல்லாம் செய்வதாகவும், தனது மனைவிக்கு மிகவும் சிறந்தவை மட்டுமே கிடைக்க வேண்டும் என்றும் சொல்கிறான். பசியுடனே அவளை

உறங்கவைக்கப் படுக்கைக்கு அழைத்துச் செல்கிறான். இப்போது தனியே இருக்கும் பெட்ருசியோ பேச ஆரம்பிக்கிறான். தன்னுடைய நடத்தைக்குக் காரணங்களைத் தெரிவிக்கிறான். காதரின் ஒரு காட்டு வல்லூறு என்றும், அவளைச் சரியான முறையில் பயிற்சி கொடுத்து தனது குரலுக்கு ஓடி வரும்படியாகச் செய்யவேண்டும் என்று கூறுகிறான். அவளைப் பசியுடன் வைத்திருப்பதைப் போலவே அவளைத் தூங்கவும் விடப்போவதில்லை என்று சொல்கிறான். அதுவே அவளது 'தலைக்கனத்தை' ஒழிப்பதற்கு வழி என்றும் சொல்கிறான்.

படுவாவில், (லூசென்டியோ வேடத்தில்) ட்ரானியோவும், உண்மையான லூசென்டியோவும் (வாத்தியார் வேடத்தில்) பேசிக் கொண்டிருக்கிறார்கள். அங்கு வரும் ஹார்டென்சியோ, பியன்கா லத்தீன் வாத்தியாரை விரும்புவதாக ட்ரானியோவிடம் தெரிவிக்கிறான். மிகுந்த கோபம் கொண்டது போல நடிக்கும் ட்ரானியோ, தான் அவளை இனி நினைக்கவும் போவதில்லை என்று கூறுகிறான். ஹார்டென்சியோவும் அப்படியே சொல்கிறான்.

பியன்காவும், உண்மையான லூசென்டியோவும் பேசிக் கொண்டிருக்கும்போது ட்ரானியோ இதைத் தெரிவிக்கிறான். ஹார்டென்சியோ ஒரு பணக்கார கைம்பெண்ணைத் திருமணம் செய்துகொள்ளப் போவதாகவும், அதற்காக 'மனைவியை எப்படி அடக்குவது' என்று கற்றுக்கொள்ள பெட்ருசியோவைச் சென்று பார்க்கப்போவதாகவும் தெரிவிக்கிறான். அப்போது அங்கு வரும் ட்ரானியோவின் வேலையாள், லூசென்டியோவிற்குத் தந்தையாக நடிக்க ஒரு சரியான ஆளைப் பார்த்துவிட்டதாகத் தெரிவிக்கிறான்.

ட்ரானியோ அந்தப் புதிய மனிதனிடம் பேசுகிறான். தான் ஓர் ஆசிரியர் என்று தெரிவிக்கும் அவன், வேலை தேடி தான் மண்டுவா என்ற நகரிலிருந்து வருவதாகத் தெரிவிக்கிறான். படுவா நகரப் பிரபுவிற்கும், மண்டுவா நகரப் பிரபுவிற்கும் பகை இருப்பதால் படுவாவிற்கு வரும் மண்டுவா நகர மக்கள் அனைவருக்கும் மரணத் தண்டனை விதிக்கப்பட்டிருப்பதாக ஒரு கதையை ட்ரானியோ சொல்கிறான்.

அதைக் கேட்டுப் பயப்படும் அந்த மனிதனிடம், தனக்குத் தந்தை வேடத்தில் நடிக்க ஒரு மனிதன் தேவைப்படுகிறான் என்றும், அதற்குச் சம்மதித்தால் தான் காப்பாற்றுவதாகவும் தெரிவிக்கிறான். அவனும் சம்மதிக்கிறான்.

அங்கம் 4 - காட்சி 3,4

பெட்ருசியோவின் வீடு. பல நாட்களாகக் காதரின் சரியாகச் சாப்பிடாமலும் உறங்காமலும் இருக்கிறாள். அங்கிருக்கும் வேலையாட்கள் கூட அவளுக்கு உணவு தர மறுத்து, அவளது நன்மைக்காகவே அவர்கள் அப்படிச் செய்வதாகச் சொல்கிறார்கள்.

பெட்ருசியோவும் ஹார்டென்சியோவும் அவளுக்கு உணவு கொண்டு வருகிறார்கள். ஹார்டென்சியோ முன்பே சொன்னது போல, பெட்ருசியோவிடம் பாடம் கற்றுக் கொள்ள வந்திருக்கிறான். காதரின் சாப்பிட ஆரம்பிக்கும்போது அவர்களின் தையல்காரர் வருகிறார்.

அவர்கள் படுவா செல்ல இருப்பதால், அவர்களுக்கு அழகான, விலையுயர்ந்த உடைகளை அவர் தைத்து எடுத்து வருகிறார். ஆனால் காதரின் விரும்பும் ஒவ்வொரு உடையையும், பெட்ருசியோ ஏதாவது குறை சொல்லி நிராகரிக்கிறான். தையல் சரியில்லை என்று தையல்காரரைக் கடுமையாகப் பேசுகிறான். தங்களுக்கு உடைகள் தேவையில்லை என்று சொல்லித் திருப்பி அனுப்பி விடுகிறான். (ஆனால் தையல்காரரைத் தனியே சந்தித்து அவருக்குக் கொடுக்க வேண்டிய பணத்தைக் கொடுக்க ஹார்டென்சியோவை அனுப்பவும் செய்கிறான்).

தாங்கள் அணிந்திருக்கும் உடையுடனே படுவா செல்லலாம் என்று காதரினிடம் தெரிவிக்கிறான். நண்பகலிற்குள் அவர்கள் படுவா செல்ல வேண்டும் என்றும் சொல்கிறான். நண்பகல் ஏற்கெனவே கடந்துவிட்டது என்றும் தெரிவிக்கிறாள். மீண்டும் பெட்ருசியோ கோபப்படுகிறான். அன்று அவர்கள் போகப் போவதில்லை என்றும், அவன் சொல்லும் நேரம் என்று சரியாக இருக்கிறதோ அன்றே செல்லப்போவதாகவும் கோபமாகச் சொல்கிறான்.

படுவாவில் ட்ரானியோ, லூசென்டியோவின் 'தந்தையுடன்' எப்படிப் பேசுவது என்று ஒத்திகை நடத்திக் கொண்டிருக்கிறான். அப்போது பாப்டிஸ்ட்டாவும், உண்மையான லூசென்டியோவும் (வாத்தியார் வேடத்தில்) வருகிறார்கள். பாப்டிஸ்ட்டாவும் லூசென்டியோவின் 'தந்தையும்' பேசுகிறார்கள். அவரும் தன்னுடைய சம்மதத்தைக் கொடுக்கிறார். ட்ரானியோவும், 'தந்தையும்', பாப்டிஸ்ட்டாவும் மற்ற விஷயங்களைப் பேச அங்கிருந்து கிளம்புகிறார்கள். உண்மையான லூசென்டியோவை

பாப்டிஸ்ட்டா இரவு உணவிற்கு அழைத்திருப்பதாக அவனது வேலையாள் தெரிவிக்கிறான். அருகில் இருக்கும் தேவாலயத்தில் தான் பாதிரியையும் மற்ற ஏற்பாடுகளையும் செய்திருப்பதாகத் தெரிவிக்கிறான். லூசென்டியோ அன்றிரவே ஓடிப் போகத் தயாராகிறான்.

அங்கம் 4 - காட்சி 5

பெட்ருசியோ, காதரின், ஹார்டென்சியோ மூவரும் படுவாவிற்குப் பயணம் செய்து கொண்டிருக்கிறார்கள். கணவன் என்னும் தன்னுடைய அதிகாரத்தை நிலைநாட்ட வழியெங்கும் பெட்ருசியோ முயன்று கொண்டே இருக்கிறான். நண்பகலாக இருந்தாலும் நிலா காய்கிறது என்கிறான் பெட்ருசியோ. காதரின் மறுக்கிறாள். உடனே வண்டியை நிறுத்திவிட்டு, தான் சொல்வதை அவள் ஒப்புக்கொள்ளும் வரை வண்டியை அங்கிருந்து நகர்த்த போவதில்லை என்று கூறுகிறான். மறுத்து வாதிடச் சக்தியும், பொறுமையும் இல்லாமல் இறுதியில் காதரின் நிலா காய்கிறது என்று ஒப்புக் கொள்கிறாள். உடனே பெட்ருசியோ தான் சொன்னதை மாற்றி, சூரியன்தான் காய்கிறது என்கிறான். ஒருவழியாக ஹார்டென்சியோ, காதரினை அவன் அடக்கிவிட்டான் என்று சொல்லி அவனைச் சமாதானப்படுத்துகிறான்.

ஆனாலும் போகும் வழியெங்கும் பெட்ருசியோ அவளிடம் இது போலவே பேசிக் கொண்டிருக்கிறான். ஒரு கிழவன் நடந்து போய்க் கொண்டிருக்கிறான். அது ஒரு இளம்பெண் என்று பெட்ருசியோ சொல்கிறான். அவளைக் காதரின் கட்டிப் பிடிக்க வேண்டும் என்றும் சொல்கிறான். இந்தமுறை காதரின் எந்த எதிர்ப்பும் இல்லாமல் அந்தக் கிழவனைக் கட்டிக்கொள்கிறாள். உடனே, பெட்ருசியோ தன்னுடைய வார்த்தையை மாற்றிக் கொண்டு அது ஒரு கிழவன் என்று சொல்கிறான். அதற்கும் காதரின் ஒப்புக்கொள்கிறாள்.

அந்தக் கிழவன் பெயர் வின்சென்டியோ. அவன்தான் லூசென்டியோவின் உண்மையான தந்தை. தன்னுடைய மகனைப் பார்க்கப் போவதாகத் தெரிவிக்கிறான். மகிழ்ச்சியடையும் பெட்ருசியோ, லூசென்டியோவிற்கும் பியன்காவிற்கும் திருமணம் நடக்கப் போவதாகத் தெரிவிக்கிறான். அதனால் வின்சென்டியோ தனக்கும் மாமனார் என்று சொல்லி அனைவரும் ஒன்றாகப் படுவாவிற்குச் செல்கிறார்கள்.

அங்கம் 5 - காட்சி 1

படுவாவில் லூசென்டியோவும் பியன்காவும் அவசரமாகத் தேவாலயத்திற்குச் செல்கிறார்கள். அங்கே பாதிரி அவர்களுக்குத் திருமணம் செய்து வைக்கிறார்.

அதே நேரத்தில் பெட்ருசியோ, தன்னுடைய மனைவி வின்சென்டியோவுடன் பாப்டிஸ்ட்டாவின் வீட்டிற்கு வருகிறான். கதவைத் தட்டுகிறார்கள். உள்ளே லூசென்டியோ வேடத்தில் ட்ரானியோவும், அவனது தந்தை வேடத்தில் ஆசிரியரும் இருக்கிறார்கள். கதவு திறந்தவுடன் தான் லூசென்டியோவின் தந்தை என்று வின்சென்டியோ தெரிவிக்கிறார். ஆசிரியரும் தானே உண்மையான தந்தை என்று சொல்லக் குழப்பம் ஏற்படுகிறது.

இருவரும் மற்றவரைக் கைது செய்ய வேண்டும் என்று கூறுகிறார்கள். அப்போது அங்கு வரும் வேலையாள், உண்மையான வின்சென்டியோவை கண்டு பயந்து அவரைத் தெரியாதது போலச் செல்கிறான். பின்னாலேயே பாப்டிஸ்ட்டாவும், லுசென்டியோ வேடத்தில் ட்ரானியோவும் வருகிறார்கள். ட்ரானியோவைக் கண்டு கோபம் கொள்கிறார் வின்சென்டியோ. ஆனால் ட்ரானியோ தனக்கு அவரைத் தெரியாது என்பதுபோல இருக்கிறான்.

இந்தக் குழப்பத்திற்கு இடையில் லூசென்டியோவும் பியன்காவும் திருமணம் முடிந்து தேவாலயத்தில் இருந்து வருகிறார்கள். ட்ரானியோ, ஆசிரியர் முதலியோர் குழப்பத்தைப் பயன்படுத்திக் கொண்டு அங்கிருந்து ஓடி விடுகிறார்கள். தன்னுடைய உண்மையான தந்தையிடம் உண்மையான லூசென்டியோ மன்னிப்பு கேட்டுக் கொள்கிறான். பியன்காவின் மீதான காதலின் காரணமாகவே தான் இத்தகைய மாறுவேடங்களைப் போட வேண்டியிருந்தது என்று லூசென்டியோ சொல்கிறான். இரண்டு தந்தைகளும் சிறிது சாந்தமாகிறார்கள்.

நடந்த அனைத்தையும் ஆச்சரியமாகப் பெட்ருசியோவும் காதரினும் பார்த்துக் கொண்டிருக்கிறார்கள். முடிவில் அனைவரும் உள்ளே செல்ல, தனக்கு அங்கேயே தெருவின் நடுவில், முத்தம் கொடுக்க வேண்டும் என்று பெட்ருசியோ கூறுகிறான். முதலில் காதரின் மறுக்கிறாள். மீண்டும் தான் வீட்டிற்குத் திரும்பப் போவதாகப் பெட்ருசியோ மிரட்டவே, அவளும் அங்கேயே முத்தம் கொடுக்கிறாள். அவர்களும் உள்ளே செல்கிறார்கள்.

அங்கம் 5 - காட்சி 2

பெட்ருசியோ-காதரின், லூசென்டியோ-பியன்கா மற்றும் ஹார்டென்சியோ ஆகிய மூன்று திருமணங்களுக்குமான விருந்து நடைபெற்றுக் கொண்டிருக்கிறது. மேசையைச் சுற்றி அமர்ந்து ஒருவரையொருவர் கேலி செய்து பேசிக் கொண்டிருக்கிறார்கள். ஹார்டென்சியோ திருமணம் செய்து கொண்டிருக்கும் பணக்காரக் கைம்பெண்ணும், பெட்ருசியோவும் வேடிக்கையாகப் பேசிக் கொண்டிருக்கிறார்கள். காதரினிற்கும் அந்தப் பெண்ணிற்கும் இடையே வாக்குவாதம் நடக்கிறது. அவர்களைப் பியன்கா சமாதானப்படுத்துகிறாள். மூன்று மனைவிகளும் தனியே பேசச் செல்கிறார்கள்.

விருந்தில் இருக்கும் ஆண்கள் அனைவரும் - பாப்டிஸ்ட்டா, ட்ரானியோ, லூசென்டியோ, ஹார்டென்சியோ ஆகியோர் காதரினைத் திருமணம் செய்து கொண்டிருக்கும் பெட்ருசியோவின் நிலையைப் பற்றிப் பேசிக் கொண்டிருக்கிறார்கள். எனவே, பெட்ருசியோ அவர்களுக்கு இடையே ஒரு போட்டியை வைத்துக் கொள்ளலாம் என்று சொல்கிறான். அதாவது, மூவரும் அவர்களது மனைவிகளை அழைத்து வரச்சொல்வது. யாருடைய மனைவி முதலில் வருகிறாளோ அவள் கணவனே வெற்றி பெற்றவன். கணிசமான தொகையைப் பந்தயமாக வைத்துக் கொண்டு முதலில் பியன்காவை அழைத்து வரத் தன்னுடைய வேலையாளை அனுப்புகிறான்.

ஆனால் அவளோ தன்னால் அப்போது வர முடியாது என்று சொல்லி விடுகிறாள். ஹார்டென்சியோவின் மனைவியும் அப்படியே சொல்லிவிடுகிறாள். காதரினை அழைத்து வர தன்னுடைய வேலையாளை பெட்ருசியோ அனுப்புகிறான். அவள் உடனே ஓடி வருகிறாள். அனைவரும் ஆச்சரியமடைகிறார்கள். மற்ற மனைவிகளை அழைத்து வரச்சொல்லி அவளை அனுப்புகிறான். அனைத்து பெண்களும் வருகிறார்கள். தனக்குக் காதரினின் தொப்பிப் பிடிக்கவில்லை என்கிறான். அவள் உடனே அதை அகற்றி விடுகிறாள். காதரின் அப்படி நடந்து கொள்வதைப் பார்த்து மற்ற பெண்கள் தங்களது அதிருப்தியை வெளிப்படுத்துகிறார்கள்.

மனைவிகளின் கடமை குறித்துக் காதரின் பேசுகிறாள். பெண்கள் தங்களது கணவர்களிடம் கோபப்படுவது தவறு என்றும், அவர்கள் கணவனிடம் குடிமக்கள் அரசனிடம் நடந்து கொள்வதுபோல

நடந்து கொள்ள வேண்டும் என்று சொல்கிறாள். மனைவிகளுக் காகவே கணவர்கள் உழைப்பதால் அப்படி நடந்து கொள்வது அவர்களின் கடமை என்கிறாள். தான் முன்பிருந்ததுபோல இல்லை என்றும், கணவனுக்கு மனைவியின் கடமை என்ன என்று தெரிந்து கொண்டதாகவும் சொல்கிறாள். வெற்றி பெருமிதத்துடன் பெட்ருசியோவும், காதரினும் படுக்கையறைக்குச் செல்கிறார்கள். மற்றவர்கள் ஆச்சரியமாக அவர்களைப் பார்க்கிறார்கள்.

அடங்காப்பிடாரியை அடக்கியவன் - அலசல்

சிவாஜி கணேசன், பானுமதி நடித்த 'அறிவாளி' என்ற திரைப் படத்தைப் பார்த்திருப்பவர்கள், அதற்கும், மேலே கொடுக்கப் பட்டிருக்கும் நாடகச் சுருக்கத்திற்கும் இருக்கும் ஒற்றுமையை உணர்ந்திருப்பார்கள். தமிழில் பல முறை, பல நடிகர்களால், பல காலகட்டத்தில் மறுபடியும், மறுபடியும் எடுக்கப்பட்ட ஷேக்ஸ்பியரின் கதை இதுவே என்று எந்த ஆராய்ச்சியும் இல்லாமல் சொல்லலாம். அதற்காகக் காரணம் என்னவாக இருக்கும் என்பதை ஊகிப்பதும் அப்படியொன்றும் சிரமமான காரியம் இல்லை.

நாடகத்தின் அறிமுகத்திலேயே அடுத்து வரப்போவதெல்லாம் நாடகத்தின் உள்ளே வரும் நாடகம் என்று ஷேக்ஸ்பியர் தெளிவாகச் சொல்லிவிடுகிறார். ஆனால் நாடகத்தின் முடிவில் ஷேக்ஸ்பியர் இந்தப் பகுதியை முடித்து வைக்காமலேயே முடித்து விடுகிறார். இந்த 'நாடகத்திற்குள் நாடகம்' என்பதை நாம் முன்பே பிற நாடகங்களில் ஷேக்ஸ்பியர் உபயோகிப்பதை நாம் பார்த்தோம். இந்த உத்தியின் மூலமாக ஷேக்ஸ்பியர் கதையுடன் தனக்கிருக்கும் உரிமையை விட்டுக் கொடுக்கிறாரா என்ற கேள்வியையும் அறிஞர்கள் எழுப்புகிறார்கள்.

பதினாறாம் நூற்றாண்டு இங்கிலாந்தில் திருமணம் என்பது குடும்பத்தால் முடிவு செய்யப்பட்டதாக இருந்தது. காதல் திருமணங்கள் மிகவும் குறைவாகவே இருந்தன. ஆனால் காதல் திருமணங்களை நோக்கிய மாற்றம் ஆரம்பித்துவிட்டது. இந்த மாற்றம் கொடுத்த பயமும்கூட இந்த நாடகத்தின் கதைக்கருவிற்குக் காரணமாக இருந்திருக்கலாம். ஆனால் அந்த நூற்றாண்டிலும் இந்த நாடகம் பார்ப்பவர்களுக்கு அசௌகரியத்தைக் கொடுத்திருக்க வேண்டும் என்று தெரிகிறது.

ஷேக்ஸ்பியருக்குப் பின் அரசவை நாடகாசிரியராக இருந்த ஜான் பிளெட்சர், 'அடக்கியவனை அடக்கியவள்' (The Tamer Tamed) என்று ஒரு நாடகத்தை எழுதினார். அதில் திருமணத்திற்குப் பின் காதரின் இறந்து விடுகிறாள். பெட்ருசியோ மறுபடியும் திருமணம் செய்கிறான். அவனது இரண்டாவது மனைவி அவனை அடக்கி விடுகிறாள் என்பதாகக் கதை செல்கிறது. ஷேக்ஸ்பியரின் கதைக்கு எதிர்கதையாகவே இதை அவர் எழுதியிருக்க வேண்டும் என்று சொல்லப்படுகிறது.

அதே நேரத்தில், இந்தக் கதை வேறுவிதமாகவும் பார்க்கப் படுகிறது. நாடகத்தின் அறிமுகத்தில் இருந்தே ஷேக்ஸ்பியர் மறுபடியும், மறுபடியும் நாம் என்னவென்று நினைத்துப் பார்க்கிறோமோ அது அதுவாக இருக்கவில்லை என்று சொல்லிக் கொண்டே இருக்கிறார். முதலில் பிச்சைக்காரனான சிலே, ஒரு பிரபு என்று நம்ப வைக்கப்படுகிறான். அவனுக்கு ஒரு மனைவியும், ஒரு வாழ்வும் கட்டமைக்கப்படுகிறது. தூங்கி எழும் அவன், கனவா, நனவா என்று தெரியாத நிலையில் இருக்கிறான். அதே நிலையில் ஒரு நாடகத்தைக் காண்கிறான்.

அவன் பார்க்கும் நாடகத்தில் இருப்பவர்கள் எல்லாம் யார்? தங்களை யார் என்று சொல்லிக் கொள்பவர்களா அல்லது அவர்களும் வேடதாரிகளா? நாடகத்தில் அனைவரும் மாறுவேடத்தில் இருக்கிறார்கள். யாரும் அவராக இருக்கவில்லை. வெளிப் படையாக அத்தகைய வேடத்தில் இருப்பவர்களை நாம் நேரே காண்கிறோம். அந்த வேடமணியாத சிலர் - காதரின், பியன்கா போன்றோர் - உண்மையில் அவர்களாக இருக்கிறார்களா அல்லது அவர்களது குணங்களும் வேடங்கள் தானா என்ற கேள்வி எழுகிறது. காதரின் எதற்காக அப்படி யாருக்கும் அடங்காதவளாகவும், பியன்கா அனைவராலும் விரும்பப்படுபவளாகவும் இருக்க வேண்டும்? அதுவும் அவர்களது வெளி வேடத்தின் விளைவா? உண்மையான காதரின் யார்?

அதைவிட முக்கியமாக உண்மையான பெட்ருசியோ யார்? அவனை நாம் இறுதி வரை காண்பதே இல்லை. எல்லாவற்றையும் மிகையாகச் செய்யும் ஒரு மனிதனையே நாம் பார்க்கிறோம். அப்படிப்பட்ட மனிதன் உண்மையில் இருக்க முடியுமா என்று கேள்வி எழாமலேயே நாடகத்தை வாசித்து விடுகிறோம். அவனது பைத்தியக்காரத்தனங்கள், காதரினை அடக்க அவன் செய்யும் புத்திசாலித்தனமான தந்திரங்கள் என்று மறைக்கப்பட்டு விடுகிறது.

எவரும் அவர்களாக இருக்கவில்லை என்பதை ஷேக்ஸ்பியரின் பைத்தியக்காரத்தனமான மேதமையின் அடையாளமாக எடுத்துக் கொள்ளலாம். ஆனால் அதன் அடிப்படையில் அவள் சொல்ல வரும் பிற்போக்கான கதையை எப்படி எடுத்துக் கொள்வது?

அதிலும் இறுதியில் காதரின் ஆற்றும் மனைவிகளுக்கான அறிவுரை பலவாறு விமர்சிக்கப் பட்டிருக்கிறது. அதில் சொல்லப்படுவதில் இருந்து ஷேக்ஸ்பியரைக் காப்பாற்றப் பல விதங்களில் முயற்சி செய்யப்பட்டிருக்கிறது. ஆனால் நவீன உலகின் பெண் இயக்குனர்கள், பெரும்பாலும் இதை ஷேக்ஸ்பியரின் ஆரம்பக் கட்டப் பிற்போக்கான மனநிலையையோ அல்லது தன்னுடைய நாடக வாழ்வின் ஆரம்பக் காலத்தில் வெற்றியைக் கொடுப்பதற்காக ஆண்களின் அடிமனது ஆசைகளை மேடையில் நிறைவேற்றிக் காட்டியதாகவோதான் எடுத்துக் கொள்கின்றனர்.

இன்னமும் சில மேடையேற்றங்களில் இது காதரினும் பெட்ருசியோவும் பந்தயத்தில் வெற்றி பெற நடத்திய நாடகம் என்பதாகக் காட்சி படுத்தப்படுகிறது. 1967ஆம் வருடம் காதரினாக எலிசபெத் டெய்லர் நடிக்க எடுக்கப்பட்ட படத்தின் இறுதியில், காதரின் தன்னுடைய அறிவுரையைச் சொல்லிவிட்டுத் திரும்பிச் செல்கிறாள். அவளைத் திரும்ப வரச்சொல்லிக் கெஞ்சிக் கொண்டு பெட்ருசியோ செல்வதாக முடிந்திருக்கும். அதே நேரத்தில், இந்த அறிவுரையைக் காதரின் எப்படி ஆரம்பிக்கிறாள் என்பதும் குறிப்பிடத்தக்கது. 'பெண்கள் எப்படி எதையும் அறியாதவர்களாக இருக்கிறார்கள்' என்று சொல்லிவிட்டு அவள் பேச ஆரம்பிக்கிறாள். தொடர்ந்து அவள் பேசும் 'உண்மையான கீழ்ப்படிதல்' என்பதை அவள் உண்மையாகவே சொல்லவில்லை என்பதை அந்தப் பேச்சை நாம் எப்படி வாசிக்கிறோம் என்பதில் இருந்து புரிந்து கொள்ளலாம்.

தனது பலம் என்ன, பலவீனம் என்ன என்பதை மாற்றி அர்த்தம் செய்து அவள் பேசுவதும், அவள் தன்னுடைய வழியில் பெட்ருசியோவைத் தன்னுடைய எண்ணத்திற்கு ஏற்றவாறு ஆட்டிவைக்கிறாள் என்பதாகவும் புரிந்துகொள்ளலாம். எனவே இது உண்மையில் கணவர்களை எப்படித் தங்களது கட்டுப்பாட்டில் வைத்திருப்பது என்பதற்கான அறிவுரை என்றும் வாசிக்கலாம். வெளியில், பெட்ருசியோ அவளை அடக்கிவிட்டதாகத் தலையைத் தூக்கி நடக்கலாம். ஆனால் வீட்டின் உள்ளே காதரினின் ஆட்சி நடக்கிறது.

அதேநேரத்தில், திருமணத்திற்குப் பின்னான காதலைக் காட்டும் ஓர் அழகான பகுதியும் நாடகத்தில் வருகிறது. இதுவே நமக்குப் பெட்ருசியோவின் பைத்தியக்காரத்தனங்களுக்குக் காதரின் சம்மதிக்க ஆரம்பிப்பது அவன் மீதிருந்த பயத்தினால் மட்டுமல்ல, அவள் அவனைக் காதலிக்கவும் ஆரம்பித்திருக்கிறாள் என்பதைக் காட்டுகிறது. அங்கம் 5 - காட்சி 1இல் பெட்ருசியோவிற்கும், காதரினிற்கும் நடக்கும் சிறிய உரையாடலைத் தமிழில் தர முயல்கிறேன்.

காதரின் - கணவரே, என்ன நடக்கப்போகிறது என்று உள்ளே சென்று பார்க்கலாம்.

பெட்ருசியோ - முதலில் எனக்கு முத்தம் கொடு கேட். பின்னர் செல்லலாம்.

காதரின் - என்ன, தெருவின் நடுவிலா?

பெட்ருசியோ - ஏன், என்னை முத்தமிட அவமானமாக இருக்கிறதா?

காதரின் - கடவுளே! இல்லை. முத்தமிடத்தான் அவமானமாக இருக்கிறது.

பெட்ருசியோ – அப்படியென்றால் வா, வீட்டிற்குத் திரும்பலாம். உடனே.

காதரின் - இல்லையில்லை. நான் முத்தமிடுகிறேன். இங்கேயே இருப்போம்.

பெட்ருசியோ - அதுதான் சரி. வா, என் அன்பே, கேட்! தாமதப்படுத்தாமல் ஒரு முறை முத்தம் கொடுத்துவிடு!

இந்தச் சிறிய உரையாடலில் கணவன் மனைவிக்கு இடையிலான அன்யோன்யம், விளையாட்டான ஊடல், சிறு கோபம், இறுதியில் முத்தம் என எத்தனை பார்க்கிறோம். இந்தக் கேட் (எ) காதரின் எந்த ஆணிற்கு அடங்கி இருப்பாள்? அவளது காதலால் கட்டிப் போட்டு அல்லவா வைத்திருப்பாள்?

நகைச்சுவை நாடகம் 12

நல்ல முடிவு

(All's Well That Ends Well)

ஷேக்ஸ்பியரின் நாயகிகள் குறித்த பொதுவான கருத்து ஒன்று உண்டு. அது, அவர்கள் அனைவரும் தங்களுக்குத் தகுதிக்கும் குணத்திற்கும் பொருத்தமில்லாத நாயகர்களையே தேர்ந்தெடுக்கிறார்கள் என்பதுதான். இதுவரை தொடர்ந்து வாசித்திருந்தால் நீங்களும் அப்படியே எண்ணியிருக்கலாம். புத்திசாலித்தனமும் அழகும் செல்வமும் கொண்ட பெண்கள், சுயநலமும், அவர்கள் அளவிற்குப் புத்தி இல்லாமலும், சில நேரங்களில் பணத்தின் காரணமாக மட்டுமே அவர்களை விரும்பும் ஆண்களை, அவர்கள் அப்படிப் பட்டவர்கள் என்று நன்றாகத் தெரிந்தும் தங்களுடைய கணவர்களாக வரித்துக் கொள்கிறார்கள். இது ஏன் என்று பல விவாதங்கள் நிகழ்ந்திருக்கின்றன என்றாலும், ஷேக்ஸ்பியரின் மூளைக்குள் சென்று எவரும் இன்னமும் சரியான விளக்கத்தைக் கொடுக்கவில்லை. இன்றும், பொறுக்கியாக இருக்கும் ஆண்களைக் காதலித்துத் திருமணம் செய்யும் பெண்கள் இருக்கத்தானே செய்கிறார்கள். (நம் தமிழ்த் திரைப்படங்கள் அவர்களை வைத்துத்தானே வாழ்ந்து கொண்டிருக்கின்றன). எனவே இதற்கு உலகெங்கும் பெண்களின் பொதுவான நடத்தையையே காரணமாக எடுத்துக் கொள்ள வேண்டும்.

இங்கும் நாம் அப்படியான ஒரு ஜோடியையே பார்க்கப் போகிறோம். புத்திசாலியும் பணக்காரியுமான பெண்ணொருத்தி தன்னை விரும்பவும் செய்யாத, தனக்குப் பொருத்தமில்லாத ஒருவனை அவனது எதிர்ப்பையும் மீறி திருமணம் செய்தும்

கொள்கிறாள். திருமணத்திற்குப் பின்னும் அவளுடன் வாழ விரும்பாத அவனை ஏமாற்றி, அவனுடன் குழந்தையும் பெற்றுக் கொள்கிறாள். அது போன்ற பெண்ணை அனைவருக்கும் பிடிக்கும் படியாக எழுதுவது சிரமம்தான். ஆனாலும் ஆங்கிலக் கவிஞர் காலெரிட்ஜ் இந்த நாடகத்தின் நாயகி ஹெலெனாவை 'ஷேக்ஸ்பியரின் பாத்திரங்களிலேயே விரும்பத்தகுந்தவள்' என்று கூறுகிறார். என்ன காரணத்திற்காக இருந்திருக்கும் என்பதையும் பேசத்தான் போகிறோம்.

இந்த இடத்தில் ஒரு காதல் கதையைச் சொல்லி விடுகிறேன். டபிள்யூ. பி. யேட்ஸ், பிரபலமான ஐரிஷ் கவிஞர். இலக்கியத்திற்கான நோபல் பரிசை வாங்கியவர். அவரது இளவயதில் அவர் மௌட் கானைச் சந்தித்தார். அவளே தன்னுடைய வாழ்வின் ஒரே காதல் என்பதை உணர்ந்தார். அவளைச் சந்தித்த அடுத்த வருடத்திலிருந்து ஒவ்வொரு வருடமும் அவளைத் திருமணம் செய்து கொள்ள அவளிடம் ஒப்புதல் கேட்டார். அவளும் ஒவ்வொரு முறையும் மறுத்துக் கொண்டே இருந்தாள். இறுதியாகப் பதினான்கு வருடங்களுக்குப் பின்னர் அவள் ஒரு ராணுவ அதிகாரியை மணந்து கொண்டாள். யேட்ஸ் தேற்ற முடியாத அளவிற்கு ஏமாற்றம் அடைந்தார். ஐயர்லாண்டின் தேசியக் கவியான தன்னை மறுத்து ஒரு ராணுவ வீரனை அவள் மணந்ததை அவரால் ஒப்புக் கொள்ளவே முடியவில்லை. அவளையும், அவள் மணந்து கொண்ட வீரனையும் தொடர்ந்து தன்னுடைய கவிதைகளில் வசைபாடி அவர்களை என்றும் தன்னுடைய எழுத்தின் மூலமாக வாழ வைத்துவிட்டார். கானை குறித்து அவர் எழுதிய சில வார்த்தைகள் ஏன் பெண்கள் தங்களுக்குப் பொருத்தமில்லாத ஆண்களைத் தேர்ந்தெடுக்கிறார்கள் என்பதைக் கூறுகிறது.

'Tis certain that fine women eat
A crazy salad with their meat
Whereby the horn of plenty is undone'

அதாவது, நிறைய உணவு அருகில் இருக்கும்போது அழகான பெண்கள் தங்களது உணவாகச் சலாடை உண்ணுகிறார்கள் என்ற அவரது வார்த்தைகள், ஷேக்ஸ்பியரின் நாயகிகளுக்குச் சரியாகப் பொருந்தும். போர்சியா, காதரின் என அவரது நாயகிகள் இந்த நாடகத்திலும், இனிவரும் நாடகங்களிலும் கூட வரிசையாகச் சலாடை விரும்புபவர்களாக இருக்கிறார்கள். ஆனால் அதை அவர்களது விருப்பம் என்று சொல்வதை விட வேறென்ன சொல்வது?

அவரது பல நாடகங்களைப் போலவே இதிலும் காதலே அச்சாணியாக இருக்கிறது. ஆனால் ஹெலெனா தன்னுடைய காதலை அடைய எடுக்கும் முயற்சிகள் சிறிது சங்கடத்தைக் கொடுப்பதாக இருப்பதை மறுக்க முடியாது.

அதையும் இன்னமும் பலவற்றையும் நாடக சுருக்கத்தை வாசித்துவிட்டுத் தொடருவோம்.

அங்கம் 1 - காட்சி 1-3

புகழ்பெற்ற மருத்துவர் ஒருவரின் மகளான ஹெலெனா, தன்னுடைய தந்தையின் மரணத்திற்குப் பின்னர் ரோஸ்சிலோன் சீமாட்டியால் வளர்க்கப்படுகிறாள். சீமாட்டியின் கணவரும் சமீபத்தில்தான் இறந்திருந்தார். சீமாட்டியின் மகன் பெர்ட்ரம் வீரமும், அழகும் கொண்டவன். ஆனால் வயதுக்கேற்ற முதிர்ச்சி இல்லாதவன். அவன் தற்சமயம் பிரான்ஸ் நாட்டு அரசவைக்குச் சென்றிருக்கிறான். சிறுவயதிலிருந்து ஒன்றாக வளர்ந்த பெர்ட்ரம் மீது ஹெலெனா மிகுந்த காதலுடன் இருக்கிறாள். ஆனால் அவன் பிரபு குடும்பத்தைச் சேர்ந்தவன்.

அவளோ சாதாரண மக்களில் ஒருத்தி. எனவே தன்னுடைய காதல் குறித்த கவலை அவளுக்கு இருக்கிறது. அவன் அரசவைக்குக் கிளம்பியபோது அவள் பெர்ட்ரமின் தோழர்களில் ஒருவனான பரோலசிடம் பேசிக் கொண்டிருக்கிறாள். பரோலஸ், பெர்ட்ரமின் நண்பனாக இருந்தாலும் அவன் ஒரு பொய்யனும் கோழையும்கூட. அவன் சிறிதும் நாகரீகம் இல்லாமல் பேசிக் கொண்டிருக்கிறான். ஹெலெனா விரைவில் திருமணம் செய்துகொண்டு தன்னுடைய கன்னித்தன்மையை இழந்துவிட வேண்டும் என்று சொல்கிறான். அவர்கள் பேசிக் கொண்டிருக்கும்போதே பெர்ட்ரமை அடைய ஹெலெனாவிற்கு ஒரு யோசனை தோன்றுகிறது.

பெர்ட்ரம் அரசவைக்கு வந்து சேருகிறான். ஆஸ்திரியாவுடன் நடக்கும் யுத்தத்தில் கலந்துகொள்வதில்லை என்றும், விருப்பமுள்ள பிரபுக்கள் தங்களது விருப்பப்படி நடந்து கொள்ளலாம் என்று அரசர் முடிவு செய்திருக்கிறார். பெர்ட்ரம் அரசவையில் நுழைய, அரசர் அவனிடம் நேரடியாகப் பேசுகிறார். அவனது தந்தையின் மரணத்திற்கு வருத்தம் தெரிவிக்கும் அவர், ஹெலெனாவின் தந்தையும் மரணமடைந்து விட்டது குறித்தும் பேசுகிறார். தனக்கும் உடல்நிலை சரியில்லை என்றும், அவரைப் போன்ற நல்ல

மருத்துவரால் மட்டுமே தன்னுடைய உயிரைக் காப்பாற்ற முடியும் என்றும் தெரிவிக்கிறார்.

★

மீண்டும் ரோஸ்சிலோன் மாளிகை. சீமாட்டியிடம் வேலைக்காரன் ஒருவன் பேசிக் கொண்டிருக்கிறான். ஹெலெனா பேசிக் கொண்டிருந்ததைத் தான் ஓட்டு கேட்டதாகவும், அவள் பெர்ட்ரமை காதலிப்பதாகச் சொன்னதை தான் கேட்டதாகவும் தெரிவிக்கிறான். உடனே ஹெலேனாவை அழைத்து வரச்சொல்லி சீமாட்டி அவனை அனுப்புகிறாள். ஹெலேனாவும் சீமாட்டியும் சுற்றி வளைத்து பேசிக் கொண்டிருக்கிறார்கள். இறுதியில், ஹெலெனா தன்னுடைய காதலை ஒப்புக் கொள்கிறாள். தன்னுடைய திட்டத்தையும் தெரிவிக்கிறாள். தானும் அரசவைக்குச் சென்று தன்னுடைய தந்தை தனக்குக் கற்பித்த மருத்துவத்தை அங்கே அரசருக்கு உதவியாகப் பயன்படுத்தப் போவதாகவும் தெரிவிக்கிறாள். ஆனால் அரசரும் அரசாங்க மருத்துவர்களும் ஓர் இளம்பெண்ணின் உதவியை ஒப்புக் கொள்வார்கள் என்று தான் நம்பவில்லை என்று சீமாட்டி தன்னுடைய கருத்தைத் தெரிவிக்கிறாள். ஆனாலும் அவளுக்குத் தன்னுடைய ஆசீர்வாதத்தைக் கொடுத்து அனுப்பிவைக்கிறாள்.

அங்கம் 2 - காட்சி 1 -3

பாரிசில் அரசர் போருக்குச் செல்லும் பிரபுக்களுக்கு விடை கொடுத்து அனுப்பிக் கொண்டிருக்கிறார். அவர்கள் திரும்பும்போது தான் உயிரோடு இருப்பது கடினம் என்று சொல்கிறார். போருக்குச் செல்லும் பிரபுக்களில் இருவர் பெர்ட்ரமை தங்களுடன் போருக்கு வரச்சொல்கிறார்கள். ஆனால் தன்னை அரசவையில் இருக்க அரசர் ஆணையிட்டு இருக்கிறார் என்று அவன் மறுத்து விடுகிறான். போருக்குச் செல்பவர்களுக்குப் போரின் கடவுள் ஆசி வழங்குவார் என்று அனுப்பி வைக்கிறார்கள்.

அதே நேரத்தில் ரோஸ்சிலோன் மாளிகையிலிருந்து திரும்பியிருந்த லேபியூ என்ற வயதான பிரபுவிடம் அரசர் பேசிக் கொண்டிருக்கிறார். அங்கே தான் சந்தித்த பெண் மருத்துவர் ஹெலெனா பற்றி அவர் சொல்லிக் கொண்டிருக்கிறார். அவருடைய நோய்க்குத் தகுந்த மருந்து தன்னிடம் இருப்பதாக அவள் தெரிவித்ததாகவும் தெரிவிக்கிறார். ஹெலெனா உள்ளே நுழைகிறாள். தன்னுடைய தந்தை தன்னிடம் ஒரு சக்திவாய்ந்த மருந்தைக் கொடுத்ததாகவும், அதை அரசருக்காக எடுத்து

வந்ததாகவும் தெரிவிக்கிறாள். ஆனால் தன்னுடைய நோயைக் குணப்படுத்த முடியாது என்று மருத்துவர்கள் சொன்னதாக அரசர் தெரிவிக்கிறார்.

ஆனால் ஒரு முறை முயல்வதில் தவறில்லை என்று ஹெலெனா கூறுகிறாள். இரண்டே நாட்களில் நோய் குணமாகிவிடும் என்றும் உறுதி கொடுக்கிறாள். அப்படி இரண்டு நாட்களில் குணமாக வில்லை என்றால் தன்னுடைய உயிரை எடுத்துக் கொள்ளலாம் என்றும், குணமாகிவிட்டால் அரசவையில் தான் விரும்பும் பிரபுவிற்குத் தன்னைத் திருமணம் செய்து வைக்க வேண்டும் என்றும் கேட்கிறாள். அரசரும் சம்மதிக்கிறார்.

ஹெலெனாவின் மருந்து அதிசயமான முறையில் அரசரைக் குணப்படுத்திவிட்டதை லேபியூ பிரபு சொல்லிக் கொண்டிருக்கிறார். அரசர் சொன்னது போலவே, ஐந்து இளம் பிரபுக்களை ஹெலெனாவின் முன் நிறுத்தினார். அவர்களில் ஒருவனை அவள் தேர்ந்தெடுத்துத் திருமணம் செய்து கொள்ளலாம் என்றும் தெரிவித்தார். அவள் அவர்கள் அனைவரையும் நிராகரித்துவிட்டு பெர்ட்ரமை தேர்ந்தெடுக்கிறாள். ஆனால் பெர்ட்ரம் அவளை நிராகரிக்கிறான். தான் ஒரு பிரபு என்றும், அவள் ஒரு சாதாரணப் பெண் என்றும் காரணம் தெரிவிக்கிறான். கோபமடையும் அரசர், பிறப்பினால் ஒருவர் பிரபுவாக இருப்பதைவிட மனதின் சுத்தத்தால் ஆக முடியும் என்றும், தான் ஹெலேனாவையும் உயர்ந்த இடத்திற்கு உயர்த்துவதாகவும் தெரிவிக்கிறார்.

பெர்ட்ரம் மீண்டும் மறுக்கிறான். அரசரின் ஆணையை மறுத்தால் அவனை அரசவையிலிருந்து நீக்கிவிடுவதாக அரசர் மிரட்டுகிறார். அரை மனதுடன் பெர்ட்ரம் திருமணத்திற்கு ஒப்புக் கொள்கிறான். உடனடியாக அவர்களுக்குத் திருமணம் நடைபெறுகிறது. லேபியூ பிரபு பெர்ட்ரம் நடந்துகொண்ட விதத்தை விமர்சிக்கிறார். தன்னுடைய நண்பனைத் தவறாகப் பேசுவதாகப் பரோலஸ் கோபப்படுகிறான். அவரைத் தன்னுடன் வாள்சண்டைக்கு வரும்படியாகவும் கேட்கிறான். பின்னர் அவர் வயதானவர் என்று அவனே காரணம் சொல்லுகிறான். லேபியூ பிரபு அவனைக் கோழை என்று அழைக்கிறார். அதே நேரத்தில் திருமணம் முடிந்து வரும் பெர்ட்ரம், தான் ஹெலேனாவுடன் வாழப் போவதில்லை என்று பரோலசிடம் தெரிவிக்கிறான். ஹெலேனாவை அவனது தாயிடம் அனுப்பிவிட்டுத் தான் போருக்குச் செல்லப்போவதாகத் தெரிவிக்கிறான்.

அங்கம் 2 - காட்சி 4,5

ரோஸ்சிலோன் சீமாட்டி புதுத் திருமணத் தம்பதிகளுக்குத் தன்னுடைய வாழ்த்துக்களை அனுப்புகிறாள். அப்போது அங்கு வரும் பரோலஸ், வேலையின் காரணமாகவே அவளைப் பெர்ட்ரம் பார்க்க வரவில்லை என்று தெரிவிக்கிறான். எனவே, அவர்களது திருமணம் வெறும் சடங்காக மட்டுமே நடந்து முடிந்திருக்கிறது. அங்கு வரும் பரோலஸ், திரும்பவும் வீட்டிற்குச் செல்லத் தயாராகும்படியாகவும், அதன் பின்னர் போருக்குச் செல்லும் தனக்கு விடை கொடுக்க வரலாம் என்றும் பெர்ட்ரம் கூறியதாகத் தெரிவிக்கிறான். அதே நேரத்தில், லேபியூ பிரபு பெர்ட்ரமிடம் பரோலஸ் குறித்துப் பேசிக் கொண்டிருக்கிறார். அவன் தன்னைத்தானே சொல்லிக் கொள்ளும் அளவிற்குப் பெரிய வீரன் இல்லை என்று சொல்கிறார். ஆனால் பெர்ட்ரம் அவர் சொல்வதைக் காது கொடுத்துக் கேட்கவில்லை. ஹெலெனா தன்னுடைய கணவனைக் காண வருகிறாள். தான் அவசரமாகச் செல்வதற்காக மன்னிப்புக் கேட்கிறான் பெர்ட்ரம். அவன் செல்வதற்கு முன் தனக்கு ஒரு முத்தம் தரவேண்டி ஹெலெனா கெஞ்சுகிறாள். ஆனால் அதற்கு மறுத்துவிட்டு, பரோலசை அழைத்துக் கொண்டு பெர்ட்ரம் கிளம்பி விடுகிறான்.

அங்கம் 3 - காட்சி 1-4

தங்களுடன் அரசரும் போருக்கு வராதது குறித்துப் பிளாரென்ஸ் நகரப் பிரபுக்கள் பேசிக் கொண்டிருக்கிறார்கள். தங்களது உதவிக்கு அரசர் வரவில்லை என்பது அவர்களுக்கு வருத்தமாக இருக்கிறது. ஆனாலும் பல இளம் பிரெஞ்சு பிரபுக்கள் தங்களது உதவிக்கு வருவார்கள் என்றும் பேசிக் கொள்கிறார்கள்.

ஹெலெனா ரோஸ்சிலோன் மாளிகைக்குத் திரும்பிவிட்டாள். அங்கே ரோஸ்சிலோன் சீமாட்டி அவளது மகனிடம் இருந்து வந்திருக்கும் கடிதத்தை வாசித்துக் கொண்டிருக்கிறாள். போர் முடிந்தாலும் தான் இனி வீட்டிற்குத் திரும்பப் போவதில்லை என்றும், தனக்குப் பிடித்தமில்லாத திருமணத்தில் இருப்பதைவிடத் தான் வெளிநாடுகளில் சுற்றித்திரியப் போவதாகப் பெர்ட்ரம் எழுதியிருக்கிறான். ஹெலெனாவிற்கும் அவன் கடிதம் எழுதியிருக்கிறான்.

தான் எப்போதும் விரலிலிருந்து அகற்றாத மோதிரத்தை எப்போது அவள் அணிகிறாளோ, தன்னுடைய குழந்தையை எப்போது

அவளது வயிற்றில் சுமக்கிறாளோ (அவளுடன் அவன் உறவு கொள்ளப்போவதில்லை) அப்போதுதான் அவன் அவளுக்கு உண்மையில் கணவனாவான் என்று எழுதியிருக்கிறான். அதாவது, இந்த இரண்டும் நடக்கவே போவதில்லை என்பதால் அவளுக்கு அவன் எப்போதும் கணவனாக இருக்கப் போவதில்லை என்று சொல்கிறான். ஹெலெனா மனது உடைந்துவிடுகிறாள். தான் ரோஸ்சிலோனில் இருப்பதாலேயே அவன் அங்கு வர மறுப்பதால், அங்கிருந்து வெளியேறிவிட முடிவு செய்கிறாள்.

பிளாரென்ஸ் நகரில், போரில் பெர்ட்ரம் குதிரைப்படை தளபதியாக நியமிக்கப்படுகிறான். ரோஸ்சிலோனில் ஹெலெனாவின் கடிதம் ஒன்று சீமாட்டியிடம் கொடுக்கப்படுகிறது. அதில் தான் ஒரு கன்னியாஸ்திரி மடத்தில் சேரப்போவதாக ஹெலெனா எழுதியிருக்கிறாள். தன்னுடைய மகனின் முட்டாள்தனத்தை எண்ணி சீமாட்டி வருந்துகிறாள். உடனடியாக வீட்டிற்குத் திரும்பும்படியாகப் பெர்ட்ரமிற்குக் கடிதம் அனுப்புகிறாள். ஹெலெனாவும் எப்படியும் திரும்பிவிடுவாள் என்றும், அவர்களுக்கு இருவருக்கும் இடையில் சமரசம் செய்துவிடலாம் என்றும் நம்புகிறாள்.

அங்கம் 3 - காட்சி 5-7

மடத்திற்குச் செல்வதாகச் சொல்லியிருந்த ஹெலெனா, பிளாரென்ஸ் நகருக்கு வந்து சேர்கிறாள். அங்கு வயதான ஒரு பெண்மணியும், அவளது மகள் டயானாவும் பக்கத்து வீட்டில் இருக்கும் மரியானாவும் பேசிக் கொண்டிருப்பதைக் கேட்கிறாள். பிளாரென்ஸ் பிரபுவுடன் போருக்குச் செல்லும் வீரர்களில் ஒருவனான பெர்ட்ரம், டயானாவின் மீது காதல் கொண்டிருப்பதாகவும், அவளை எப்படியாவது படுக்கையில் வீழ்த்த முயற்சிப்பதாகவும் பேசிக் கொண்டிருக்கிறார்கள்.

ஹெலெனாவும் அவர்களுடன் இணைந்து பேசுகிறாள். அவளுடைய கன்னித்தன்மையை இழந்துவிட வேண்டாம் என்று வயதான பெண்மணி சொல்கிறாள். பெர்ட்ரம் ஏற்கெனவே திருமணமானவன் என்று அந்தப் பெண்களுக்குத் தெரிந்திருக்கிறது. அவனது மனைவியை அவன் வெறுப்பதும் அவர்களுக்குத் தெரிந்திருக்கிறது. ஆனால் ஹெலெனாதான் அந்த மனைவி என்பது அவர்களுக்குத் தெரியவில்லை. எனவே தங்களுடன் தங்குமாறு அவளை அழைக்கிறார்கள். ஹெலெனாவும் ஒப்புக் கொள்கிறாள்.

போர்முகாமில் பிளாரென்ஸ் பிரபுக்கள் இருவர் பரோலஸ் பற்றிய தங்களது சந்தேகங்களைப் பெர்ட்ரமிடம் தெரிவிக்கிறார்கள். அவன் வெறும் வாய் சொல் வீரன் என்றும், ஆபத்து நேரும் என்று தெரிந்தால் முதலில் அங்கிருந்து ஓடி விடும் கோழை என்றும் சொல்கிறார்கள். பெர்ட்ரம் நம்பவில்லை. எனவே அவர்கள் பரோலஸ் பற்றித் தெரிந்துகொள்ள ஒரு சோதனை செய்யலாம் என்று சொல்கிறார்கள்.

இதன்படி, அவர்களது படைப்பிரிவின் முரசு களத்தில் தொலைந்து விட்டதாகச் சொல்லி பரோலசை தேடிப் போகச் செய்வது. அப்படி அவன் களத்தில் இருக்கும்போது எதிரியின் படைவீரர்களைப் போல ஆடை அணிந்து அவனைக் கைது செய்வது. அதன் பின்னர் அவன் பயத்தில் எல்லா உண்மையையும் சொல்வதைக் கண்டால் அவன் எப்படிப்பட்ட துரோகி என்றும், கோழை என்றும் தெரியும் என்கிறார்கள்.

அப்போது பரோலஸ் வரவே, அவனிடம் முரசு தொலைந்து விட்டதாகவும், ஆனால் அதை மீட்பது ஒன்றும் முக்கியமில்லை என்றும் சொல்கிறார்கள். அவனும் வழக்கம்போலத் தன்னால் மட்டுமே அதை மீட்க முடியும் என்று பெருமை பேசிவிட்டு களத்தை நோக்கிச் செல்கிறான். அவன் சென்றவுடன், பரோலஸ் அப்படியெல்லாம் முரசை மீட்கச் செல்லவில்லை என்று பெர்ட்ரமிடம் சொல்கிறார்கள். பெர்ட்ரமிற்கு நம்பிக்கையில்லை. இருந்தாலும், அவர்களில் ஒருவரைத் தன்னுடன் டயானாவை சந்திக்க வருமாறு அழைத்துச் செல்கிறான்.

ஹெலெனா தான் யார் என்பதை அந்த வயதான பெண்மணியிடம் தெரிவிக்கிறாள். தன்னுடைய திட்டத்திற்கு உதவுமாறு அவளுக்கு ஒரு பை நிறையத் தங்கக்காசுகளைக் கொடுக்கிறாள். அவளும் சம்மதிக்கிறாள். தன்னுடைய கணவனின் நிபந்தனைகளைத் தனது திட்டத்தை நிறைவேற்ற முடிவு செய்திருக்கிறாள். தன்னுடைய காதலின் அடையாளமாக டயானா, பெர்ட்ரமிடம் இருந்து மோதிரத்தைப் பெற்று ஹெலெனாவிடம் கொடுத்துவிடுவாள். இரவில் அவனை வரச்செய்து, டயானாவிற்குப் பதிலாக ஹெலெனா படுக்கை அறைக்குச் சென்றுவிடுவாள். அவனுடன் உறவு கொண்டு அவனது குழந்தையைச் சுமப்பாள். அப்போது அவனால் அவர்களது திருமணத்தை மறுக்க முடியாது. அந்த வயதான பெண்மணியும் ஒப்புக் கொண்டு டயானாவின் சம்மதத்தையும் பெறச் சொல்கிறாள்.

அங்கம் 4 - காட்சி 1-3

போர் முகாமிற்கு வெளியே முன்பு பெர்ட்ரமிடம் பேசிக் கொண்டிருந்த பிரபுக்கள், பரோலஸைப் பிடித்துவிடத் தயாராக இருக்கிறார்கள். அவர்களது குரலை மாற்றிக் கொண்டு அவர்களுடன் இருந்த வீரன் ஒருவனை 'மொழிபெயர்ப்பாளனாக' வைத்துக் கொள்வது என்றும் முடிவு செய்கிறார்கள். களத்தில் பரோலஸ் தனியாக அலைந்து கொண்டிருக்கிறான். தனக்கு ஆபத்து வராதவாறு எப்படி முரசைத் தேடியலைவதாகக் காட்டிக் கொள்வது என்று தனியாகப் பேசிக் கொண்டிருக்கிறான். உடையைக் கிழித்துக் கொள்வதா அல்லது தானே ஒரு காயம் ஏற்படுத்திக் கொள்வதா என்றெல்லாம் அவன் பேசிக் கொண்டிருக்கும்போது திடீரென்று பாயும் சில வீரர்கள் அவனைக் கட்டிப்போட்டு, கண்களைக் கட்டி விடுகிறார்கள். அவனும் தன்னை எதிரிகள் பிடித்து விட்டதாக நம்புகிறான்.

பெர்ட்ரம் டயானாவிடம் பேசிக் கொண்டிருக்கிறான். தன்னுடைய காதலைச் சொல்லி, அவளுடன் ஓர் இரவைக் கழிக்க வேண்டும் என்றும் கேட்கிறான். அவளும் அன்று நடு இரவில் அவன் வரலாம் என்று சொல்லி, அவனது காதலின் அடையாளமாக அவனது மோதிரத்தை கேட்கிறாள். தன்னுடைய குடும்பச் சொத்து அது என்று தயக்கத்துடன் மோதிரத்தை அவளுக்குத் தருகிறான். அவளும் தன்னுடைய மோதிரத்தை அவனுக்குப் போடுகிறாள். உண்மையில் அந்த மோதிரம் ஹெலெனாவிற்கு பிரெஞ்சு அரசர் பரிசாகக் கொடுத்தது. தன்னுடைய எண்ணம் ஈடேறப் போவதாக மகிழ்ச்சியுடன் பெர்ட்ரம் கிளம்புகிறான்.

முகாமில் பிரபுக்கள் இருவரும் பெர்ட்ரமின் நடத்தை குறித்துப் பேசுகிறார்கள். அவனைக் கண்டித்து அவனது தாய் எழுதிய கடிதம் அன்றுதான் வந்திருந்தது. அத்துடன் மடத்தில் ஹெலெனா இறந்துவிட்டதாகவும் ஒரு வதந்தி சுற்றிக் கொண்டிருந்தது. (அதை ஹெலெனாதான் பரப்பிக் கொண்டிருந்தாள்.) இரவில் டயானாவின் படுக்கையிலிருந்து பெர்ட்ரம் (டயானா என்று நினைத்து ஹெலெனாவுடன் உறவு கொண்டு விட்டு) திரும்பியவுடன், அவனைப் பிரபுக்கள் இருவரும் பரோலஸ் கட்டி வைக்கப்பட்டிருந்த இடத்திற்கு அழைத்துச் சென்றார்கள்.

சத்தம் எழுப்பாமல் அங்கே நடப்பதைப் பார்க்க மட்டும் சொல்கிறார்கள். அவனுக்குத் தெரிந்த ராணுவ ரகசியங்களைச் சொல்லச் சொன்னவுடன் பரோலஸ் நிறுத்தாமல் தனக்குத்

தெரிந்ததை எல்லாம் சொல்கிறான். அத்தோடு பயத்தில், பெர்ட்ரம், பிரபுக்கள் என அனைவரையும் பற்றி மோசமான வார்த்தைகளில் விவரிக்கிறான். அவனது பைகள் அனைத்தும் சோதனை செய்யப் படுகிறது. இறுதியில், அவனைத் தாங்கள் கொல்லப் போவதாகத் தெரிவித்தவுடன் அவன் உடைந்து அழ ஆரம்பிக்கிறான். மண்டியிட்டு மன்னிப்பு கேட்டு அழுகிறான். அவனது கண்கட்டை அவிழ்த்தவுடன் அனைவரும் அங்கிருப்பதைப் பார்த்து தன்னுடைய வாழ்வு நாசமானதை உணர்கிறான்.

அங்கம் 4 - காட்சி 4,5

படுக்கையில் பெர்ட்ரமை ஏமாற்றுவது எளிதாக நடந்தேறியது. இரவில் டயானாவிற்குப் பதிலாக ஹெலெனா இருந்ததைப் பெர்ட்ரமினால் கண்டறிய முடியவில்லை. அதேநேரத்தில் போர்நிறுத்தம் அறிவிக்கப்படுகிறது. தன்னுடைய மனைவி இறந்து விட்டதாக எண்ணும் பெர்ட்ரம், தானும் பிரான்சிற்குத் திரும்ப முடிவு செய்கிறான். அதேநேரத்தில் ஹெலெனா, பிரெஞ்சு அரசர் தற்போது மார்செய் நகரில் இருப்பதால் தான் அங்கே செல்லப் போவதாகவும், தன்னுடன் அவர்களும் வரவேண்டும் என்று டயானாவையும் அவளது தாயையும் அழைக்கிறாள். அங்கே அரசவையில் பெர்ட்ரமின் நிபந்தனைகளைத் தான் நிறைவேற்றி விட்டதைத் தெரிவிக்கப்போகிறாள். அதேநேரத்தில், ரோஸ்சிலோன் மாளிகையில் தன்னுடைய மருமகள் இறந்துவிட்டதை லேபியூ பிரபுவிடம் வருத்தமாகச் சீமாட்டி தெரிவிக்கிறாள். தன்னுடைய மகளுக்கு அவனைத் திருமணம் செய்துவைக்கலாம் என்று லேபியூ பிரபு தெரிவிக்கிறார்.

மார்செய் நகரிலிருந்து அரசர் ரோஸ்சிலோன் மாளிகைக்குச் சென்று விட்டதாகத் தெரிந்ததால் டயானாவுடனும், அவளது தாயுடனும் ஹெலெனாவும் அங்கே செல்கிறாள். மாளிகையில் பெர்ட்ரமிற்கும், லேபியூ பிரபுவின் மகளுக்கும் திருமணம் நடக்கவிருப்பதை அரசர் அறிவிக்கப் போகிறார். அப்போது தான் ஹெலெனாவிற்குக் கொடுத்த மோதிரம் பெர்ட்ரமின் விரல்களில் இருப்பதைக் காண்கிறார். அவனுக்கு எப்படி அந்த மோதிரம் கிடைத்தது என்று கேட்கிறார்.

ஆனால் பெர்ட்ரமினால் சரியான காரணம் கொடுக்க முடியவில்லை. (டயானாவுடன் கொண்ட உறவை அங்கே சொல்ல விரும்ப வில்லை) தன்னிடம் பிளாரென்ஸ் நகரில் யாரோ கொடுத்ததாகத் தெரிவிக்கிறான். ஆனால் யாரும் அவனை நம்பவில்லை. அவன்

ஹெலெனாவிடம் இருந்து மோதிரத்தைத் திருடி இருக்க வேண்டும் என்று சந்தேகப்படும் அரசர், அவனைச் சிறையில் தள்ளப் போவதாகத் தெரிவிக்கிறார். அப்போது அங்கு வரும் டயானா, தனக்கும் பெர்ட்ரமிற்கும் இருக்கும் உறவைத் தெரிவிக்கிறாள். அங்குப் பிச்சைக்காரனாக வரும் பரோலஸ் அதற்குத் தான் சாட்சி என்றும் தெரிவிக்கிறான். (லேபியூ பிரபு அவன் மீது பரிதாபப்பட்டு அவனுக்கு உணவு கொடுக்கச் சொல்கிறார்.)

தான் அவனுக்கு அந்த மோதிரத்தைக் கொடுத்ததாகச் சொன்னாலும், தனக்கு எப்படி அந்த மோதிரம் கிடைத்தது என்று டயானா சொல்ல மறுக்கிறாள். அரசருடைய கோபம் அவள் மீது திரும்புகிறது. அதற்குள் அவளது தாய் வெளியில் சென்று ஹெலெனாவை அழைத்து வருகிறாள். தன்னுடைய திட்டத்தையும், தனது கணவனின் நிபந்தனைகளைத் தான் நிறை வேற்றிவிட்டதையும் அவள் விளக்கமாகச் சொல்கிறாள். அவனது மோதிரமும், அவனது குழந்தையும் தன்னிடம் இருப்பதாகச் சொல்கிறாள். மன்னிப்பு கேட்கும் பெர்ட்ரம், தான் இனி நல்ல கணவனாக இருந்து ஹெலெனாவைக் காதலிக்கப் போவதாகத் தெரிவிக்கிறான். அவளுக்கு விருப்பமானவனை டயானா திருமணம் செய்து கொள்ள அரசர் அனுமதி கொடுக்கிறார். அனைவரும் மகிழ்ச்சியுடன் இருக்கிறார்கள்.

நல்ல முடிவு - அலசல்

பதினெட்டாம் நூற்றாண்டின் சிறந்த ஆங்கில எழுத்தாளர்களில் ஒருவரும், ஆங்கில அறிஞருமான சாமுவேல் ஜான்சன் அதுவரை பதிப்பிக்கப்பட்டிருந்த ஷேக்ஸ்பியரின் பல்வேறு தொகுப்புகளும் செம்மையாக இல்லை என்று நினைத்தார். ஷேக்ஸ்பியரின் எழுத்துகளைத் தொகுப்பவர்கள் தங்களது விருப்பத்தின் பொருட்டுப் பிரதியை மாற்றிக் கொண்டிருக்கிறார்கள் என்று வருந்தினார். எனவே ஷேக்ஸ்பியரின் நாடகங்களைத் தொகுத்து, அதிகாரப்பூர்வமான செம்பதிப்பு ஒன்றைக் கொண்டு வரும் பொறுப்பை அவரே எடுத்துக் கொண்டார்.

அவருடன் அந்த நூற்றாண்டின் முக்கியமான ஆங்கில அறிஞர்களும் எழுத்தாளர்களும் பதிப்பகங்களும் இணைந்து பணியாற்றினர். அதற்கு முன் வந்திருந்த பல்வேறு பதிப்புகளை ஒப்பு நோக்கி, அதன் முடிவாக அவர் எட்டுத் தொகுப்புகளாக ஷேக்ஸ்பியரின்

எழுத்துக்களை வெளியிட்டார். நீண்ட முன்னுரை ஒன்றும் எழுதினார். அத்துடன் ஒவ்வொரு நாடகத்திற்கும் விரிவான குறிப்புகளை எழுதினார். புத்தகத்திற்கு அவரும், அவருடன் அதற்காக உழைத்த பல்வேறு எழுத்தாளர்களும் எழுதிய முன்னுரைகளும், அறிமுகங்களும் மட்டுமே 200 பக்கங்களுக்கு மேல் இருக்கிறது. ஷேக்ஸ்பியரின் ஒவ்வொரு வார்த்தையையும் ஆராய்ந்து அவர் மேற்கொண்ட அந்தப் பணியே இன்று வரை ஷேக்ஸ்பியர் பற்றிய பல ஆராய்ச்சிகளுக்கு அடிப்படையாக இருக்கிறது.

அவரது தொகுப்பில் 'நல்ல முடிவு' நாடகத்திற்குக் கொடுக்கப் பட்டிருக்கும் குறிப்புகளில் அவர் பெர்ட்ரம் குறித்த தன்னுடைய கருத்தைப் பதிவு செய்கிறார்.

'பரந்த மனப்பான்மை இல்லாத பிரபுவாகவும், சிறிதும் உண்மையில்லாத இளைஞனுமான பெர்ட்ரம், ஹெலெனாவைக் கோழையாக மணந்து, பொறுக்கித்தனமாக அவளைக் கைவிடவும் செய்கிறான். அவனுடைய கதாபாத்திரத்துடன் என்னால் சமரசம் செய்துகொள்ள முடியவில்லை. அவனுடைய அன்பு கிடைக்காமல் அவள் இறந்ததாகத் தெரியும்போது அவன் உடனே இரண்டாவது திருமணம் செய்துகொள்ள மாளிகைக்குத் திரும்புகிறான். அங்கே அவனால் ஏமாற்றப்பட்ட பெண் குற்றம் சாட்டும்போது பொய்யின் மூலமாகத் தன்னைக் காப்பாற்றிக் கொள்ள முயல்கிறான். இறுதியில் மகிழ்ச்சியாக வாழச் சென்றுவிடுகிறான்' என்று எழுதுகிறார்.

பல நூற்றாண்டுகளாகப் பெர்ட்ரம் பற்றி அனைவரின் சிந்தனையையும் அவர் வார்த்தையால் வடித்துவிட்டார் என்றே சொல்லலாம். கதையின் முக்கியப் பிரச்சினையே ஹெலெனா ஏன் இப்படிச் செய்தாள் என்பதுதான். அன்பும் அறிவும் ஒன்று சேர இருக்கும் அவள், தன்னை விரும்பாத ஒருவனை, மீண்டும் மீண்டும் தன்னை நிராகரிக்கும் ஒருவனை எதற்காகக் காதலிக்க வேண்டும்? பல்வேறு ஏமாற்று வேலைகள் செய்து எதற்காகத் திருமணம் செய்ய வேண்டும்? நாடகத்தின் ஒரு இடத்திலும், இறுதி வரையும்கூட பெர்ட்ரம் அவளை விரும்புவதாகவே அல்லது ஓரே ஓர் அன்பு வார்த்தையோ கூடச் சொல்வதில்லை. இறுதியிலும், வேறு வழியின்றி அவளை ஏற்றுக்கொள்வது போலவே நடந்து கொள்கிறான். அப்படியான மனிதனை நோக்கி அவள் எதற்காக ஏங்க வேண்டும்? புத்திசாலிப் பெண்ணான அவள் எப்படி இப்படி ஒரு தவற்றைச் செய்திருக்க முடியும்?

ஹெலெனாவின் தரப்பில் வாதிடும் ஹரால்டு ப்ளூம், ஹெலெனாவின் காதலின் அளவையும் அதன் நிச்சயத் தன்மையையும் பார்க்கச் சொல்கிறார். நமது அறிமுகத்தில் கூறியது போல அவளும் பைத்தியக்காரத்தனமாகச் சலாடை உண்ணும் பெண்களில் ஒருத்தி என்கிறார். சமூகப் படிநிலையில் பெர்ட்ரம் அவளைவிடச் சிறிது உயரத்தில் இருந்தாலும், அவனது அறிவின் அளவு பரோலசைவிடச் சிறிது அதிகமாக மட்டுமே இருக்கிறது. அத்துடன் பெர்ட்ரம் வேறொரு பெண்ணைத் திருமணம் செய்யாமல் உடலுறவு கொண்டு கைவிடவும் தயங்கவில்லை. ஆனாலும் அவளது முடிவை நாம் ஒரு விதமாக எடுத்துக்கொள்ளலாம் என்கிறார். அதாவது பெர்ட்ரம் இன்னமும் முதிர்ச்சியடையவில்லை என்றும், இறுதியில் அவன் அவளுடன் வாழச் சம்மதிப்பது அவனது மனமாற்றத்தின் ஆரம்பமாகக் கொள்ளலாம் என்கிறார்.

ப்ளூமின் வாதம் எனக்கு முழுவதுமாகத் திருப்தியானதாக இல்லை என்றே சொல்லலாம். மோசமான கணவனிற்காகத் தாலியை எடுத்துக் கொண்டு போராடும் முட்டாள் பெண்களை நாம் தமிழ் சினிமாவிலும் எழுத்திலும் தொடர்ந்து பார்த்துக் கொண்டிருக் கிறோம். இப்போது சிறிது குறைந்திருந்தாலும் 80களிலும், 90களிலும் வளர்ந்த எனக்கு இன்றும் தூக்கத்திலும் இந்த நீதி கேட்கும் பெண்கள் வந்து பயமுறுத்திக் கொண்டுதான் இருக்கிறார்கள். அதனாலேயே, ஹெலெனாவை என்னால் மன்னிக்க முடியவில்லை எனலாம்.

அதே நேரத்தில் பெர்ட்ரம் தனக்கு விருப்பமில்லாத திருமணத்திற்குள் அரசரின் நிர்ப்பந்தத்தால் தள்ளப்படுகிறான் என்பதையும் நினைவில் வைத்துக்கொள்ள வேண்டும். அந்தத் திருமணத்தில் இருந்தே தப்பி ஓடுகிறான். ஆனாலும் ஹெலெனா அவனை மீண்டும் அழைத்து (இழுத்து!) வந்து விடுகிறாள்.

ஷேக்ஸ்பியரின் திருமணம் மகிழ்ச்சியில்லாததாக இருந்ததே அவரது நாடகங்களில் தொடர்ச்சியாகத் திருமணங்கள் மகிழ்ச்சி யற்றவையாகக் காட்டப்பட்டன என்பதும் ஒரு கருத்தாக வைக்கப்படுகிறது. அவரின் சோக நாடகங்களில் இன்னமும் மோசமான, தோல்வியடையும், பொருத்தமற்ற திருமணங்களைக் காணப் போகிறோம். திருமணத்தில் நமக்கென்று ஒரு விருப்பம் இருப்பதில்லை என்பதுதான் ஷேக்ஸ்பியரின் நாடகங்களின் மூலமாக நமக்குத் தொடர்ந்து சுட்டிக் காட்டப்படுகிறது.

ஷேக்ஸ்பியரின் மற்ற நாடகங்களைப் போலவே இங்கும் நாம் கேள்விப்பட்டிருக்கும் பல்வேறு நாட்டுப்புறத் தேவதைக்

கதைகளின் கூறுகளையும் காண்கிறோம். சாதாரணப் பெண் பிரபுவை மணந்து, சமூகப் படிநிலையில் உயர்வது இத்தகைய கதைகளில் மீண்டும் மீண்டும் வருவது. இங்கும் ஹெலெனா யாருடைய உதவியும் இல்லாமல் தன் முயற்சியால் தன்னுடைய சமூக நிலையை உயர்த்திக் கொள்கிறாள்.

அதுபோலவே இதுவரை வந்த கட்டுரைகளை வாசித்திருந்தால் ஷேக்ஸ்பியரின் கதைகளில் கன்னித்தன்மை என்பதும், கௌரவம் என்பதும் மீண்டும் மீண்டும் வலியுறுத்தப்படுவதைப் பார்த்திருக்கலாம். இங்கும் கதை ஹெலெனா/டயானாவின் கன்னித்தன்மை, பெர்ட்ரமின் கௌரவம் போன்றவற்றைச் சுற்றியே வருகிறது, நிலப்பிரபுத்துவ உலகில் ஆண்களையும் பெண்களையும் அவரவரின் சமூக நிலையில் வைத்திருக்க இவை உதவியாக இருந்திருக்க வேண்டும். எனவேதான் ஷேக்ஸ்பியரின் நாடகங்களில் நாம் காணும் பிரபுத்துவ உலகின் முதன்மை விழுமியங்களாக இவை இருக்கின்றன.

இறுதியாக, நாடகத்தின் முடிவு உண்மையில் மகிழ்ச்சிகரமானதா? பெர்ட்ரமுடன் ஹெலெனா மகிழ்ச்சியாக இருந்திருப்பாளா என்றெல்லாம் கேள்வி எழுவது நியாயமே. ஆனால் நாம் முன்பே பார்த்ததுபோல இங்கே இருவருமே முழுமையாகத் தவறிழைக்க வில்லை என்று சொல்லி விட முடியாது. இருவருமே பாத்திரங் களாகக் குறைகளுடன் இருக்கிறார்கள். அவர்களது திருமணமும் குறைகளுடன் இருந்தாலும், அவர்களைப் போலவே பிடிவாதமாக நன்றாகவே இருந்திருக்கலாம் என்றே நம்பலாம்.

நகைச்சுவை நாடகம் 13

பன்னிரண்டாவது இரவு

(Twelfth Night)

ஷேக்ஸ்பியர் ஒவ்வொருவருக்கும் ஒவ்வொரு காலகட்டத்தில் அறிமுகமாகிறார். எனக்கு அவர் பன்னிரண்டாவது இரவின் மூலமாகவே அறிமுகமானார். நான் பள்ளியில் படித்துக் கொண்டிருந்த நாட்களில் விடுமுறைக்குச் சிவகாசிக்குச் செல்வது வழக்கம். அங்கேதான் முதல் முறையாக 'பூந்தளிரும்' அதனுடன் வந்து கொண்டிருந்த பல சிறுவர் இதழ்களும் அறிமுகமாயிருந்தன. என்னுடைய எட்டாவது வகுப்பு விடுமுறையின் (1988ஆம் வருடம்) போதே எனக்கு 'பைகோ கிளாசிக்ஸ்' வரிசை அறிமுகமானது. அமெரிக்காவின் 'பெண்டுலம் பிரஸ்' பதிப்பித்துக் கொண்டிருந்த ஆங்கில இலக்கியத்தின் உன்னதக் கதைகள் காமிக்ஸ் வடிவத்தில் ஆங்கிலத்தில் வந்துகொண்டிருந்தன. அவற்றை முதலில் மலையாளத்திலும், பின்னர்த் தமிழிலும் மொழிபெயர்த்து, அதே அழகான படங்களோடு வெளியிட ஆரம்பித்தார்கள். ஷேக்ஸ்பியர் மட்டுமல்லாது இன்னமும் பல ஆங்கில இலக்கிய எழுத்தாளர்களின் அறிமுகமும் எனக்கு அந்த வரிசையின் மூலமே கிடைத்தது. அந்த வரிசையில் வந்த பன்னிரண்டு புத்தகங்கள் இன்னமும் என்னிடம் பத்திரமாக இருக்கின்றன.

அதே வரிசையில் ஆறாவதாகப் பிப்ரவரி 1988ஆம் வருடம் பதிப்பிக்கப்பட்ட 'பன்னிரெண்டாவது இரவு' மொழிபெயர்ப்பே நான் முதலில் வாசித்த ஷேக்ஸ்பியரின் கதையாக இருக்கும். மற்ற எந்த நாடகத்தையும்விட 'பன்னிரெண்டாவது இரவின்' மூலமான

அறிமுகம், ஷேக்ஸ்பியரின் மீது முதல் பார்வையிலேயே காதல் கொள்ள வைத்தது எனலாம். காரணம், ஷேக்ஸ்பியரின் நகைச்சுவை நாடகங்களின் உச்சம் பன்னிரண்டாவது இரவு என்பது என்னுடைய கருத்து மட்டுமல்ல, அதுவே அறிஞர்களின் கருத்துமாகும்.

'காதலின் உணவு இசை என்றால், இசையுங்கள்..' என்ற வார்த்தைகளோடு நாடகம் ஆரம்பிக்கிறது. அதைத் தொடர்ந்து வரும் வரிகளில் காதலின் பசி எந்த மனிதரின் மீதான காதலோடும் முடிவதில்லை என்றும், அதனாலேயே மொழியும், இசையும் அதற்கு உணவாக இருக்க வேண்டியிருக்கிறது என்றும் செல்கிறது. எனவே மொழியும் இசையும் காதலும் இந்த நாடகத்தின் அடிநாதமாக இருக்கின்றன.

ஆனால் அவை வெறும் வார்த்தைகளாக மட்டுமே இல்லை. நாடகம் முழுவதும் நாம் பல்வேறு பாடல்கள் பின்னணியில் வருவதைப் பார்க்கிறோம். நாடகத்தின் கோமாளியான பெஸ்டே பாடிக் கொண்டே வருகிறான். நாடகம் அவனது பாடலுடனே முடிவடைகிறது. காதலின் உணவாக இசை நாடகம் முழுவதும் இசைத்துக் கொண்டே இருக்கிறது. ஷேக்ஸ்பியர் ஒரு கொண்டாட்டமான மனநிலையில் இந்த நாடகத்தை எழுதியிருக்க வேண்டும். ஆரம்பம் முதல் இறுதி வரை இசையும், பாடலும், காதலும் மட்டுமே இங்கே நிரம்பி, ததும்பி இருக்கிறது.

ஷேக்ஸ்பியரின் மிகச்சிறந்த நகைச்சுவை நாடகம் என்று 'பன்னிரண்டாவது இரவு' கருதப்படுகிறது. அனேகமாக ஷேக்ஸ்பியரின் நாடகங்களில் அதிக முறை மேடையேற்றப் பட்டதும், திரைப்படமாக எடுக்கப்பட்டதும் இதுவாகவே இருக்க வேண்டும்.

பண்டைய ரோமானிய அரசில் கொண்டாடப்பட்ட பெரும் விழாக்களில் ஒன்று 'சட்டர்னாலியா' என்ற விழாவாகும். இந்த விழா நாளன்று மட்டும் நகரில் இருக்கும் அடிமைகளும் வேலையாட்களும் அவர்களது முதலாளிகளாகவும், அவர்களின் முதலாளிகள் அடிமைகளாகவும் வேலையாட்களாகவும் மாறி விடுவார்கள். சமூகப்படிநிலை தலைகீழாக மாறிவிடும். ரோமானியக் காலத்திற்குப் பின்னான நாட்களில் இந்தக் கொண்டாட்டம் கிறிஸ்துமஸ் பண்டிகை முடிந்த பன்னிரண்டாம் நாள் இரவில் 'எபிப்பணி' பண்டிகை என்ற பெயரில் கிறிஸ்துவப் பண்டிகையாகக் கொண்டாடப்பட்டு வருகிறது.

நமது கதை எழுதப்பட்ட பதினாறாம் நூற்றாண்டில், இங்கிலாந்தில் கிறிஸ்துமஸ் நாட்களில் ஒவ்வொரு பிரபுவின் வீட்டிலும் நகரங்களிலும் கொடுங்கோலப் பிரபு ஒருவர் நியமிக்கப்படுவார். வீட்டின்/நகரின் கேளிக்கைகளுக்கு அவரே பொறுப்பாக இருப்பார். அது மட்டுமல்லாமல் பல்வேறு வேடிக்கை நிகழ்வுகளையும் - மாறுவேடம் புனைவது, சீட்டாட்டம், வேடிக்கை நாடகங்கள், பாடல்கள் என்று பலவற்றையும் நடத்துவார். 'அனுமதிக்கப்பட்ட ஒழுங்கின்மை' என்று இதை எடுத்துக் கொள்ளலாம். இந்த நாட்களில் சமூகப் படிநிலை மட்டுமல்லாமல், ஆண்- பெண் என்ற வேறுபாடுகளும் கூட நேர்மாறாக மாறலாம். அத்தகைய நாட்களிலேயே நமது நாடகமும் நடப்பதாக எழுதப்பட்டிருக்கிறது.

மேலும் நாடகத்தை அலசுவதற்கு முன் அதன் சுருக்கத்தைப் பார்த்துவிடலாம்.

அங்கம் 1 - காட்சி 1,2

இலிரியா தேசம். ஆர்சினோ பிரபு அவரது சபையைச் சேர்ந்த பிரபுக்களுடன் நுழைகிறார். ஆர்சினோ பிரபு, ஒலிவியா என்ற பெண்ணின் மீது காதலோடு இருக்கிறார். அதை எண்ணியே தன்னுடைய நேரத்தைச் செலவழித்துக் கொண்டிருக்கிறார். வேட்டையாடச் செல்வதில்லை. அதற்குப் பதிலாகத் தான் ஒலிவியாவை நினைத்துக் கொண்டிருக்கும் நேரத்தில், இசை கலைஞர்களைத் தன்னருகே இசைக்கச் சொல்லுவார். ஆனால் ஒலிவியா அவரை விரும்பவில்லை என்பதையும், அவரது கடிதங்களையும்கூட அவள் வாசிப்பதில்லை என்றும் அவரது வேலையாள் வாலெண்டின் சொல்கிறான்.

ஒலிவியாவின் சகோதரன் சமீபத்தில் இறந்திருக்கிறான் என்பதையும், அதன் காரணமாக அவள் கறுப்பு உடை அணிந்து, தனது முகத்தை மறைத்துக் கொண்டிருக்கிறாள் என்றும்கூட வாலெண்டின் சொல்கிறான். மேலும் ஏழு வருடங்கள் அவள் வேறெவரையும் பார்க்கப் போவதில்லை என்று சொல்வதாகவும் கூடச் சொல்கிறான். எனவே அவள் அதுவரை யாரையும் மணம் செய்யப் போவதில்லை என்றும் தெரிவிக்கிறான். ஆனால் ஆர்சினோ எதையும் கேட்கத் தயாராக இல்லை. அவன் சொல்வதை எல்லாம் மறுத்துவிட்டு, பூக்களின் படுக்கையில் படுத்துக்கொண்டு, அருமையான இசையைக் கேட்டுக்கொண்டு, ஒலிவியாவை

நினைத்துக் கொண்டு இருப்பதையே தான் விரும்புவதாகத் தெரிவிக்கிறான்.

இலிரிய கடற்கரை. தன்னைக் கடலிலிருந்து காப்பாற்றிய கப்பலின் கேப்டனிடம் வயோலா என்ற பெண் பேசிக் கொண்டிருக்கிறாள். அவளும் ஒரு பிரபுவின் குடும்பத்தைச் சேர்ந்தவள். அவளும், அவளது இரட்டைச் சகோதரன் செபாஸ்டியன் என்பவனும் வந்த கப்பல் புயலில் சிக்கி மூழ்கியது. அதிலிருந்து அவள் மட்டுமே காப்பாற்றப்பட்டாள். எனவே கவலையுடன் அவள் தனது சகோதரன் பற்றி விசாரித்துக் கொண்டிருக்கிறாள்.

கப்பலின் கேப்டனும் செபாஸ்டியன் உயிருடன் இருக்கலாம் என்று தெரிவிக்கிறார். மூழ்கிய கப்பலின் உடைந்த கொடிக்கம்பத்தைப் பிடித்துக் கொண்டு அவன் மிதந்து சென்றதை தான் கண்டதாகக் கேப்டன் தெரிவிக்கிறார். ஆனால் அதை மட்டுமே நம்பி, தான் நம்பிக்கை கொள்வது சரியாக இருக்குமா என்று வயோலா கலங்குகிறாள். அதே நேரத்தில், தனக்குத் தெரியாத அந்தத் தேசத்தில் வாழ வேண்டியிருக்கும் அந்தச் சிலகாலமும் தான் எதாவது வேலை செய்ய வேண்டியிருக்கும் என்றும் சிந்தித்துக் கொண்டிருக்கிறாள்.

இலிரியா தேசத்தை ஆண்டுக் கொண்டிருக்கும் ஆர்சினோ பிரபுவைப் பற்றிக் கப்பலின் கேப்டன் சொல்கிறான். தானும் அந்தப் பிரபுவைப் பற்றிக் கேள்விப்பட்டிருப்பதாகவும், அவர் பிரம்மச்சாரியாக இருந்ததாகவும் வயோலா சொல்கிறாள். ஆர்சினோ இன்னமும் பிரம்மச்சாரியாகத்தான் இருப்பதாகச் சொல்லும் கேப்டன், ஒலிவியாவைப் பற்றியும் அவளுக்குச் சொல்கிறார். மீண்டும் ஒரு முறை ஒலிவியாவின் சகோதரனின் மரணம் பற்றியும், ஒலிவியா மேற்கொண்டிருக்கும் விரதம் பற்றியும் கேட்கிறோம். எப்படியாவது ஒலிவியாவிடம் வேலைக்குச் சேர்ந்து, அவளுடன் யாரையும் பார்க்காமல் மறைவாக இருக்கலாம் என்று சொல்கிறாள் வயோலா.

ஆனால் ஒலிவியா யாரையும் பார்க்க விரும்புவதில்லை என்று கேப்டன் சொல்கிறார். அப்படியென்றால் ஓர் இளைஞனைப்போல வேடமிட்டுக் கொண்டு, ஆர்சினோ பிரபுவிடம் வேலைக்குச் செல்ல வயோலா முடிவு செய்கிறாள். மாறுவேடமிடத் தேவையான உடைகளைப் பெற்றுக் கொடுத்தால் தான் பணம் தருவதாகக் கேப்டனிடம் தெரிவிக்கிறாள். அவளுக்கு மாறுவேடமிட உடைகளைப் பெற்றுக்கொள்ள இருவரும் செல்கிறார்கள்.

அங்கம் 1 - காட்சி 3,4

ஒலிவியாவின் வீடு. அங்கே அவளது மாமா சர் டோபி பெலச்சை சந்திக்கிறோம். அவருடன் ஒலிவியாவின் பணிப்பெண் மரியாவும் அங்கிருக்கிறாள். சர் டோபி, ஒலிவியாவின் வீட்டில் வசிப்பவர். எப்போதும் மகிழ்ச்சியாகவும் குடியினால் ஏற்பட்டத் தள்ளாட்டத்தினாலும் ஆடிக் கொண்டே இருப்பவர். அவர் குடிப்பதை ஒலிவியா விரும்பவில்லை என்று மரியா சொல்கிறாள். ஆனால் சர் டோபி அதைக் காதில் வாங்கிக் கொள்ளவில்லை. அவரைப் போலவே இருக்கும் சர் ஆண்ட்ரு என்ற இன்னொரு குடிகாரனையும் ஒலிவியாவைக் காதலிக்க வேண்டி அழைத்து வந்திருப்பது பற்றிக் கேட்கிறாள். சர் ஆண்ட்ரு ஒலிவியாவிற்கு மிகவும் பொருத்தமானவர் என்றும், அவர் ஒரு செல்வந்தர், இசை, மொழிகள் எல்லாம் அறிந்தவர் என்றும் தெரிவிக்கிறார். ஆனால் சர் ஆண்ட்ரு ஒரு குடிகார முட்டாள் என்று மரியா சொல்லிவிடுகிறாள்.

அங்கே சர் ஆண்ட்ரு வருகிறார். தன்னுடைய பெயரைச் சரியாகச் சொல்ல முடியாமல் முட்டாளைப்போல அவர் மரியாவிடம் உளறுகிறார். மரியா அங்கிருந்து கிளம்பியவுடன் சர் ஆண்ட்ருவும் சர் டோபியும் பழைய நண்பர்களைப்போலப் பேசிக் கொண்டிருக் கிறார்கள். தன்னை ஒலிவியா விரும்பாததால் தான் மறுநாள் காலையே சென்றுவிடப் போவதாகச் சர் ஆண்ட்ரு தெரிவிக்கிறார். ஆனால் ஒலிவியா, ஆர்சினோ பிரபுவை மணக்க மாட்டாள் என்றும், சர் ஆண்ட்ருவின் திறமையான பேச்சும் நடனத்திறமையும் அவளைக் கவர்ந்துவிடும் என்றும் சொல்லி, சர் டோபி அவரைத் தங்க வைக்கிறார்.

அதேநேரத்தில், ஆர்சினோ பிரபுவின் மாளிகையில் ஆண்வேடத்தில் இருக்கும் வயோலா, பிரபுவின் வேலையாளாகச் சேர்ந்துவிட்டாள். சீசரியோ என்ற புதுப் பெயரையும் தனக்கு இட்டுக்கொண்டாள். வேலைக்குச் சேர்ந்த மூன்று நாட்களிலேயே அவள் ஆர்சினோ பிரபுவின் விருப்பமான வேலையாளாக மாறி விடுகிறாள். அதுவும் ஒலிவியாவிற்குத் தன்னுடைய காதல் கடிதத்தை எடுத்துச் செல்லும் முக்கியமான பணியை அவளிடம் ஒப்படைக்கும் அளவிற்கு ஆர்சினோ பிரபு அவளை நம்புகிறார்.

ஆனால், இதுவரை அவரது காதல் கடிதங்களை மறுத்து வரும் ஒலிவியா, இப்போது திடீரென்று அவற்றை ஏற்றுக் கொள்ளப்போவதில்லை என்று வயோலா சொல்கிறாள். ஆனால் சீசரியோ மிகவும் அழகாக இருப்பதாக அவனை(ளை) வர்ணிக்கும்

ஆர்சினோ பிரபு, அவளது இதழ்களும், மற்ற அழகும் அவளை ஒரு பெண்ணைப்போல இருப்பதாகத் தெரிவிக்கிறார். எனவே ஒலிவியா அவளைக் கட்டாயம் பார்க்கச் சம்மதிப்பாள் என்றும், அவளிடம் தன்னுடைய காதல் துயரத்தை எடுத்துச் சொல்ல வேண்டும் என்றும், தன்னைப் போலவே நடித்துக் காட்டி அவளது மனதைத் தொட வேண்டும் என்றும் கூடச் சொல்கிறார்.

இன்னமும் சிறிது நேர உரையாடலுக்குப் பின்னர் சீசரியோ ஒலிவியாவிற்குக் கடிதத்தை எடுத்துச் செல்ல ஒப்புக் கொள்கிறாள். அவளது தயக்கத்திற்கான காரணத்தை ஆர்சனியோ பிரபு வெளியேறியவுடன் தெரிவிக்கிறாள். அவளும் ஆர்சனியோ பிரபுவின் மீது காதல் கொண்டு அவரது மனைவியாக விரும்புவதாலேயே தான் தயங்கியதாகத் தெரிவிக்கிறாள்.

அங்கம் 1 - காட்சி 5

ஒலிவியாவின் வீட்டில் மரியா, பெஸ்டேவுடன் பேசிக் கொண்டிருக்கிறாள். பெஸ்டே ஒலிவியாவின் வீட்டில் இருக்கும் கோமாளி. அவன் சிறிது நாட்களாக எங்குச் சென்றிருந்தான் என்று எவருக்கும் தெரியாது. அதையே மரியா விசாரித்துக் கொண்டிருந்தாள். அவன் ஒலிவியாவின் ஒப்புதல் இல்லாமல் சென்றிருந்ததால் அவனை வேலையில் இருந்து ஒலிவியா நீக்கிவிடுவாள் என்றும் தெரிவிக்கிறாள். ஆனாலும் பெஸ்டே தான் சென்ற இடத்தைத் தெரிவிக்கத் தயாராகயில்லை.

ஒலிவியா தன்னுடைய தலைமைப் பணியாள் மல்வலியோவுடன் அங்கு வருகிறாள். எதிர்பார்த்தது போலவே, பெஸ்டேவை உடனடியாக வீட்டை விட்டு அனுப்பும்படியாக உத்தரவிடுகிறாள். ஆனால் பெஸ்டே வேடிக்கையாகப் பேசி அவளது முடிவை மாற்றிக் கொள்ளச் செய்கிறான். கறுப்பு உடையில் இருக்கும் ஒலிவியாவைப் பார்த்து அவள் எதற்காகத் துக்கத்தில் இருக்கிறாள் என்று பெஸ்டே கேட்கிறான். தன்னுடைய சகோதரன் இறந்துவிட்டதை அவள் தெரிவிக்கிறாள். அப்படியென்றால், அவளது சகோதரன் நரகத்தில் இருக்கிறானா என்று பெஸ்டே கேட்கிறான். அவன் கட்டாயம் சொர்க்கத்தில் இருப்பான் என்று ஒலிவியா தெரிவிக்கிறாள்.

சொர்க்கத்தில் இருப்பவன் குறித்து எதற்காகத் துக்கப்படவேண்டும் என்று பெஸ்டே கேட்கிறான். ஒலிவியாவும் அதை ஒப்புக் கொள்கிறாள். வீட்டில் எந்த வேலையும் பார்க்காமல் வெறுமனே அனைவரையும் துடுக்குத்தனமாகப் பேசிக் கொண்டிருக்கும்

பெஸ்டேவை வேலையிலிருந்து அனுப்ப வேண்டும் என்று மல்வலியோ கூறுகிறான். ஆனால் ஒலிவியா அதை மறுத்து விடுகிறாள்.

ஒலிவியாவிற்குச் செய்தி எடுத்துக் கொண்டு ஓர் இளைஞன் வாசலில் இருப்பதாக மரியா தெரிவிக்கிறாள். (சீசரியோ என்ற பெயரில் ஆண் வேடமிட்டிருக்கும் வயோலாதான் அது!) அவனுடன் சர் டோபி பேசிக் கொண்டிருப்பதாகவும் சொல்கிறாள். அவனிடம் இருந்து கடிதத்தைப் பெற்றுக்கொண்டு வருமாறு மல்வலியோவை ஒலிவியா அனுப்புகிறாள். அப்போது அங்கே சர் டோபி குடித்துவிட்டு வருகிறார். காலையிலேயே குடித்துவிட்டு இருப்பதற்காக ஒலிவியா அவரைக் கடிந்து கொள்கிறாள்.

திரும்ப வரும் மல்வலியோ, அந்த இளைஞன் ஒலிவியாவை நேரில் பார்த்துக் கடிதத்தைக் கொடுக்க வேண்டும் என்று பிடிவாதமாக இருப்பதாகத் தெரிவிக்கிறான். ஒலிவியாவின் ஆர்வம் தூண்டப் படுகிறது. அந்த இளைஞன் எப்படி இருக்கிறான் என்று கேட்கிறாள். இளமையுடனும் அழகாகவும் இருப்பதாக மல்வலியோ தெரிவிக்கிறான். அவனைச் சந்திக்க ஒலிவியா சம்மதிக்கிறாள்.

அங்கம் 2 - காட்சி 1,2

இலிரிய கடற்கரையில் ஒரு பகுதி. அங்கே ஒரு வீட்டில் இரண்டு புதிய நபர்களை நாம் பார்க்கிறோம். ஒருவனின் பெயர் ஆண்டனியோ. அவனது வீட்டில்தான் இன்னொருவன் தங்கியிருக்கிறான். மற்றொருவனின் பெயர் செபாஸ்டியன். அவன்தான் கடலில் மூழ்கிவிட்டதாக வயோலா எண்ணிக் கொண்டிருக்கும் அவளது இரட்டைச் சகோதரன்.

மூழ்கிய கப்பலிலிருந்து கரையில் ஒதுங்கிய செபாஸ்டியனைக் காப்பாற்றி, ஆண்டனியோ தன்னுடைய வீட்டில் வைத்துப் பராமரித்து வந்தான். முதலில் அவன் ஆண்டனியோவிடம் தான் யார் என்பதை மறைந்திருந்தாலும், இப்போது அவனிடம் உண்மையைச் சொல்கிறான். முழுவதுமாகத் தேறிவிட்ட செபாஸ்டியன், தன்னுடைய சகோதரி வயோலா கடலில் மூழ்கி விட்டதாக எண்ணி வருந்திக் கொண்டிருக்கிறான். அவர்களது தந்தையும் முன்பே இறந்துவிட்டதால் தனக்குக் குடும்பம் என்று ஒன்றே இல்லாமல் போய்விட்டது என்றும் வருந்துகிறான். தனக்கு எதிர்காலம் என்று ஒன்று இருப்பதாகத் தெரியவில்லை என்பதால், இலக்கில்லாமல் உலகைச் சுற்றப்போவதாகத் தெரிவிக்கிறான்.

ஆண்டனியோ தானும் வருவதாகத் தெரிவித்ததும் அதைச் செபாஸ்டியன் மறுத்துவிடுகிறான்.

தான் ஆர்சினோ பிரபுவின் சபைக்குச் செல்லவிருப்பதாகச் செபாஸ்டியன் தெரிவிக்கிறான். ஆண்டனியோவிற்குச் சபையில் பல எதிரிகள் இருந்ததால் செபாஸ்டியனுடன் செல்லத் தயங்குகிறான். செபாஸ்டியன் சென்ற பின் தன்னுடைய நண்பனைத் தனியே அனுப்ப மனமில்லாமல் அவனும் கிளம்பிச் செல்கிறான்.

ஒலிவியாவின் வீட்டின் வெளிப்புறம். சீசரியோவாக வேடமிட்டிருக்கும் வயோலா, ஒலிவியாவைப் பார்த்துவிட்டுக் கிளம்பிக் கொண்டிருக்கிறாள். அவளை மல்வலியோ தடுத்து நிறுத்துகிறான். ஒலிவியா அவனிடம் ஒரு மோதிரத்தைக் கொடுத்தனுப்பி இருக்கிறாள். அதை அவன்(ள்) அங்கேயே மறந்து விட்டுவிட்டு வந்ததாக மல்வலியோ தெரிவிக்கிறான். ஆனால் வயோலா அங்கே எந்த மோதிரத்தையும் விட்டுவிட்டு வரவில்லை. ஒலிவியா தனக்குப் பரிசாகவே அதை அனுப்பி இருக்க வேண்டும் என்று வயோலா யூகிக்கிறாள். எனவே ஒலிவியா மோதிரத்தைப் பெற்றுக் கொண்டு விட்டதால் தன்னால் அதைத் திரும்பப் பெறமுடியாது என்று மல்வலியோவிடம் தெரிவித்து விடுகிறாள்.

மல்வலியோ மோதிரத்தைக் கீழே எறிந்துவிட்டு, அங்கிருந்து வெளியேறுகிறான். அதை எடுத்துக் கொள்ளும் வயோலா, தனக்கு எதற்காக ஒலிவியா பரிசு தரவேண்டும் என்று யோசிக்கிறாள். சீசரியோ மீது ஒலிவியா காதல் கொண்டிருக்க வேண்டும் என்று சரியாகக் கணிக்கிறாள். இன்னொரு பெண்ணின் மீது அவள் காதல் கொண்டிருப்பதன் வேடிக்கையை எண்ணி அவள் சிரிக்கிறாள். 'பாவம் அவள், இதற்கு ஒரு கனவைக் காதலித்திருக்கலாம்.' என்று பேசுகிறாள். தன்னை ஒலிவியா காதலிப்பதையும், தான் ஆர்சினோ பிரபுவைக் காதலிப்பதையும், ஆர்சினோ பிரபு ஒலிவியாவை காதலிப்பதையும் நினைத்துக் குழம்புகிறாள். காலம்தான் இந்தக் குழப்பத்தைத் தீர்த்து வைக்க வேண்டும் என்றும் சொல்கிறாள்.

அங்கம் 2 - காட்சி 3,4

சர் டோபியும், சர் ஆண்ட்ருவும் இரவில் ஒலிவியாவின் வீட்டில் குடித்துக் கொண்டிருக்கிறார்கள். பெஸ்டே வருகிறான். அவனைப் பாடச் சொல்கிறார்கள். அவனும் பாடிக் கொண்டிருக்கிறான். அப்போது அங்கே மரியா வருகிறாள். இரவு நேரத்தில் சத்தம் எழுப்பாமல் இருக்கச் சொல்கிறாள். இல்லையென்றால், ஒலிவியா

அவர்களைத் துரத்திவிடுவாள் என்றும் சொல்கிறாள். ஆனால் அவர்கள் அதைக் கேட்கவில்லை.

மல்வலியோ அங்கே வருகிறான். எல்லா நேரங்களிலும் குடித்துவிட்டுச் சத்தம் போட்டுக் கொண்டிருப்பதாக இருவரையும் கோபமாகப் பேசுகிறான். சர் டோபி, ஒலிவியாவின் மாமாவாக இருப்பதாலேயே அவரைச் சகித்துக் கொண்டு இருப்பதாகவும், இல்லையென்றால் எப்போதோ அவனை வெளியே துரத்தி விட்டிருப்பாள் என்றும் சொல்கிறான். ஆனால் சர் டோபியும், சர் ஆண்ட்ருவும் அவனைக் கேலி செய்கிறார்கள். தான் ஒலிவியாவிடம் சொல்லப் போவதாகச் சொல்லிவிட்டு மல்வலியோ வெளியே செல்கிறான்.

மல்வலியோவுடன் சண்டையிடப் போவதாகச் சர் ஆண்ட்ரு சொல்கிறார். ஆனால் மரியா இன்னொரு திட்டம் வகுக்கிறாள். தன்னுடைய கையெழுத்தும், ஒலிவியாவின் கையெழுத்தும் ஒன்றுபோல இருப்பதால், ஒலிவியா மல்வலியோவைக் காதலிப்பதுபோலக் கடிதங்களை எழுதி, அதை மல்வலியோ கண்களில் படும் இடங்களில் வைக்கப் போவதாகத் தெரிவிக்கிறாள். அனைவரும் அவளது புத்திசாலித்தனத்தைப் பாராட்டுகிறார்கள். மறுநாள் காலையே தன்னுடைய திட்டத்தை ஆரம்பிக்கப் போவதாகச் சொல்லிவிட்டுச் செல்கிறாள். தூங்கும் நேரம் தாண்டிவிட்டதால் இன்னமும் மதுவை குடிக்கலாம் என்று மற்ற இருவரும் குடிக்கச் செல்கிறார்கள்.

மறுநாள், ஆர்சினோ பிரபுவின் வீடு. சீசரியோவாக வேடமிட்டு இருக்கும் வயோலாவிடம் ஆர்சினோ பேசிக் கொண்டிருக்கிறார். அப்போது அவர் சீசரியோவிடம் யார் மீதோ காதல் கொண்டிருக்கிறாயா என்று கேட்கிறாள். சீசரியோவும் (வயோலா) அதை ஒப்புக் கொள்கிறான்(ள்). ஆர்சினோ யார் அந்தப் பெண் என்று விசாரிக்கிறார். அதற்கு சீசரியோ அந்தப் பெண் உங்களைப் போலவே இருப்பாள் என்று மறைமுகமாகத் தெரிவிக்கிறான். அதைப் புரிந்து கொள்ளாத ஆர்சினோ பிரபு, இளம் பெண்ணாக ஒருத்தியைக் காதலிக்குமாறு அறிவுரை சொல்கிறார்.

அதே நேரத்தில் அங்கே பெஸ்டே வருகிறான். ஒலிவியா, ஆர்சினோ பிரபு ஆகிய இருவரின் வீட்டிற்கும் பெஸ்டே வந்து செல்வான் என்று நமக்குத் தெரிகிறது. அவர்களுக்காக மிகவும் சோகமான காதல் பாடல் ஒன்றைப் பாடுகிறான். பாடல் முடிந்தவுடன் ஆர்சினோ பிரபு தன்னுடைய காதலை மீண்டும்

ஒலிவியாவுடன் தெரிவிக்குமாறு சீசரியோவைச் செல்லக் கேட்டுக் கொள்கிறார்.

ஆனால் சீசரியோவோ ஒலிவியா அவரது காதலைப் பல முறை மறுத்துவிட்டதால் மீண்டும் அங்குச் செல்வதில் அர்த்தமில்லை என்று சொல்கிறான்(ள்). ஆர்சினோ காதலிக்காத பெண் ஒருத்தி அவளது காதலைத் திரும்பத் திரும்பச் சொல்வதில் எப்படி அர்த்தமில்லையோ அது போலவே இதுவும் என்கிறாள். ஆனால் தன்னைப்போல எந்தப் பெண்ணாலும் காதலிக்க முடியாது என்று ஆர்சினோ தெரிவிக்கிறார். பதிலுக்குச் சீசரியோ (வயோலா) காதலுக்காக உயிரை விட்ட பெண் ஒருத்தியைத் தனக்குத் தெரியும் என்றும், அவள் தன்னுடைய தந்தையின் மகள் என்றும் சொல்கிறாள். அது சீசரியோவின் சகோதரி என்று எண்ணும் ஆர்சினோ, அவள் உண்மையிலேயே இறந்துவிட்டாளா என்று கேட்கிறார். சீசரியோ (வயோலா) குழப்பமாகப் பதில் சொல்கிறாள். அவளிடம் ஒரு நகையைக் கொடுத்து அதை ஒலிவியாவிடன் தன்னுடைய பரிசாகக் கொடுக்கச் சொல்கிறார்.

அங்கம் 2 - காட்சி 5

ஒலிவியா வீட்டின் தோட்டம். சர் டோபி, சர் ஆண்ட்ரு, மரியா மூவரும் பேசிக் கொண்டிருக்கிறார்கள். மல்வலியோவை ஏமாற்று வதற்காக மரியா, ஒலிவியா எழுதியதுபோல ஒரு காதல் கடிதம் எழுதியிருக்கிறாள். மல்வலியோ தோட்டத்தை நோக்கி வரும் போது அவன் வரும் பாதையில் அந்தக் கடிதத்தைக் கீழே போட்டுவிட முடிவு செய்கிறார்கள். அப்படியே செய்துவிட்டு, அங்கிருந்து வெளியேறுகிறாள். மற்றவர்கள் மரங்களுக்குப் பின்னர் ஒளிந்துகொள்கிறார்கள்.

மல்வலியோ தனக்குத் தானே பேசிக் கொண்டு அந்த வழியே வருகிறான். ஏற்கெனவே அவன் ஒலிவியா தன் மீது காதலுடன் இருப்பதாக நினைத்துக் கொண்டிருக்கிறான். ஒலிவியாவின் கணவனாக ஆகிவிட்டால் தனக்குக் கிடைக்கப் போகும் அதிகாரம் குறித்துக் கனவு கண்டு கொண்டே வருகிறான். வழியில் கிடக்கும் கடிதத்தைக் காண்கிறான். ஒலிவியாவின் முத்திரையால் மூடப்பட்டிருக்கும் அந்தக் கடிதத்தின் மேலே 'என் மர்மமான காதலனுக்கு' என்று எழுதப்பட்டிருக்கிறது. உண்மையாகவே ஒலிவியா எழுதியதைப்போலவே இருக்க வேண்டும் என்பதற்காக மரியா அவ்வாறு செய்திருக்கிறாள். மல்வலியோ அதைச் சத்தமாக வாசிக்கிறான்.

கடிதத்தில் விடுகதைபோலத் தான் ஒருவனைக் காதலிப்பதாகவும், அவன் பெயரைக் குறிப்பாகச் சொல்வதாகவும் எழுதப் பட்டிருக்கிறது. தன்னுடைய காதலனைத் தவிர வேறு எவராலும் அதைப் புரிந்துகொள்ள முடியாது என்றும் எழுதப்பட்டிருக்கிறது. எதிர்பார்த்ததுபோலவே மல்வலியோ அந்தக் குறிப்புகள் தன்னையே குறிப்பதாக நினைத்துக் கொள்கிறான். ஒலிவியா தன்னைக் காதலிப்பதாக எண்ணும் மல்வலியோ மேலும் வாசிக்கிறான்.

தன்னுடைய காதலன் குறிப்புகளைப் புரிந்துகொண்டால், அவன் மஞ்சள் கால் சராயைப் பின்புறமாகத் திருப்பி அணிந்துகொண்டு, சர் டோபி மீது கோபமாகப் பேசிக் கொண்டும், வேலையாட்களின் மீது கோபப்பட்டுக் கொண்டும், எப்போதும் சிரித்துக் கொண்டும் இருக்க வேண்டும் என்றும் எழுதப்பட்டிருக்கிறது. அப்படியே செய்து ஒலிவியாவின் காதலை உறுதி செய்யப்போவதாகச் சொல்லிக் கொண்டு மல்வலியோ செல்கிறான்.

மல்வலியோ சென்றவுடன், சர் டோபி இந்த ஒரு வேடிக்கையான திட்டத்திற்காகவே தான் மரியாவைத் திருமணம் செய்யத் தயாராக இருப்பதாகச் சொல்கிறார். மரியாவும் அங்கே வந்து சேர்கிறாள். அடுத்து மல்வலியோ செய்யப் போகும் வேடிக்கையை எண்ணிச் சிரிக்கிறார்கள். ஒலிவியாவிற்கு மஞ்சள் நிறம் பிடிக்காது என்பதால் அவள் மல்வலியோவை என்ன செய்வாள் என்றும் பேசிக் கொள்கிறார்கள். வேடிக்கை பார்க்கலாம் என்று உள்ளே செல்கிறார்கள்.

அங்கம் - 3 - காட்சி 1,2,3

இன்னுமொரு கடிதத்தை எடுத்துக்கொண்டு வயோலா (சீசரியோ வேடத்தில்) ஒலிவியாவின் வீட்டிற்கு மீண்டும் வந்திருக்கிறாள். வீட்டிற்கு வெளியே அவள் பெஸ்டேவைச் சந்திக்கிறாள். இருவரும் சிறிது நேரம் வேடிக்கையாகப் பேசிக்கொண்டு இருக்கிறார்கள். தான் வந்திருப்பதை அறிவிக்கும்படியாக அவனிடம் சொல்லி உள்ளே அனுப்புகிறாள்.

அதேநேரத்தில், சர் டோபியும், சர் ஆண்ட்ருவும் முதல் முறையாகச் சீசரியோ வேடத்தில் இருக்கும் வயோலாவைச் சந்திக்கிறார்கள். இருவரும் குடித்திருப்பதால் முட்டாள்தனமாக நடந்து கொள்கிறார்கள். அவர்கள் அனைவரும் உள்ளே செல்வதற்குள் ஒலிவியா தோட்டத்திற்கு வந்து விடுகிறாள். அனைவரையும் அனுப்பி விட்டுச் சீசரியோவுடன் பேச ஆரம்பிக்கிறாள்.

தனக்கு இனி ஆர்சினோ பிரபுவிடம் இருந்து காதல் கடிதங்களைக் கொண்டு வர வேண்டாம் என்று சீசரியோவிடம் (வயோலா) சொல்கிறாள். தான் அவன் மீது மிகுந்த காதலுடன் இருப்பதாகவும் தெரிவிக்கிறாள். ஆனால் சீசரியோ (வயோலா), தன்னால் எந்தப் பெண்ணையும் காதலிக்க முடியாது என்று மறுத்து விடுகிறாள். அதை எதிர்பார்த்தவள்போல இருந்தாலும், தன்னால் அவன் மீதான காதலை மாற்றிக் கொள்ள முடியாது என்பதையும் ஒலிவியா உணர்கிறாள். ஆனாலும் ஆர்சினோ பிரபுவைக் காதல் செய்யத் தனது மனதை மாற்ற அவன் மீண்டும் வரவேண்டும் என்றும் சொல்கிறாள்.

ஒலிவயாவின் வீட்டிற்குள் சர் ஆண்ட்ரு தான் அங்கிருந்து கிளம்பப் போவதாகத் தெரிவிக்கிறார். ஒலிவியா சீசரியோவுடன் காதல் செய்துகொண்டிருந்ததைத் தான் பார்த்துவிட்டதால் இந்த முடிவிற்கு வந்ததாகத் தெரிவிக்கிறார். ஆனால் அவரது பணத்தைச் செலவழித்துக் கொண்டிருக்கும் சர் டோபி, அவரைத் தடுத்து நிறுத்த முயல்கிறார். சீசரியோவுடன் வாள்சண்டை செய்து அவனைத் தோற்கடிக்க வேண்டும் என்று சர் ஆண்ட்ருவிற்குத் தெரிவிக்கிறார்.

அப்போது வரும் மரியா, மல்வலியோ முட்டாளைபோல நடந்து கொள்வதாகத் தெரிவிக்கிறாள். மஞ்சள் கால் சராயைப் பின்புறமாக அணிந்துகொண்டு சிரித்தபடி பைத்தியம்போலச் சுற்றிக் கொண்டிருப்பதாகச் சொல்கிறாள். தாங்களும் அதைக் காணவேண்டும் என்று இருவரும் கிளம்புகிறார்கள்.

இலிரியா நகர வீதி ஒன்றில் ஆண்டனியோவும் செபாஸ்டியனும் சுற்றிக் கொண்டிருக்கிறார்கள். ஏற்கெனவே முன்பொருமுறை அங்கே ஆண்டனியோவிற்கும், ஆர்சினோ பிரபுவின் ஆட்களுக்கும் சண்டை நிகழ்ந்திருந்ததால் அவர்கள் தன்னை அடையாளம் கண்டு கொண்டால் மீண்டும் பிரச்னை ஆரம்பிக்கும் என்று ஆண்டனியோ எச்சரிக்கையாக இருக்கிறான்.

ஆனாலும் செபாஸ்டியனின் நட்பிற்காகவே அவன் அங்கே ஆபத்தையும் பொருட்படுத்தாமல் வந்திருக்கிறான். பயணத்தினால் களைப்படைந்து இருப்பதால் தங்குவதற்கு இடம் பார்க்கப் போவதாகச் சொல்கிறான். ஆனால் செபாஸ்டியன் தான் இன்னமும் சிறிது நேரம் ஊரைச் சுற்றிப் பார்க்கப் போவதாகத் தெரிவிக்க, அவனுக்குச் சிறிது பணம் கொடுத்து அனுப்பி வைக்கிறான். இருவரும் தனித்தனியே செல்கிறார்கள்.

அங்கம் 3 - காட்சி 4

ஒலிவியா தன்னை வந்து சந்திக்கும்படியாகச் சீசரியோவிற்கு (வயோலா) செய்தி அனுப்புகிறாள். அவனை(ளை) எப்படியாவது தன்னைக் காதலிக்கச் செய்ய வேண்டும் என்று எண்ணுகிறாள். ஆனால் அவன் ஏற்கெனவே அவளை மறுத்துவிட்டது நினைவிற்கு வந்து மனக் கலக்கத்துடன் இருக்கிறாள்.

தன்னுடைய வருத்தத்தைச் சிறிது போக்கிக்கொள்ள வேண்டி மல்வலியோவை வரச் சொல்கிறாள். ஆனால் மல்வலியோவின் நடவடிக்கைகள் வினோதமாக இருக்கிறது. மஞ்சள் நிறக் கால் சராயைப் பின்பக்கமாக அணிந்துகொண்டு, பைத்தியம் போல சிரித்தபடி இருக்கிறான். அதேநேரத்தில் சம்பந்தமில்லாமல் பேசிக் கொண்டிருக்கிறான். தனக்கு ஒலிவியா எழுதியாக அவன் நினைத்துக் கொண்டிருக்கும் கடிதத்தின் வரிகளைப் பேசிக் கொண்டிருக்கிறான். ஆனால் ஒலிவியா, அவனுக்குச் சித்தம் கலங்கிவிட்டது என்று நினைக்க ஆரம்பிக்கிறாள். அப்போது சீசரியோ வந்துவிட்டதாகத் தெரிந்தவுடன், அவனைப் பார்த்துக் கொள்ளும்படியாக மரியா, சர் டோபி, சர் ஆண்ட்ரு ஆகியோரிடம் தெரிவித்துவிட்டுச் செல்கிறாள்.

மல்வலியோ அவர்களிடமும் மோசமாக நடந்துகொள்ள, அவனுக்குப் பைத்தியம் என்று ஏற்கெனவே ஒலிவியா முடிவு செய்துவிட்டதால் அவனை ஓர் இருட்டறையில் பூட்டிவிடச் சர் டோபி முடிவு செய்கிறார்.

சீசரியோவை (வயோலா) வாள் சண்டைக்கு அழைக்கும் கடிதத்துடன் சர் ஆண்ட்ரு வருகிறார். ஆனால் அந்தக் கடிதத்திற்குப் பதிலாக இருவரிடமும் மாறி மாறி மற்றவரின் வீரத்தைப் பேசி, பயமுறுத்திச் சண்டையிட வைத்தால் வேடிக்கையாக இருக்கும் என்று சர் டோபி முடிவு செய்கிறார்.

சீசரியோ (வயோலா) ஒலிவியாவுடன் வீட்டை விட்டு வெளியே வருகிறான்(ள்). தன்னுடைய ஓவியம் பதித்த கழுத்துச் சங்கிலியை அவன் பரிசாகப் பெற்றுக் கொள்ளவேண்டும் என்று ஒலிவியா தருகிறாள். மறுநாள் தன்னை வந்து சந்திக்குமாறும் சொல்கிறாள். ஒலிவியா சென்றவுடன் அங்கே வரும் சர் டோபி, மாவீரனான சர் ஆண்ட்ரு அவனைச் சண்டைக்கு அழைப்பதாகத் தெரிவிக்கிறார்.

ஆனால் சீசரியோ சண்டையிட விரும்பவில்லை. அதேபோலப் பெரும் வீரனான சீசரியோ, சர் ஆண்ட்ருவின் ரத்தம் பார்க்க

விரும்புவதாக அவரிடம் தெரிவிக்கிறார். இருவருமே சண்டையிட விரும்பவில்லை. ஆனாலும் தயக்கத்துடன் தங்களது வாட்களை வெளியே எடுக்கிறார்கள்.

திடீரென்று அங்கே ஆண்டனியோ வருகிறான். ஆண் வேடத்தில் இருக்கும் வயோலாவை செபாஸ்டியன் என்று நினைத்துக் கொள்ளும் அவன், செபாஸ்டியனிற்கு ஆபத்து என்று தன்னுடைய வாளையும் உருவுகிறான். அப்போது அங்கே வரும் ஆர்சினோ பிரபுவின் ஆட்கள், ஆண்டனியோவைக் கண்டவுடன் கைது செய்கிறார்கள். சீசரியோவை செபாஸ்டியன் என்று நினைக்கும் ஆண்டனியோ, தன்னுடைய பணத்தைப் பிணைத்தொகையாகக் கொடுத்துத் தன்னைக் காப்பாற்றும்படியாகக் கேட்கிறான்.

ஆனால் சீசரியோவிற்கு (வயோலா) அவனை யாரென்றே தெரியவில்லை. செபாஸ்டியன் தனக்குத் துரோகம் செய்வதாக நினைக்கும் ஆண்டனியோ, சீசரியோவைக் கோபமாகப் பேசிக்கொண்டே செல்கிறான். அவனை அழைத்துச் செல்லும் அதிகாரிகள், அவனுக்குப் பைத்தியம் என்று நினைக்கிறார்கள். ஆனால் ஆண்டனியோவின் பேச்சில் இருந்து செபாஸ்டியன் அருகில்தான் இருக்கவேண்டும் என்று உணரும் வயோலா(சீசரியோ) உடனடியாக அவனைத் தேடிச் செல்கிறாள்.

இதை எல்லாம் பார்த்துக் கொண்டிருக்கும் சர் டோபியும், சர் ஆண்ட்ருவும் குழப்பமடைகிறார்கள்.

அங்கம் 4 - காட்சி 1,2,3

ஒலிவியாவின் வீடு. மல்வலியோ இருட்டறையில் இருக்கிறான். பெஸ்டே ஒரு பாதிரியைப்போல வேடமிட்டுக் கொண்டு வருகிறான். சர் டோபி அவனை அப்படி வேடமிட்டு மல்வலியோவிடம் பேச அழைத்து வந்திருக்கிறான். தனக்குப் பைத்தியமில்லை என்றும், தன்னை இருட்டறையில் அடைத்து வைத்திருப்பது தவறு என்று மல்வலியோ சொல்கிறான்.

இருட்டாக இருப்பதால் அவனால் பெஸ்டேவைப் பார்க்க முடியவில்லை. இருந்தாலும் தன்னை அறையில் இருந்து வெளியே அனுப்பும்படியாக மல்வலியோ கெஞ்சுகிறான். ஆனால் பெஸ்டே அறை முழுவதும் சன்னல்கள் இருப்பதாகவும், அதனால் வெளிச்சம் நிரம்பி இருப்பதாகவும் சொல்கிறான். மல்வலியோ இன்னமும் குழம்புகிறான். அவனுக்குப் பைத்தியம் என்று மீண்டும்

சொல்லிவிட்டு பாதிரி வேடத்தில் இருக்கும் பெஸ்டே கிளம்புகிறான்.

ஆனாலும் தன்னுடைய வேடிக்கை எல்லையைத் தாண்டிச் செல்வதாகச் சர் டோபி நினைக்கிறார். ஒலிவியாவிற்குத் தெரியவந்தால் அவள் தன்னை வெளியே அனுப்பிவிடலாம் என்றும் தோன்றுகிறது. எனவே மீண்டும் பெஸ்டே சென்று மல்வலியோவைப் பார்க்கிறான். இப்போது பெஸ்டேவும் பாதிரியும் பேசுவதுபோலப் பெஸ்டேவே பேசுகிறான். மீண்டும் மல்வலியோ தனக்குப் பைத்தியமில்லை என்றும், ஒலிவியாவிற்குக் கடிதம் எழுதத் தாளும் மையும் கொடுக்கும்படியாகப் பெஸ்டேவைக் கேட்கிறான். அவனும் அதற்குச் சம்மதிக்கிறான்.

வீட்டின் இன்னொருபுறம் செபாஸ்டியன் மகிழ்ச்சியுடன் அலைந்து கொண்டிருக்கிறாள். அவன் குழம்பியும் இருக்கிறான். தனக்குப் பைத்தியம் பிடிக்கவில்லை என்றாலும், ஒலிவியா போன்ற அழகான, பெரிய குடும்பத்துப் பெண் தனக்குப் பரிசுகள் கொடுப்பதும், தன்னைத் திருமணம் செய்துகொள்ளக் கேட்பதும், அவனுக்குப் புரியவில்லை. தன்னுடைய நண்பன் ஆண்டனியோவிடம் இது குறித்துக் கலந்துகொள்ளலாம் என்று நினைத்தான். ஆனால் அவனைத் தேடித் தங்கும் விடுதிக்குச் சென்றால் அங்கே ஆண்டனியோ இருக்கவில்லை. இப்போது ஒலிவியா பாதிரியுடன் திரும்பி வருகிறாள். தன்னைத் திருமணம் செய்துகொள்வதற்குச் சம்மதமா என்று செபாஸ்டியனிடம் (சீசரியோ என்று நினைத்துக் கொண்டு) கேட்கிறாள். செபாஸ்டியனும் மகிழ்ச்சியுடன் ஒப்புக்கொள்கிறான். அவர்கள் இருவரும் திருமணம் செய்துகொள்ளக் கிளம்புகிறார்கள்.

அங்கம் 5 - காட்சி 1

ஆர்சினோ பிரபு ஒலிவியாவின் வீட்டிற்கு வருகிறார். அவருடன் வயோலாவும் (சீசரியோவாக ஆண் வேடத்தில்), மற்ற அரச அதிகாரிகளும் வந்து கொண்டிருக்கிறார்கள். கைது செய்யப்பட்ட ஆண்டனியோவை அவர்கள் அழைத்து வருகிறார்கள். ஆண்டனியோவுடன் முன்பிருந்த தகராற்றின் காரணமாக, அவனை ஆர்சினோ பிரபு விசாரித்தபோது அவன் கடலில் மூழ்கிய கப்பலிலிருந்து ஒருவனைக் காப்பாற்றியதையும், அவனுக்காகவே தானும் ஆர்சினோ பிரபுவின் நகருக்குள் நுழைய வேண்டி வந்ததையும் தெரிவிக்கிறான். அங்கிருக்கும் சீசரியோவை

செபாஸ்டியன் என்று எண்ணி அவனை வசைபாடவும் செய்கிறான். தன்னுடைய பணத்தைத் திருடிக்கொண்டு தன்னையும் தெரியாது என்று சொல்வதாகச் சொல்கிறான். வயோலாவும் ஆர்சினோ பிரபுவும் குழப்புகிறார்கள்.

அங்கே வரும் ஒலிவியாவும் சீசரியோவை செபாஸ்டியன் என்று நினைத்துப் பேச ஆரம்பிக்கிறாள். அப்போதுதான் முடிந்திருந்த அவர்களது திருமணத்தை நினைவூட்டுகிறாள். ஆர்சினோ பிரபு, சீசரியோ (வயோலா) தனக்குத் துரோகம் இழைத்துவிட்டதாகக் கோபப்படுகிறார். அவனு(ளு)க்கு மரணத் தண்டனை விதிக்கிறார். தான் பிரபுவை மட்டுமே விரும்புவதாகச் சீசரியோ தெரிவிக்கிறான்(ள்). அனைவரும் அதிர்ச்சி அடைகின்றனர். அவர்களுக்குத் திருமணம் செய்து வாய்த்த பாதிரியும், தான் இருவருக்கும் திருமணம் செய்து வைத்ததைச் சொல்கிறார். ஒலிவியாவும் சீசரியோவும் அங்கிருந்து சென்றுவிட வேண்டும் என்றும், தன் முகத்தில் விழிக்கக் கூடாது என்றும் பிரபு உத்தரவிடுகிறார்.

அப்போது மிகுந்த காயங்களுடன் வரும் சர் ஆண்ட்ரு, தன்னைச் சீசரியோ தாக்கியதாகவும் தனக்கு மருத்துவ உதவி வேண்டும் என்று சொல்கிறார். அங்கு நின்று கொண்டிருக்கும் சீசரியோ, தான் அதற்குப் பொறுப்பில்லை என்று தெரிவிக்கிறான்(ள்). ஒலிவியா அவருக்கு மருத்துவ உதவி கொடுக்க ஆணையிடுகிறாள்.

ஒருவழியாக அங்கே செபாஸ்டியன் வருகிறான். கைது செய்யப்பட்டிருக்கும் ஆண்டனியோவைப் பார்த்தவுடன் மகிழ்ச்சியுடன் அவனை அழைக்கிறான். அனைவரும் செபாஸ்டியனையும் சீசரியோவையும் (வயோலா) வெறித்துப் பார்த்துக் கொண்டிருக்கிறார்கள். ஒருவரை ஒருவர் பார்த்துக் கொள்ளும் அவர்கள், மாறி மாறி விசாரித்துக் கொள்கிறார்கள். தன்னுடைய சகோதரன்தான் உயிருடன் இருக்கிறான் என்று உணரும் வயோலா, தான் ஒரு பெண் என்பதை அனைவரின் முன்னும் ஒப்புக் கொள்கிறாள்.

ஒலிவியா, செபாஸ்டியனைத் திருமணம் செய்துகொண்டதை குறித்து இப்போது ஆர்சினோ பிரபு பெரிதாக வருந்துவதாகத் தெரியவில்லை. வயோலாவை வேகமாகப் பெண் உடைகளை அணிந்து வரும்படியாகச் சொல்கிறார். தன்னுடைய ஆடைகள் மல்வலியோவின் நண்பனான கப்பல் கேப்டன் ஒருவரின் வீட்டில் இருப்பதாகத் தெரிவிக்கிறாள். அனைவருக்கும் இருட்டறையில்

இருக்கும் மல்வலியோ இப்போது நினைவிற்கு வருகிறான். அங்கு வரும் பெஸ்டே, மல்வலியோ எழுதியிருக்கும் கடிதத்தை வாசிக்கிறான்.

ஒலிவியா மல்வலியோவை அழைத்து வரச்சொல்கிறாள். அங்கு அழைத்து வரப்படும் மல்வலியோ, ஒலிவியா தனக்கு எழுதியதாகக் கருதும் கடிதத்தை அவளிடம் கொடுக்கிறாள். மரியாவின் கையெழுத்தை அடையாளம் கண்டு கொள்ளும் ஒலிவியா, நடந்ததைப் புரிந்துகொள்கிறாள். பெஸ்டே நடந்த வேடிக்கையை எடுத்துச் சொல்கிறான். அத்துடன் சர் டோபி, மரியாவைத் திருமணம் செய்துகொண்டதையும் தெரிவிக்கிறான். ஆனாலும் மல்வலியோ தான் பழிவாங்கப் போவதாகக் கோபமாக வெளியேறுகிறான். உடனடியாக அங்கே இரட்டைத் திருமணம் நடத்த ஏற்பாடுகள் செய்ய ஆர்சினோ பிரபு ஆணையிடுகிறார். பெஸ்டேவைத் தவிர அனைவரும் வெளியேறுகின்றனர். சிறிது பொருத்தமில்லாமல் பெஸ்டே, வளர்வது பற்றியும், வயதாவது குறித்தும் சிறிது சோகமான பாடல் ஒன்றைப் பாடுகிறான்.

பன்னிரண்டாவது இரவு - அலசல்

ஷேக்ஸ்பியரின் நகைச்சுவை நாடகங்களில் மிகவும் பிரபலமானது 'பன்னிரண்டாவது இரவு' நாடகம். ஆனால் அது ஏன் என்று இதுவரை எவரும் தெளிவான காரணம் சொல்லியதில்லை. நாடகம் முழுவதும் ஷேக்ஸ்பியரின் ஆங்கிலப் புலமையின் உச்சம் பல இடங்களில் வெளிப்படுகிறது. 'காதலின் உணவு இசை' என்ற முதல் வாக்கியத்தில் இருந்து தொடர்ச்சியாக நிகழும் நிகழ்வுகளும், அவற்றை முன்னெடுத்துச் செல்லும் வார்த்தைகளும் தொடர்ச்சியாக ஷேக்ஸ்பியரின் மேதமையைச் சொல்லிக் கொண்டே செல்கிறது.

ஷேக்ஸ்பியரின் நகைச்சுவை நாடகங்களில் வழக்கமாக நாம் காணும் அபத்தம் இங்கே உச்சத்தை அடைகிறது. நாடகத்தில் சிறிது புத்தியோடு நடந்து கொள்வது, நாடகத்தின் 'முட்டாளும்' கோமாளியான பெஸ்டே மட்டுமே. முட்டாளாக வருபவன் ஒருவன் மட்டுமே புத்திசாலித்தனமாக இருக்கும் அபத்தத்தையும் நாம் கவனிக்க வேண்டும்.

அதேநேரத்தில், ஷேக்ஸ்பியரின் மற்ற நாடகங்களைப்போலவே இங்கும் கதை முழுவதும் வன்முறையின் விளிம்பிலேயே நடைபெறுகிறது. கதையின் பாத்திரங்களில் ஒருவர் எப்போதும்

வாளை உருவவோ அல்லது ஒரு கொடுமையான தண்டனையை அனுபவித்துக் கொண்டோ இருக்கிறார்கள். இதையும் ஷேக்ஸ்பியரின் தனித்துவமான கதை நகர்த்தல் உத்திகளில் ஒன்று என்றே கருத வேண்டும். சர் ஆண்ட்ரு எப்போதும் யாருடனாவது வாள் சண்டையிடத் தயாராக இருக்கிறார். இறுதியில் செபாஸ்டியனுடன் சண்டையிட்டு ரத்தம் சொட்ட, சொட்ட மேடைக்கு வருகிறார். மல்வலியோ இருட்டறையில் அடைபட்டுத் தண்டனை அனுபவிக்கிறான். ஆர்சினோ பிரபு யாராவது ஒருவரைத் தன்னுடைய எதிரியாகத் துரத்துகிறார்.

நாடகத்தில் எந்த உணர்வையும் வெளியே காட்டாமல் அமைதியாக இருப்பது வயோலா மட்டுமே. ஆர்சினோ பிரபுவைக் காதலித் தாலும், அதை வெளியே சொல்லாமல் ஒலிவியாவின் காதலை எப்படி எதிர்கொள்வது என்றும் தெரியாமல் அமைதியாகவே வந்து செல்கிறாள். அவள் ஆண் வேடமிட்டிருப்பது மறைவாக வாழ என்பதை நினைவில் கொண்டால், அவளது இந்த 'உணர்ச்சியற்ற' வாழ்வு சிறிது அர்த்தம் கொடுக்கிறது.

கொண்டாட்ட நகைச்சுவை நாடகமான 'பன்னிரண்டாவது இரவு', கவிஞர்களை வேறுவிதமாகவும் பாதிக்கிறது. மேடையில் நாம் காணும் எவரும் அவராக இருப்பதில்லை. அனைவரும் மாறு வேடத்தில் இருக்கிறார்கள். அல்லது, தன்னை வேறொருவராக நினைத்துக் கொள்கிறார்கள். இல்லையென்றால் அடையாளம் காட்டிக் கொள்கிறார்கள். இதை ஷேக்ஸ்பியர் நகைச்சுவையாக எழுதிச் சென்றாலும், அதன் ஆழ்ந்த உள்ளர்த்தம் பின் வந்த பல்வேறு ஆங்கிலக் கவிஞர்களின் எழுத்துகளில் வெளிப்படுகிறது. இதை இரண்டு இடங்களில் காணலாம். முதலில், ஆண் வேடத்தில் இருக்கும் வயோலா, தன்னுடைய தந்தையின் மகள் ஒருத்தி காதலுக்காக உயிரைவிட்டதாகச் சொல்லிக் கொண்டிருக்கிறாள். அப்போது ஆர்சினோ பிரபு அவளது கதை என்ன என்று கேட்கிறார். அதற்குப் பதிலாக வயோலா, வெறுமை என்று அர்த்தப்படும் 'A Blank, my lord' என்று பதில் சொல்லுகிறாள். 'Blank' என்ற ஆங்கில வார்த்தைக்கு ஓர் அகராதியில் நான் 24 வெவ்வேறு அர்த்தங்களைப் பார்த்தேன். வெற்றுக் காகிதம், சொல்லப்படாத வரலாறு, பேசாத வார்த்தை என்று அதன் அர்த்தங்கள் ஒவ்வொன்றும், வயோலாவின் வார்த்தைகளைப் பல விதங்களில் அர்த்தப்படுத்திக் கொள்ள உதவுகின்றன. ஆங்கிலக் கவிஞரான வில்லியம் பிளேக் இதைச் சொல்லப்படாத காதல் என்று அர்த்தப்படுத்திக் கொண்டு, 'Never Seek to Tell thy Love' என்ற தன்னுடைய புகழ்பெற்ற கவிதையை எழுதுகிறார்.

அதுபோலவே, வயோலாவைக் காதலிப்பதாக ஒலிவியா சொல்லும் இடத்தில், வயோலா தன்னுடைய பதிலை 'I am not what I am' என்று சொல்கிறாள். தான் ஆண் வேடத்தில் இருப்பதையே அவள் அப்படி மறைமுகமாகச் சொல்கிறாள். ஆனால் இங்கே 'நான்' (ஐ) என்ற வார்த்தைக்குப் பால் இல்லை என்பதையும் நாம் யோசிக்க வேண்டும். அதுவே நம்முடைய அடையாளத்தைச் சுட்டும் வார்த்தையாகவும் இருக்கிறது. அப்படியென்றால் நம்முடைய அடையாளம் என்பதை எப்படியாக அடையாளப் படுத்துவது என்ற கேள்வியும் பல கவிஞர்களைத் தூங்காமல் வைத்திருக்கிறது. அமெரிக்காவின் புகழ்பெற்ற பெண் கவிஞரான எமிலி டிக்கின்சன் இந்தக் குழப்பத்தை 'I'm 'wife'—I've finished that' என்ற கவிதையில் எடுத்துச் சொல்கிறார். சுதந்திரமாக இருப்பதும், சமூகத்தில் பெண்ணின் நிலை குறித்துமான சிக்கல்களைப் பேசுகிறது.

இந்த நாடகத்திலும் ஆண்டனியோ வேடத்தில் ஷேக்ஸ்பியர் நடித்ததாகச் சொல்லப்படுகிறது. இது நமக்கு உறுதியாகத் தெரியவில்லை என்றாலும், நாடகத்தில் பெஸ்டே அச்சாணியாக இல்லை என்றாலும், கதையின் நடுவில் இசையை இசைத்துக் கொண்டே சொல்கிறான். ஒலிவியாவும் ஆர்சினோ பிரபுவும் தங்களைத் தாண்டி யோசிப்பதில்லை. வயோலா தனக்குத்தானே பேசிக் கொள்கிறாள். மல்வலியோ எப்படியாவது ஒலிவியாவைத் திருமணம் செய்து, பிரபுவாகிவிடத் திட்டம் தீட்டிக் கொண்டிருக்கிறான்.

சர் டோபி, சர் ஆண்ட்ரு ஆகியோர் குடிபோதையிலேயே இருக்கிறார்கள். இந்தத் தன்னிலை அற்ற பாத்திரங்களுக்கு இடையில் பெஸ்டே ஒருவன் மட்டுமே சுற்றி நிகழும் அபத்தங்களை உணர்ந்தவனாக இருக்கிறான். நாடகத்தின் இறுதியில் அனைவரும் விருந்துக்குச் சென்றபிறகு அவன் பாடும் நாட்டுப்புறப் பாடல், அவனது கதையைச் சொல்வது போலச் சோகமும் ஏக்கமும் கலந்து பாடப்படுகிறது. ஷேக்ஸ்பியரின் மிகச்சிறந்த நகைச்சுவை நாடகத்தின் இந்த எதிர்பாராத முடிவுரை, மேடையில் அப்போது நாடகம் முடிந்தாலும் அடுத்தக் காட்சி நடக்கத்தான் போகிறது என்பதை உணர்த்துவதாக இருக்கிறது.

நகைச்சுவை நாடகம் 14

குளிர்காலத்தின் கதை

(The Winter's Tale)

ஷேக்ஸ்பியரின் நகைச்சுவை நாடகங்களில் இறுதியாக எழுதப்பட்டதாகக் கருதப்படுவது 'குளிர்காலத்தின் கதை'. ஆனால் இதை நகைச்சுவை நாடகமாக வகைப்படுத்துவதே மிகவும் சர்ச்சைக்குரியதாக இருக்கிறது. ஏன் என்பதை நாடகச் சுருக்கத்தை வாசிக்கும்போது கண்டறியலாம். ஆனால் நாடகம் ஒருவிதத்தில் மகிழ்ச்சியான முடிவைக் கொண்டிருக்கிறது என்பதைத் தவிர நகைச்சுவை அம்சங்கள் இருக்கிறதா என்பதை வாசித்துப் பார்த்துத்தான் தெரிந்துகொள்ள வேண்டும்.

ஏற்கெனவே நாம் மேய்ச்சல் நகைச்சுவைகள் பற்றிப் பார்த்திருக்கிறோம் ('நீ விரும்பியபடியே' நாடக அலசல்). குளிர்காலத்தின் கதையும் அப்படியான ஒரு கதையே. தன்னுடைய எழுத்து வாழ்வின் கடைசி நாட்களில் ஷேக்ஸ்பியர் இந்த நாடகத்தை எழுதுகிறார். அறிஞர்கள் ஓரளவிற்கு ஒப்புக் கொள்ளும் காலக்கிரமப்படி நாடக வரிசையைப் பார்த்தோம் என்றால், ஷேக்ஸ்பியர் இதை எழுதுவதற்கு முன் எட்டுச் சோக நாடகங்களைத் தொடர்ந்து எழுதுகிறார். அதற்கு அடுத்து குளிர்காலத்தின் கதையை எழுதுகிறார். தொடர்ந்து 'சூறாவளி'யும் எழுதப்படுகிறது. எனவே சோக நாடகங்களில் இருந்து மீண்டும் நகைச்சுவை நாடகங்களுக்கு மாறும் அந்த இடைவெளியில் எழுதப்பட்ட நாடகமாக இருப்பதாலோ என்னவோ, இங்கே நாம் மிகுந்த சோகத்தையும் சேர்த்தே வாசிக்கிறோம். சில அறிஞர்கள்

இந்த நாடகத்தையும், இன்னமும் சில நாடகங்களையும் சேர்த்து 'சோக-நகைச்சுவை' நாடகங்கள் என்று வகைப்படுத்துகிறார்கள்.

நீண்ட குளிர்கால இரவுகளில் நேரத்தைக் கடத்துவதற்காகச் சொல்லப்படும் கதைகளில் ஒன்றையே இந்த நாடகத்தின் தலைப்புத் தெரிவிக்கிறது. அத்தகைய இரவுகளில் நேரத்தைச் சுவாரசியமாகக் கழிக்க மாய, மந்திரக் கதைகள் நன்றாக இருக்கும். அது போன்ற கதையே இதுவும். ஆனாலும் நாடகத்தின் முதல் பகுதிகளில் ஷேக்ஸ்பியர் அவரது பல நாடகங்களில் வெளிப்படுத்தும் உளவியல் சிக்கல்களை நுட்பமாகப் பேசுகிறார்.

நாடகத்தின் முதல் அங்கங்களை வாசித்தோம் என்றால் நாடகம் ஒரு முழுமையான, தாங்கமுடியாத சோகமான முடிவை நோக்கிச் செல்வதாகவே தெரியும். ஆனால் ஷேக்ஸ்பியர் அதைக் கடைசி அங்கத்தில் சட்டென்று மாற்றி விடுகிறார். அதற்காக நாடகம் முழுவதுமான நல்ல முடிவைத் தருகிறதா என்பதை நாடகத்தை வாசித்துவிட்டு அலசுவோம்.

பதினாறாம் நூற்றாண்டின் இறுதியில் எழுதப்பட்ட ஒரு கதையை அடிப்படையாகக் கொண்டே ஷேக்ஸ்பியர் இந்த நாடகத்தை எழுதினார் என்று சொல்லப்படுகிறது. ஆனால் அதற்கு இன்னமும் ஒரு மூலமும் சொல்லப்படுகிறது. ஷேக்ஸ்பியர் இந்த நாடகத்தை எழுதியதாகக் கருதப்படும் 1610ஆம் வருடத்திற்கு முந்தைய நூற்றாண்டில் இங்கிலாந்தில் நடைபெற்ற ஒரு சோகமான காதல் கதையை அடிப்படையாகக் கொண்டே அவர் இதை எழுதினார் என்றும் சொல்லப்படுகிறது. அதைச் சுருக்கமாகப் பார்த்து விடலாம்.

ஷேக்ஸ்பியரின் எழுத்து வாழ்வின் பெரும்பாலான வருடங்களில் இங்கிலாந்தின் அரசியாக இருந்து அவரைப் பெருமளவில் ஆதரித்த முதலாம் எலிசபெத் மகாராணி, 1603ஆம் வருடம் இறந்து விடுகிறார். அவரது குடும்பத்தின் கதையே ஒரு நீண்ட சோகமும் வெற்றியும் கலந்த நாடகமாக இருக்கும். அவரது தாயான ஆன் பொலின் இங்கிலாந்தின் முக்கியமான காலகட்டத்தில் அங்கே அரசியாக இருந்தவள்.

முதலாம் எலிசபெத்தின் தந்தை எட்டாம் ஹென்றி. அவரது முதல் மனைவி கேத்தரின் ஸ்பானிஷ் நாட்டின் இளவரசி. அப்போதைய அரசிகள் அனைவருக்கும் இருந்த அதே சிக்கல் இருந்தது. உடனடியாக அரசனுக்கு ஓர் ஆண் வாரிசைக் கொடுப்பதுதான்.

ஆனால் அவளுக்குப் பிறந்தது பெண் குழந்தை. அதே நேரத்தில் அரசவையில் இருந்த பிரபு ஒருவரின் மகளான ஆன் பொலினைப் பார்க்கிறார். அவளைத் தன்னுடைய அந்தப்புரத்தில் சேர்த்துக் கொள்ள முயல்கிறார். ஆனால் ஆன் பொலினோ திருமணம் செய்துகொண்டாலே தவிர அரசரை நெருங்கப் போவதில்லை என்கிறாள்.

அரசர் தன்னுடைய மனைவியை (கேத்தரினை) விவாகரத்துச் செய்ய அனுமதி கேட்டு ரோம் நகரில் இருக்கும் போப்பிற்கு எழுதுகிறார். போப் மறுக்கிறார். ஆத்திரமடையும் எட்டாம் ஹென்றி, கத்தோலிக்கத்திலிருந்து வெளியேறி புதிதாக ஆங்கிலச் சீர்திருத்தச் சபையை உருவாக்குகிறார். நாடு முழுவதும் கத்தோலிக்கர்கள் வலுக்கட்டாயமாக ஆங்கில சீர்திருத்தச் சபைக்கு மாற்றப்படுகிறார்கள். நாடு முழுவதும் ரத்தம் ஆறாக ஓடுகிறது. அதன் நடுவே அரசர் ஆன் பொலினைத் திருமணம் செய்கிறார்.

ஆரம்பத்தில் காதலுடன் தொடர்ந்த அவர்களது திருமணம், ஆன் பொலினும் பெண் குழந்தையைப் பெற்றெடுக்கவே அரசரின் அதிருப்தியில் மோசமாகிறது. அதே நேரத்தில் ஆன் பொலினின் அதிகாரத்தை விரும்பாத அவரது மூத்த அமைச்சரான தாமஸ் கிராம்வெல்லின் சதியின் காரணமாக, ஆன் பொலினிற்கும் அவளுக்கு இசை கற்றுக் கொடுத்துக் கொண்டிருந்த ஆசிரியருக்கும் கள்ளத்தொடர்பு இருக்கிறது என்று அரசர் நம்புகிறார். விசாரணையில், ஆன் பொலின் தன்னுடைய சகோதரனுடன்கூட உறவு கொண்டதாகக் குற்றம் சாட்டப்படுகிறது. திருமணம் நடந்த மூன்றே வருடத்தில் ஆன் பொலினின் தலை தரையில் உருள்கிறது. அவளது மகள்தான் முதலாம் எலிசபெத்.

இந்த ஆன் பொலினின் கதையை ஒட்டியே ஷேக்ஸ்பியர் 'குளிர்காலத்தின் கதையை' எழுதியதாகச் சொல்லப்படுகிறது. அதற்கேற்ற கதை கூறுகளையும் நாம் பார்க்கப் போகிறோம். இறுதியாக, கால வரிசையில் இந்த நாடகத்திற்குப் பின்னரே ஷேக்ஸ்பியர் தன்னுடைய 'எட்டாம் ஹென்றி' என்ற சரித்திர நாடகத்தையும் எழுதுகிறார்.

மேலும் நாம் நாடகத்தை அலசுவதற்கு முன், நாடகச் சுருக்கத்தைப் பார்த்து விடுவோம்.

அங்கம் 1 - காட்சி 1,2

சிசிலியா நாடு. பொஹீமியா நாட்டின் அரசன் போலிக்சுநஸ் தன்னுடைய சிறு வயது தோழனான சிசிலியா நாட்டின் அரசன் லீயான்டசைப் பார்ப்பதற்காக வந்திருக்கிறான். லீயான்டஸின் பிரபுக்களில் ஒருவரான காமிலியோவும், போலிக்சுநசின் பிரபுக்களில் ஒருவரான அர்ச்சிதமுசும் தங்களது அரசர்களுக்கு இடையிலான நீண்ட, உறுதியான நட்பைப் பற்றிப் பேசிக் கொண்டிருக்கிறார்கள். அவர்களது பேச்சு லீயான்டசின் மகன் மமில்லியஸ் பற்றித் திரும்புகிறது. தங்களது இளவரசனின் அழகையும், அறிவுக் கூர்மையையும் குறித்துக் காமிலியோ பேசுகிறார்.

அவர்கள் வெளியேறியவுடன் அங்கே லீயான்டஸ் கர்ப்பிணியான தன்னுடைய மனைவி ஹமாயனியுடன் வருகிறார். அவர்களுடன் மகன் மமில்லியஸூம் நண்பர் போலிக்கநசும் இருக்கிறார்கள். போலிக்கநஸ் தன்னுடைய நாட்டிற்குத் திரும்ப முடிவு செய்திருக்கிறார். இன்னமும் சில காலம் இருந்து செல்ல லீயான்டஸ் வற்புறுத்திக் கொண்டிருக்கிறார். ஆனால் தன்னுடைய நாட்டிலிருந்து வந்து ஒன்பது மாதங்கள் ஆகிவிட்டதால் தன்னால் இன்னமும் நீட்டிக்க முடியாது என்று போலிக்கநஸ் மறுக்கிறார். ஹமாயனியும் சேர்ந்து வற்புறுத்தவே, இன்னமும் சிறிது நாட்கள் மட்டும் நீட்டிக்க ஒப்புக் கொள்கிறார்.

தன்னை மணந்துகொள்ள ஒப்புக் கொண்டதற்குப் பின்னர், ஹமாயனி இப்போதுதான் தன்னுடைய வார்த்தைக்கான மதிப்பைப் பெற்றிருப்பதாக லீயான்டஸ் தெரிவிக்கிறார். ஹமாயனியும் போலிக்கநசும் பேசிக் கொண்டே நடக்கிறார்கள். அவர்களது பின்னர் வரும் லீயான்டசின் மனதில் பொறாமை தலை தூக்குகிறது. ஒருவேளை அவர்கள் காதலர்களாக இருக்கலாமோ என்று தனக்குத்தானே கேட்டுக் கொள்கிறார்.

அவர்களுடன் நடந்து கொண்டிருக்கும் அவரது மகனான மமில்லியசைத் திரும்பிப் பார்க்கிறார். அவன் தன்னைப்போல இருப்பதால் தன்னுடைய மகனாகவே இருக்க வேண்டும் என்று உறுதி செய்து கொள்கிறார். ஆனாலும் அவரது சந்தேகம் மறையவில்லை. அவர்கள் இருவரும் படுக்கையையும் பகிர்ந்து கொண்டிருக்க வேண்டும் என்றும் நினைக்கிறார். அவர்களை நடந்து கொண்டிருக்கச் சொல்லிவிட்டு, தன்னுடைய பிரபுவான காமிலியோவை அழைத்து வரச்சொல்கிறார்.

போலிக்கநசின் நடத்தையில் எதாவது மாற்றத்தைக் கண்டாரா என்று அவரைக் கேட்கிறார். தன்னுடைய கடமையில் இருந்து தவறிவிட்டதாகச் சொல்லி, தன்னுடைய மனைவியும், நண்பனும் தனக்குத் துரோகம் செய்துவிட்டார்கள் என்று உறுதியாகத் தெரிவிக்கிறார். ஆனால் காமிலியோ இதை நம்பவில்லை. அரசரின் சந்தேகம் வீணானது என்று விளக்க முற்படுகிறார். லீயான்டஸ் எதையும் கேட்கத் தயாராக இல்லை. காமிலியோ போலிக்கநசிற்கு கொடுக்கும் மதுவில் விஷத்தைக் கலந்து விடவேண்டும் என்று உத்தரவிடுகிறார்.

காமிலியோ அதற்கு ஒப்புக் கொண்டாலும், அவரது மனசாட்சி தொந்தரவு தருகிறது. லீயான்டஸ் அங்கிருந்து சென்றவுடன் போலிக்கநஸ் அங்கே வருகிறார். காமிலியோவின் முகத்தில் வருத்தம் இருப்பதைக் கண்டு ஆச்சரியத்துடன், லீயான்டஸ் தன்னை வெறுப்பாகப் பார்த்துவிட்டுச் சென்றதாகவும், அங்கே என்ன நடக்கிறது என்று தனக்குத் தெரியவேண்டும் என்றும் கேட்கிறார். கொலை செய்ய மனமில்லாத காமிலியோ உண்மையைப் போலிக்கநசிடம் தெரிவித்து விடுகிறார்.

தன் நண்பனை நினைத்து வருத்தப்படும் போலிக்கநஸ், கோட்டையிலிருந்து தப்பிச் செல்ல முடிவு செய்கிறார். தன்னுடைய அரசனின் ஆணையை நிறைவேற்ற முடியாததால் தன்னையும் ஒரு பணியாளாக அழைத்துச் சொல்லும்படியாகக் காமிலியோ வேண்டிக் கொள்கிறார். போலிக்கநசும் அதற்கு ஒப்புக் கொள்ளவே, காமிலியோவின் உதவியுடன் இருவரும் கோட்டையிலிருந்து தப்பிச் செல்கிறார்கள்.

அங்கம் 2 - காட்சி 1,2,3

ஹமாயனியும், சிறுவன் மமில்லியசும் கதை பேசிக் கொண்டிருக்கிறார்கள். அப்போதுதான் போலிக்கநஸ் கோட்டையில் இருந்து தப்பிவிட்டதையும், அதற்குக் காமிலியோ உதவியதையும் லீயான்டஸ் தெரிந்துகொள்கிறார். உடனே அவர் கோபத்துடன் அங்கே வருகிறார். பொறாமை நிறைந்திருந்த அவரது மனதில், இது போலிக்கநசின் குற்றத்தை உறுதிப்படுத்துவதாகவும், காமிலியோ அதற்கு உதவியாக இருந்ததும் தெரிந்துவிட்டதாகவும் நினைக்கிறார். அங்கிருந்து மமில்லியசை அனுப்பிவிட்டு, ஹமாயனி தனக்குத் துரோகம் செய்துவிட்டு போலிக்கநசின் குழந்தையை வயிற்றில் சுமப்பதாகக் குற்றம் சாட்டுகிறார். இதைக்

கேட்டு ஆச்சரியமடையும் ஹமாயனி, கடுமையாக மறுக்கிறாள். ஆனால் லீயான்டஸ் அதைக் கேட்டுக்கொள்ளாமல் அவளை, அவளது பணிப்பெண்களுடன் சிறைக்கு இழுத்துச் செல்ல ஆணையிடுகிறார். லீயான்டசின் அரசவையில் இருக்கும் பிரபுக்கள், ஹமாயனி குற்றமற்றவள் என்று அரசருடன் விவாதிக்கிறார்கள். அது தன்னுடைய தனிப்பட்ட விஷயம் என்று அரசர் வாதிட்டாலும், அவர்களது வற்புறுத்தலுக்காக அப்போல்லோவின் குரலாக டெல்பியில் இருக்கும் தீர்க்கதரிசியிடம் உண்மை குறித்துக் கேட்பதாக மட்டும் உறுதி கொடுக்கிறார்.

அரசிக்காக உரக்க வாதிட்ட ஆன்டிகனஸ் பிரபுவின் மனைவி பாலினா என்பவள் சிறையில் இருக்கும் அரசியைப் பார்க்க வருகிறாள். அவளுக்கு அனுமதி மறுக்கப்படுகிறது. அரசியின் பணிப்பெண்ணான எமிலியா என்பவள் அரசிக்குப் பெண் குழந்தை பிறந்திருக்கும் செய்தியைச் சொல்கிறாள். சிறைக்காவலர்களின் எதிர்ப்பை மீறி குழந்தையை எடுத்துக் கொண்டு அரசரைப் பார்க்க பாலினா முடிவு செய்கிறாள். குழந்தையைப் பார்த்தாவது அரசரின் மனம் மாறுமா என்று நினைக்கிறாள்.

அதே நேரத்தில் இளவரசன் மமில்லியசிற்கு உடல்நிலை சரியில்லை. அதற்கும் ஹாமயினியின் துரோகமே காரணம் என்று அரசன் கோபப்படுகிறான். போலிக்கநஸ் தன்னிடம் இருந்து தப்பியது குறித்து மீண்டும் கோபமாகப் பேசுகிறான். அப்போது அங்குக் குழந்தையோடு பாலினா வருகிறாள். ஆனால் அரசன் லீயான்டஸ், ஆன்டிகனசிடம் அவனது மனைவியைக் கட்டுப்படுத்தி வைக்கச் சொல்கிறார். ஆனால் பாலினா, அமைதியாவதற்குப் பதிலாக அரசி ஹாமியனி குற்றமற்றவள் என்று வாதிடுகிறாள். குழந்தையை அரசனின் காலடியில் வைத்துவிட்டு அங்கிருந்து வெளியேறுகிறாள்.

அவள் சென்றவுடன் குழந்தையை அங்கிருந்து அப்புறப்படுத்தி நெருப்பில் வீச அரசன் ஆன்டிகனசிற்கு உத்தரவிடுகிறான். அரசவையில் இருப்பவர்கள் அனைவரும் இதைக் கேட்டு அதிர்ச்சி அடைகிறார்கள். அவர்கள் கேட்டுக் கொண்டதற்காக ஆணையைச் சிறிது மாற்றுகிறார். குழந்தையைக் காட்டிற்குள் எடுத்துச் சென்று அங்கேயே போட்டுவிட்டு வரும்படிச் சொல்கிறார். வேறு வழியில்லாமல் ஆன்டிகனஸ் குழந்தையை எடுத்துக்கொண்டு செல்கிறார். அப்போது வரும் தூதர்கள் டெல்பியின் தீர்க்கதரிசியின் முடிவு வந்துவிட்டதாகச் சொல்கிறார்கள்.

அங்கம் 3 - காட்சி 1,2

டெல்பியில் இருந்து தீர்க்கதரிசியின் முடிவை எடுத்துக் கொண்டு வரும் பிரபுக்களான டியானும் கிளேவ்மென்ஸூம் தாங்கள் கொண்டு வரும் முடிவு ஹமாயனியின் வேதனைக்கு முடிவு கட்டும் என்று மகிழ்ச்சியுடன் பேசிக் கொண்டே வருகிறார்கள். அதே நேரத்தில், லீயான்டஸ் தன்னுடைய அரசவையைக் கூட்டித் தானே நீதிபதியாக அமர்ந்து, தன்னுடைய மனைவியின் வழக்கை நியாயமாக நடத்தப் போவதாக அறிவிக்கிறார். சிறையிலிருந்து அவள் அழைத்து வரப்பட்டு, அரசரின் முன்னே நிறுத்தப்படுகிறாள். அவள் அரசருக்குத் துரோகம் செய்ததாகவும், போலிக்சுநஸ் காமிலியோவுடன் சேர்ந்து தப்பிச்செல்லச் சதி செய்ததாகவும் குற்றம் சாட்டப்படுகிறது.

ஹமாயனி அதற்கு அழகாகப் பதில் சொல்கிறாள். தான் போலிக்சுநஸ் மீது வைத்திருந்தது கள்ளம், கபடம் இல்லாத நட்பு என்றும், காமிலியோ நல்லவர் என்றும், தான் எந்தச் சதியும் செய்யவில்லை என்றும் சொல்கிறாள். ஆனால் லீயான்டஸ் அதை ஒப்புக் கொள்ளவில்லை. அவளது குற்றத்திற்குத் தண்டனை மரணம் என்று அறிவிக்கிறார். மனதில் கசப்புடன் பதில் சொல்லும் ஹமாயனி, தான் அனுபவித்து வரும் வேதனைக்கு மரணம் எவ்வளவோ மேல் என்று சொல்கிறாள்.

தீர்க்கதரிசியின் செய்தியுடன் தூதர்கள் வருகிறார்கள். செய்தி பிரிக்கப்பட்டு, வாசிக்கப்படுகிறது. 'ஹமாயனி கற்புடையவள் - போலிக்சுநஸ் குற்றமற்றவன் - காமிலியோ நல்ல குடிமகன் - லீயான்டஸ் பொறாமை பிடித்த சர்வாதிகாரி - அவனது குற்றமற்ற குழந்தை அவனுக்குப் பிறந்ததே. தொலைந்ததைக் கண்டறியவில்லை என்றால் அரசன் வாரிசில்லாமல் வாழ்வான்.'

ஹமாயனி மகிழ்ச்சியடைகிறாள். அரசவையில் இருப்பவர்களும் மகிழ்ச்சியடைகிறார்கள். ஆனால் இப்போதும் லீயான்டஸ் இதை நம்பவில்லை. அப்போது அங்கு வரும் பணியாள், மமில்லியஸ் இறந்துவிட்டதாகத் தெரிவிக்கிறான். ஹமாயனி மயக்கமடைகிறாள். அவளை மீண்டும் எழுப்ப அவளது பணிப்பெண்கள் முயல்கிறார்கள். அங்கிருந்து அவளை அகற்றி தூக்கிச் செல்கிறார்கள்

தீர்க்கதரிசனத்தின் உண்மை லீயான்டஸின் மீது பெரும் பாரமாக விழுகிறது. அங்கு வரும் பாலினா ஹமாயனியும்

இறந்துவிட்டதாகத் தெரிவிக்கிறாள். அரசன்தான் அவளைக் கொலை செய்துவிட்டதாகத் தெரிவிக்கிறாள். பிரபுக்கள் அவளைப் பேச வேண்டாம் என்று சொல்கிறார்கள். ஆனால் லீயான்டஸ் அவளது குற்றச்சாட்டை ஏற்றுக் கொள்கிறார். தன்னாலேயே அவள் இறந்து போனதாகச் சொல்கிறார். தன்னுடைய மனைவிக்கும் மகனிற்கும் ஒரே கல்லறை எழுப்பும்படியாகச் சொல்லிவிட்டு, தன்னுடைய பாவத்திற்குப் பிராயச்சித்தம் தேடித் தன்னுடைய வாழ்வைக் கழிக்கப் போவதாகச் சொல்லுகிறார்.

அங்கம் 3 - காட்சி 3

நடந்த நிகழ்வுகள் எதையும் அறியாத ஆன்டிகனஸ், யாருமே இல்லாத பொஹீமியா கடற்கரைப்பகுதிக்குக் குழந்தையுடன் வருகிறான். நேரடியாகப் பார்வையாளர்களிடம் பேசுகிறான். தன்னுடைய கனவில் ஹமாயனி தோன்றிக் குழந்தைக்குப் பெர்டிடா என்று பெயரிடச் சொன்னதாகச் சொல்கிறான். தான் மீண்டும் தன்னுடைய நாட்டிற்குச் செல்லப் போவதில்லை என்றும், தன்னுடைய மனைவி பாலினாவைப் பார்க்கப் போவதில்லை என்றும் கூடச் சொல்கிறான்.

குழந்தையைக் காட்டில் படுக்கப்போட்டு அதன் அருகிலேயே தங்கத்தையும் நகைகளையும் வைத்துவிட்டு, குழந்தையின் பெயரையும் அருகில் எழுதி வைத்துவிடுகிறான். அங்கிருந்து கிளம்பும்போது வேகமாகப் புயல் அடிக்க ஆரம்பிக்கிறது. அங்கே வரும் கரடி ஒன்று ஆன்டிகனசைத் துரத்திக் கொண்டு செல்கிறது. அதன் பின்னர் அங்கே வரும் தந்தை - மகனான ஆடு மேய்ப்பர்கள் இருவர், குழந்தையைக் கண்டறிகிறார்கள். அருகில் இருக்கும் செல்வத்தைக் கண்டு மகிழ்ந்து, அவளைத் தாங்களே வளர்க்கப் போவதாகச் சொல்கிறார்கள்.

அப்போது அங்குத் தோன்றும் கோமாளி ஒருவன், ஆன்டிகனசைக் கரடி கொன்றுவிட்டதாகவும், ஆன்டிகனசின் கப்பல் புயலில் மூழ்கிவிட்டதாகவும் சொல்கிறான்.

அங்கம் 4 - காட்சி 1,2,3

மேடையில் காலம் பேசுகிறது. மேலே சொன்ன நிகழ்வுகள் நடந்து பதினாறு வருடங்கள் கடந்துவிட்டன. பொஹீமியாவில் இருக்கும் போலிக்சுநசின் கோட்டை. அங்கே போலிக்சுநஸ் காமிலியோவுடன் பேசிக் கொண்டிருக்கிறார். பதினாறு வருடங்கள்

கடந்து விட்டதால் இப்போது லீயான்டஸ் மாறியிருப்பார் என்றும், தன்னுடைய சொந்த மண்ணைச் சென்று பார்த்துவர எந்தத் தடையும் இல்லை என்பதால் தான் அங்கே செல்ல விரும்புவதாக காமிலியோ சொல்கிறார்.

ஆனால் தன்னால் காமிலியோ இல்லாமல் நாட்டை ஆள முடியாது என்று சொல்லும் போலிக்சுநஸ், தன்னுடைய மகனான பிளோரிசல் குறித்த தன்னுடைய கவலையைத் தெரிவிக்கிறார். பிளோரிசல் தன்னுடைய பெரும்பான்மையான நேரத்தை மிகுந்த பணம் கொண்ட ஒரு ஆடு மேய்ப்பவரின் வீட்டில் கழிப்பதாகவும், அந்த ஆடு மேய்ப்பவரின் மகள் மிகவும் அழகானவள் என்று தான் கேள்விப்பட்டிருப்பதாகவும் சொல்கிறார். எனவே இருவரும் மாறுவேடத்தில் அவளது வீட்டிற்குச் செல்ல முடிவு செய்கின்றனர்.

அதேநேரத்தில், பொஹீமிய கிராமம் ஒன்றில் ஆட்டோலைக்ஸ் என்னும் திருடன் அலைந்து கொண்டிருக்கிறான். செம்மறியாடு கம்பளி வெட்டுத் திருவிழாவிற்காகப் பொருட்களை வாங்க அந்த வழியாகப் பணத்துடன் சென்று கொண்டிருக்கும் ஒரு கோமாளியைப் பார்க்கிறான். அவனிடம் பரிதாபமாகப் பேசி ஏமாற்றி, அவனது பணத்தைத் திருடிவிடுகிறான். அப்படியே தானும் அந்தத் திருவிழாவிற்குச் செல்ல முடிவு செய்கிறான்.

அங்கம் 4 - காட்சி 4

கம்பளிவெட்டு திருவிழா நாள். பிளோரிசலும் பெர்டிடாவும் அவர்களது வீட்டின் வெளியே பேசிக் கொண்டிருக்கிறார்கள். பெர்டிடா தன்னைப் பூக்களால் அலங்கரித்திருக்கிறாள். அவளது அழகைப் புகழ்ந்து பிளோரிசல் பேசிக் கொண்டிருக்கிறான். அவர்கள் இருவரும் ஒருவர் மீது ஒருவர் ஆழ்ந்த காதல் கொண்டிருப்பது அவர்கள் பேசிக் கொண்டிருப்பதிலிருந்து தெரிகிறது.

ஆனால் பிளோரிசலின் தந்தை தன்னை ஏற்றுக் கொள்ளப் போவதில்லை என்று பெர்டிடா சொல்கிறாள். ஆனாலும் இளவரசன் அவளுக்கு உறுதி கொடுக்கிறான். அப்போது அவளது தந்தை ஒரு பெரிய குழுவோடு நுழைகிறார். அவர்களோடு ஆடு மேய்க்கும் ஆண்களும் பெண்களும்கூட வருகிறார்கள். அவர் களிடையே மாறுவேடத்தில் போலிக்சுநசும், காமிலியோவும்கூட வருகிறார்கள். வந்திருக்கும் ஆண்கள், பெண்கள் அனைவருக்கும் பெர்டிடா பூக்களை வழங்குகிறாள். அப்படியே போலிக்சுநஸிற்குக்

கொடுக்கும்போது அவருடன் பூக்களைப் பற்றியும் பேசுகிறாள். அவள் பேசுவதைக் கண்டு பிளோரிசல் மீண்டும் தன்னுடைய காதலைத் தெரிவிக்கிறான்.

தான் பார்த்த கீழ் வர்க்க பெண்களில் பெர்டிடாதான் மிகவும் அழகானவள் என்று போலிக்சுநஸ் கூறுகிறார். அப்படியே பெண்ணின் வளர்ப்புத் தந்தையான ஆடு மேய்ப்பவரிடம், போலிக்சுநஸ் அந்த இளைஞனைப் பற்றிக் கேட்கிறார். அவன் ஒரு பெரிய வீட்டுப் பையன் என்றும், அவர்கள் இருவரும் ஆழ்ந்த காதலில் இருக்கிறார்கள் என்றும் கூட ஆடு மேய்ப்பவர் தெரிவிக்கிறார். அப்போது அங்கே பாடல் இசைப்பவனாக மாறுவேடத்தில் திருடனான ஆட்டோலைக்ஸ் வருகிறான். அங்கிருப்பவர்கள் சிலரிடம் பணத்தை வாங்கிக் கொண்டு பாடிக் கொண்டிருக்கிறான். அந்த நேரத்தில் பிளோரிசல் தங்களது திருமணத்தை நிச்சயிக்குமாறு பெர்டிடாவின் தந்தையிடம் தெரிவிக்கிறான்.

ஆனால், அதற்கு முன்பே மாறுவேடத்தில் இருக்கும் போலிக்சுநஸ், பிளோரிசலிடம் திருமணம் குறித்து அவனது தந்தையிடம் ஏன் தெரிவிக்கவில்லை என்று கேட்கிறார். அவனும் தன்னுடைய தந்தையிடம்தான் பேசுகிறோம் என்று தெரியாமல், பல காரணங்கள் இருப்பதாகவும், அவற்றை அவரிடம் சொல்ல முடியாது என்றும் சொல்கிறான். நிச்சயம் நடக்கப் போகும் நேரத்தில் போலிக்சுநஸ் தன்னுடைய மாறுவேடத்தைக் கலைத்துவிட்டு நிச்சயதார்த்தத்தை நிறுத்தும்படியாக ஆணையிடுகிறார்.

அப்படியே ஓர் இளவரசனை மணக்கத் திட்டமிட்டதற்காகப் பெர்டிடாவின் முகத்தை முட்களால் அலங்கோலப்படுத்தவும், அவளது வளர்ப்புப் தந்தைக்கு மரண தண்டனையும் கொடுக்கிறார். பின்னர் மனம் மாறி தண்டனையை ரத்து செய்து விடுகிறார். ஆனால் அவர்கள் இனி இளவரசனைப் பார்க்கக் கூடாது என்றும், பார்த்தாலோ, பார்க்க முயற்சித்தாலோ அவர்களுக்கு மரணத் தண்டனை நிச்சயம் என்று ஆணை இடுகிறார். அவர்களுக்கு ஆதரவாகப் பிளோரிசல் பேச நினைத்தால் அவன் இளவரசன் என்னும் தகுதியை இழப்பான் என்று சொல்லிவிட்டு, அங்கிருந்து கிளம்பி விடுகிறார். அனைவரும் அதிர்ச்சி அடைந்து விடுகிறார்கள்.

பெர்டிடாவும், அவளது வளர்ப்பு தந்தையும் வருத்தத்துடன் பேசிக் கொண்டிருக்கிறார்கள். தன்னை ஏமாற்றிவிட்டதாக அவளது வளர்ப்புத் தந்தை கோபமாகப் பேசிக் கொண்டிருக்கிறார். அவர்

வெளியேறியவுடன், தான் எப்போதும் பெர்டிடாவை பிரியப் போவதில்லை என்று பிளோரிசல் சொல்கிறான். தனக்கு அரசபதவி கிடைக்கவில்லை என்றாலும் பரவாயில்லை என்றும் சொல்கிறான். அப்படி எல்லாம் செய்யத் தேவையில்லை என்று காமிலியோ சொல்கிறார்.

ஆனால் தன்னால் பெர்டிடாவிற்குச் செய்து கொடுத்த சத்தியத்தை மீற முடியாது என்று பிளோரிசல் கூறுகிறான். சிறிது யோசிக்கும் காமிலியோ, பிளோரிசலை சிசிலியா நாட்டிற்குச் சென்றுவிடச் சொல்கிறார். அங்கே அவனை லீயோன்டஸ், போலிக்சுநசின் தூதுவன் என்று நன்றாகக் கவனித்துக் கொள்வான் என்று சொல்கிறார். அதற்குள் தான் போலிக்சுநசை சமாதானப்படுத்தி விடுவதாகத் தெரிவிக்கிறார். பின்னர் தானும், போலிக்சுநசும் அவனைச் சிசிலியா நாட்டிற்கே வந்து அழைத்துச் செல்வோம் எனத் தெரிவிக்கிறார்.

பிளோரிசல் திட்டத்திற்கு ஒப்புக் கொண்டாலும், சிசிலியா நாட்டிற்குப் போலிக்சுநசின் மகனாகச் செல்லத் தனக்குப் போதுமான பரிவாரம் இல்லை என்றும் சொல்கிறான். தேவையான கடிதங்களையும் பணியாட்களையும் தான் தருவதாகக் காமிலியோ சொல்கிறார். அப்போது அங்கே வரும் ஆட்டோலைக்ஸ், கம்பளிவெட்டுத் திருவிழாவில் தான் திருடிய பொருட்களையும், மற்ற பணத்தையும் குறித்துப் பேசிக் கொண்டிருக்கிறான்.

அவனுடைய உடைகளைத் தனக்குத் தருமாறு காமிலியோ கேட்கிறார். இளவரசனும், ஆட்டோலைக்ஸ¨ம் தங்களது உடைகளை மாற்றிக் கொள்கிறார்கள். கிழிந்த உடைகளுடன் செல்வது, பிளோரிசல் கப்பலை யாருக்கும் தெரியாமல் அடைய உதவும் என்று சொல்கிறார். பிளோரிசல், பெர்டிடா, காமிலியோ ஆகியோர் அங்கிருந்து வெளியேறுகிறார்கள். தனியே பேசும் ஆட்டோலைக்ஸ், அவர்களது திட்டம் தனக்குப் புரிந்துவிட்டது என்றும், அதை யாரிடம் சொல்வது அதிக லாபகரமாக இருக்கும் என்றும் தனக்குத்தானே பேசிக் கொண்டிருக்கிறான்.

அப்போது அங்கே பெர்டிடாவின் வளர்ப்புத் தந்தையும், கோமாளியும் வருகிறார்கள். பெர்டிடா தன்னுடைய மகள் இல்லை என்று அரசரிடம் சொல்லித் தப்பித்துக் கொள்ளுமாறு கோமாளி சொல்லிக் கொண்டிருக்கிறான். இளவரசனின் ஆடைகளை அணிந்து பிரபுவைப்போல இருக்கும் ஆட்டோலைக்ஸ், அரசர் கப்பலில் செல்வதற்குத் தயாராகக் கப்பலை நோக்கிச்

சென்றிருக்கிறார் என்று கூறுகிறான். ஆனால் அவன் பிளோரிசலும் பெர்டிடாவும் சிசிலியா நாட்டிற்குச் செல்லத் திட்டமிட்டிருக்கும் கப்பலுக்குச் செல்லும் வழியை அவர்களுக்குச் சொல்கிறான்.

அங்கம் 5 - காட்சி 1,2,3

சிசிலியாவில் லீயான்டஸ் இன்னமும் தன்னுடைய மனைவி ஹமாயனி, மமில்லியஸ் குறித்துத் துக்கத்தில் இருக்கிறார். தன்னுடைய அனுமதி இல்லாமல் அவர் இன்னொரு திருமணம் செய்து கொள்ளக் கூடாது என்று பாலினா சத்தியம் வாங்கி இருப்பதாலும் அவர் சோகத்தில் இருக்கிறார். அப்போது பொஹீமியா இளவரசன் பிளோரிசல் தன்னுடைய மனைவி பெர்டிடாவுடன் வந்திருப்பதாகச் சேதி வருகிறது.

பொஹீமியாவுடன் எந்தத் தொடர்பும் இல்லாமல் இருந்ததால் இந்தச் செய்தி லீயான்டஸிற்கு மகிழ்ச்சியைத் தருகிறது. அவர்கள் இருவரையும் சென்று அழைத்து வருகிறார். பிளோரிசலும் தன்னுடைய தந்தை சொல்லியே அங்கு வந்திருப்பதுபோலப் பேசிக் கொண்டிருக்கிறான். அனைவரும் பெர்டிடாவின் அழகைச் சிலாகித்துப் பேசிக் கொண்டிருக்கிறார்கள். அப்போது அங்கே வரும் பிரபு ஒருவர், போலிக்சுநசும் காமிலியோவும் இளவரசனைத் தேடிக் கொண்டு அங்கே வந்தியிருப்பதாகச் சொல்கிறார். அவர்களுடன் பெர்டிடாவின் வளர்ப்புத் தந்தையும் மற்றவர்களும் வந்திருப்பதாகத் தெரிகிறது. அதிர்ச்சியடையும் லீயான்டஸ் தானே நேரில் சென்று அவர்களை வரவேற்க செல்கிறார். பிளோரிசலும், பெர்டிடாவும் அவருடன் பயத்துடன் செல்கிறார்கள்.

அடுத்து நடப்பது அரசவையின் பல பிரபுக்களின் மூலமாகப் பார்வையாளர்களுக்குச் சொல்லப்படுகிறது. பெர்டிடாவின் வளர்ப்புத் தந்தை தனக்குப் பெர்டிடா கிடைத்த கதையைச் சொல்லியவுடன் லீயான்டஸிற்கும், போலிக்சுநசிற்கும் அவள் யார் என்று தெரிந்து விடுகிறது. பாலினாவின் வீட்டில் புதிதாகச் செதுக்கப்பட்டிருக்கும் ஹமாயனியின் சிலையைப் பார்க்க பெர்டிடா விரும்புகிறாள். எனவே அவர்கள் பாலினாவின் வீட்டிற்குக் கிளம்புகிறார்கள்.

பாலினாவின் வீடு. ஹமாயனியின் சிலையைத் திறந்து காட்டுகிறாள். அதன் அழகும், உண்மையான தோற்றமும் அனைவரையும் ஆச்சரியப்படுத்துகிறது. உணர்ச்சி மேலிட லீயான்டஸ் சிலையைத் தொட முயல்கிறான். ஆனால் பாலினா

அதற்கு அனுமதிக்க மறுக்கிறாள். லீயான்டஸிற்கு இவ்வளவு வருத்தத்தை அந்தச் சிலை தருமென்றால், அதை மீண்டும் மூடி விடுவதாகச் சொல்கிறாள். அரசர் அதற்கு மறுக்கிறார். எனவே, பாலினா சிலையைக் கீழே வரச் சொல்வதாகத் தெரிவிக்கிறாள். அனைவரும் ஆச்சரியப்படுகிறார்கள். இசை இசைக்கப் படுகிறது. சிலை மெதுவாக இறங்கி, லீயான்டசை கட்டி அணைக்கிறது. ஹமாயனி உயிருடன் வருகிறாள். அவள் தன்னுடைய மகளை ஆசிர்வதிக்கிறாள். மகிழ்ச்சியுடன் லீயான்டஸ், காமிலியோவிற்கும், பாலினாவிற்கும் திருமணத்தை உறுதி செய்கிறார். அனைவரும் மகிழ்ச்சியுடன் அங்கிருந்து செல்கிறார்கள்.

குளிர்காலத்தின் கதை - அலசல்

ஷேக்ஸ்பியர் தன்னுடைய நாடகங்களில் சமகால வரலாற்றுக் குறிப்புகள், பண்பாடு, பழக்கவழக்கங்கள் என அனைத்தையும் சுட்டுவதற்குத் தவறுவதில்லை. இதை அவரது வரலாற்று நாடகங்களில் நாம் இன்னமும் கூர்மையாகப் பார்க்கலாம். இந்த நாடகத்தின் ஆதாரக் கதை முதலாம் எலிசபெத்தின் தாயின் கதையை எப்படி ஒத்திருக்கிறது என்று பார்த்தோம்.

இந்த நாடகம் எழுதப்பட்ட 1610-11ஆம் வருடத்திய காலத்தில் முதலாம் எலிசபெத் இறந்து, முதலாம் ஜேம்ஸ் அரசராகப் பதவியேற்றுவிட்டார். இவரது காலத்திலேயே இங்கிலாந்தின் ஜனநாயகத்திற்கான முதல் குரல்கள் எழ ஆரம்பித்தன. அதற்கு முந்தைய நூற்றாண்டின் ரத்தம் தோய்ந்த மதக்கலவரங்களும், அரசர்களின் தன்னிச்சையான நடவடிக்கைகளும் மக்களின் மனதில் மாற்றத்தைக் கொண்டு வந்திருந்தன. அதன் தொடக்கமாக அரசனின் அதிகாரத்தின் எல்லை என்ன, மக்களின் விருப்பத்திற்கும், அரசனின் அதிகாரத்திற்குமான உறவு என்ன, மன்னனின் பொறுப்புகள் என்ன, அவனிடம் இருக்க வேண்டிய தகுதிகள் என்ன போன்ற கேள்விகளை எழுப்பி இங்கிலாந்தின் புதிய நடுத்தர வர்க்கமும், பிரபுக்களும் இது குறித்த விவாதங்களை ஆரம்பித்திருந்தனர்.

இந்த விவாதங்கள் அடுத்த 40 வருடங்களில் உச்சத்தை எட்டி, 1649ஆம் வருடம் முதலாம் ஜேம்ஸ் அரசரின் இரண்டாவது மகனும், அப்போதைய இங்கிலாந்து அரசனுமான முதலாம் சார்லஸ் ஆங்கில நாடாளுமன்றத்தின் மக்கள் சபையின் ஆணையின்படி தலையை

வெட்டிக் கொலை செய்யப்பட்டதில் முடிந்தது. அரசர்களின் அதிகாரம் மட்டுப்படுத்தப்பட்டு, நாடாளுமன்றத்தின் அதிகாரம் உறுதி செய்யப்பட்டது. அந்தப் புரட்சியின் ஆரம்ப வித்துக்கள் ஷேக்ஸ்பியரின் காலத்தில் விதைக்கப்பட்டுவிட்டன.

குற்றங்களைப் புரியும் அரசனை என்ன செய்வது என்ற கேள்வியையே ஷேக்ஸ்பியரும் இந்த நாடகத்தில் எழுப்புகிறார். அதற்கான பதிலை அவர் சொல்லவில்லை என்றாலும், அன்றைய அரசியல் சூழலின் கேள்விகளை லீயான்டஸின் தன்னிச்சையான நடவடிக்கைகளின் மூலமாகத் தன்னுடைய நாடகத்தில் எழுப்பியிருந்தார் என்றே கருதவேண்டும்.

இதை நகைச்சுவை நாடகமாக வகைமைப்படுத்துவதில் இருக்கும் சிக்கலை வாசகர்களும் உணர்ந்திருப்பார்கள் என்றே நினைக்கிறேன். மூன்று அங்கங்களுக்குக் கதை செல்லும் பாதை ஒரு முழுமையான இறுதி அழிவை நோக்கியே செல்வதாகவே நம்மை நம்ப வைக்கிறது. இறுதி இரண்டு அங்கங்களில் ஷேக்ஸ்பியர் தன்னுடைய கதையை முழுவதுமாகத் திருப்பிவிடுகிறார். இந்தத் தீடீர் திருப்பம் கதையில் சிறிது தளர்ச்சியைத் தந்துவிடுகிறது.

தன்னுடைய மையக் கருத்தாக ஷேக்ஸ்பியர் இந்த நாடகத்தில் இரண்டு முக்கியக் கருத்துக்களைப் பற்றிய விவாதத்தை எடுத்துச் செல்கிறார். முதலாவது லீயான்டஸ் மற்றும் போலிக்சுநஸ் இருவரின் நட்பு. முதல் காட்சியில் பால்ய கால நண்பர்களாக, இணைபிரியாமல் இருக்கும் இருவரும், அடுத்தக் காட்சிகளிலேயே ஒருவரையொருவர் பார்க்கவும் சகித்துக் கொள்ள முடியாத எதிரிகளாக மாறுகிறார்கள்.

காரணம், லீயான்டஸின் மனைவியின் உருவத்தில் பார்க்கிறோம். தன்னுடைய வேண்டுகோளை நிராகரிக்கும் போலிக்சுநஸ், ஹமாயனியின் வேண்டுகோளை ஏற்றுத் தங்க சம்மதித்தவுடன் லீயான்டஸின் மனதில் பொறாமை தீ எழுகிறது. ஏன் அப்போது பொறாமை எழுகிறது என்ற கேள்விக்குப் பதிலை ஷேக்ஸ்பியர் இரண்டு இடங்களில் கொடுக்கிறார். வேறெதுவும் வெளிப்புறக் காரணிகளைக் காட்டாமல், நவீன உளவியலின் உதவியோடு இதைச் சுட்டுகிறார் என்பதுதான் ஆச்சரியம்.

முதலாவதாக, போலிக்சுநஸ் தன்னுடைய மனைவியுடன் செல்வதைப் பார்க்கும் லீயான்டஸ், அருகில் இருக்கும் தன்னுடைய மகனை நோக்கி, அவன் தன் மகனா என்று யோசிக்கிறான்.

அப்போது அவனுக்குத் தன்னுடைய சிறுவயது நினைவுகளும் வருகிறது. தானும் களங்கமின்றிக் கழித்த தன்னுடைய வாழ்வின் நாட்கள் அவரது நினைவிற்கு வருகிறது. அந்தக் குற்றமற்ற, அப்பாவித்தனத்தைத் தான் இழந்துவிட்டதை உணர்கிறான்.

இரண்டாவதாக, போலிக்சுநஸ் ஹமாயனியுடன் பேசும் இடம். அவனும் தன்னுடைய சிறுவயது நினைவுகளை அவளிடம் பேசுகிறான். ஹமாயனியின் கணவன் லீயான்டஸுடனான தன்னுடைய நட்பையும் குறித்துப் பேசுகிறான். அந்தக் களங்கமற்ற, குற்றமற்ற நாட்களின் வாழ்வைத் தொடர்ந்திருந்தால் கடவுளின் முன்னர் தாங்கள் குற்றமற்றவர்களாக இருந்திருப்போம் என்கிறான். அத்தகைய களங்கமற்ற வாழ்விலிருந்து வீழ்ச்சி எப்படி வந்தது என்ற கேள்விக்கும் அவனே பதில் சொல்கிறான். பெண்கள்.

பெண் மோகத்தைக் கண்டறிந்த நாட்களில் இருந்தே தங்களது வீழ்ச்சி தொடங்கியது என்கிறான். ஹமாயனி பதிலுக்கு ‘உங்களது அரசியும், நானும்தான் சாத்தான்கள்’ என்று வேடிக்கையாகச் சொல்கிறாள். ஏதேன் தோட்டத்தில் ஆதாமின் வீழ்ச்சிக்கு ஏவாள் காரணமாக இருந்ததே எனக்கும் நினைவிற்கு வருகிறது. ஆனால் காலகாலமாக எழுப்பப்படும் ஆண்களின் நட்பிற்கும், எதிர்பாலினக் காதலிற்கும் இடையிலான உரசல்களையே லீயான்டஸின் பொறாமையின் காரணமாக ஷேக்ஸ்பியர் சுட்டுகிறார்.

கதையின் இரண்டாவது மையக் கருத்து காதலின் முடிவாகச் செய்யப்படும் திருமணம். ஷேக்ஸ்பியர் திருமணங்களைக் குறித்துப் பெரிதாக நல்ல அபிப்பிராயம் கொண்டிருந்ததாகத் தெரியவில்லை. தொடர்ச்சியாக ஷேக்ஸ்பியரின் நாடகத் திருமணங்களில் பெண்கள் ஏமாற்றுவதையும் அல்லது தாங்கள் ஏமாற்றப்படுவதாகக் கருதும் ஆண்களையும் பார்க்கிறோம். ஷேக்ஸ்பியர் பாரபட்சமில்லாமல் தன்னுடைய விரலைக் கணவன், மனைவி என இருவரின் மீதும் நீட்டுகிறார். ஒரு நொடியில் தன்னுடைய மனைவி வேசியா என்று யோசிக்க ஆரம்பிக்கும் லீயான்டஸை, நாம் ஆரம்பக் கால நவீன ஐரோப்பிய / ஆங்கிலேயே ஆண்களின் பிரதிநிதியாகவே பார்க்க வேண்டியிருக்கிறது.

அதேநேரத்தில், ஷேக்ஸ்பியர் ஆண்களின் பிரதிநிதியாக மட்டுமே இருப்பதில்லை. அவரது நாடகங்களின் பலமான பெண் கதாபாத்திரங்கள் இதற்குச் சான்று. இங்கும் நாம் ஹமாயனியின் பணிப்பெண் பாலினாவைப் பார்க்கிறோம். அரசனிடம் உண்மையைப் பேச அவள் பயப்படுவதில்லை. அரசனின்

ஆணையை மீறி தன்னுடைய வீட்டில் ஹமாயனியை அவள் காப்பாற்றி வைக்கிறாள். இறுதியில் அவளே உண்மையை வெளிக்கொணர்ந்து, அனைவரையும் சேர்த்தும் வைக்கிறாள். அதிகாரம் மிகுந்த அரசனின் கதையில் அவனது பணிப்பெண் ஒருத்தி அவனை விட அதிகப் பலத்துடன் இருப்பதே வேடிக்கைதான்.

தீவிரமான அலசல்களைத் தாண்டி, இங்கே நாம் ஷேக்ஸ்பியரின் நாடக அரங்க மேதைமையையும் பேச வேண்டும். நாம் பார்த்த முதலாவது நாடகமான 'சூறாவளியில்' இருந்து இந்த நாடகம் வரை, ஓர் அற்புதமான, அட்டகாசமான காட்சியை - மேடையிலும், பார்வையாளர்கள் மத்தியிலும் பரவசத்தை ஏற்படுத்தும் காட்சியைத் தொடர்ச்சியாக வைத்திருப்பதைப் பார்க்கிறோம். நம் ஆர். எஸ். மனோகரின் பிரம்மாண்ட நாடக மேடைகள்போல.

இங்கும் அது போல இரண்டு காட்சிகள் வருகின்றன. முதலில் கைக்குழந்தையான பெர்டிடாவைக் காட்டில் போட்டுவிட்டு ஆன்டிகனஸ் செல்லும் காட்சி. ஆன்டிகனஸை ஒரு கரடி துரத்திச் சென்று கொல்கிறது. இதைச் சில மேடைகளில் பின்புற சத்தத்தைக் கொண்டு காட்டினாலும், ஷேக்ஸ்பியரின் 'தி கிங்ஸ் மென்' குழுவினர் குளோப் நாடக அரங்கில் கரடித்தோல் அணிந்த ஒரு மனிதன், ஆன்டிகனஸைத் துரத்துவதாகக் காட்டியதாகத் தெரிகிறது. அந்தக் குழுவினரின் நாடக பொருட்களின் பட்டியல் ஒன்றில் 'கரடியின் தோல்' ஒன்றும் இருப்பதாய் நாம் பார்க்கிறோம்.

அதுபோலவே, ஹமாயனியின் சிலை உயிர்பெறும் காட்சி. அதற்கு முன்பு மூன்றாம் அங்கத்தில் ஹமாயனி இறந்துவிட்டதாகவே காட்டப்படுகிறது. எந்த விதத்திலும் அவள் உயிருடன் இருப்பது பார்வையாளர்களுக்குத் தெரிவிக்கப்படுவதில்லை. எனவே, இறுதிக் காட்சியில் அவள் சிலையிலிருந்து உயிருடன் இறங்குவது என்ன மாதிரியான தாக்கத்தைப் பார்வையாளர்களிடம் ஏற்படுத்தியிருக்கும் என்பதை நாம் ஊகித்துக் கொள்ளலாம். நல்ல கதைசொல்லியாக மட்டுமில்லாமல், எல்லா விதங்களிலும் நாடக மேடையைத் தன்னுடைய தளமாக மாற்றும் திறனே அவரைக் காலத்தைக் கடந்தும் வாசிக்கவும், மேடையில் ரசிக்கவும் வைக்கிறது எனலாம்.

எழுத உதவிய புத்தகங்கள், திரைப்படங்கள், தொலைக்காட்சித் தொடர்கள்.

1. The Arden Shakespeare Third Series - Complete works - (Bloomsbury)
2. Shakespeare: The Invention of the Human - Harold Bloom (Riverhead)
3. First Folio & Folger's Shakespeare Library
4. The Comedies of Plautus (1852)
5. The Jew of Malta - Christopher Marlowe
6. Shakes versus Shav (puppet play) - GB Shaw (1949)
7. The Soul of Wit: G. K. Chesterton on William Shakespeare - G. K. Chesterton (Dover Publications, 2012)
8. The girlhood of Shakespeare's heroines in a series of fifteen tales - Clarke, Mary Cowden (Bickers and sons, 1890)
9. Lectures on Shakespeare - Henry Norman Hudson (Baker and Scribner, 1848)
10. The Views about Hamlet and Other Essays - Albert H.Tolman (1904)
11. The plays and poems of William Shakespeare - James Boswell Jr., Edward Malone (1821) (Third Variorum)
12. The works of William Shakespeare. Vol. 4 - Richard Grant White (Little, Brown and company, 1857)
13. Love's Labour's Lost and the Renaissance Vision of Love. - Neal L. Goldstien. (Shakespeare Quarterly 25 (1974)):
14. All's well that ends well - Henry Norman Hudson, Israel Gollancz, C.H. Herford (Funk & Wagnalls Co, 1909)
15. Tales from Shakespeare - Charles and Mary Lamb (Vintage Classics)
16. The Plays of William Shakespeare (Eight volumes) - Samuel Johnson
17. The dramatic works of William Shakspeare, Illustrated - Oliver William Bourn Peabody; Samuel Weller Singer, Charles Symmons; John Payne Collier (1850)
18. Twelfth Night (1996) - Movie Dir: Trevor Nunn
19. Precious Nonsense - The Gettysburg Address, Ben Jonson's Epitaphs on His Children, and Twelfth Night - Stephen Booth (University of California Press, 1998)
20. Something Rotten! (2015) - A Broadway musical
21. The Shakespeare apocrypha - C.F. Tucker Brooke (Clarendon Press)
22. Scenes from The Winter's Tale - Shakespeare, Owen Jones. (Day & Son, Ltd., London, 1866)

www.ingramcontent.com/pod-product-compliance
Lightning Source LLC
LaVergne TN
LVHW090322051026
849518LV00005B/1847
* 9 7 8 8 1 9 6 8 6 1 6 3 6 *